AF762324

பன்முகப் பார்வையில் தாகூர்

பன்முகப் பார்வையில் தாகூர்

வீ.பா. கணேசன்

கிழக்கு

பன்முகப் பார்வையில் தாகூர்

Panmuga Parvaiyil Tagore

V.B. Ganesan ©

First Edition: December 2023

168 Pages

Printed in India.

ISBN: 978-81-968616-0-5

Kizhakku - 1358

Kizhakku Pathippagam

177/103, First Floor, Ambal's Building, Lloyds Road,
Royapettah, Chennai - 600 014. Ph: +91-44-4200-9603
Email : support@nhm.in Website : www.nhm.in

kizhakkupathippagam kizhakku_nhm

Author's Email id: vbganesan@gmail.com

Kizhakku Pathippagam is an imprint of New Horizon Media Private Limited

(ரவீந்திரரும் பங்கிம் சந்திரரும் அங்கம் வகித்த) ரவிவாசர் என்ற வங்காள இலக்கிய உலகின் பெருமைமிக்கதொரு அமைப்பின் நிர்வாகக் குழு உறுப்பினராக இருந்த ஒரே தமிழ் எழுத்தாளரும், ஆகச்சிறந்த வங்காளி எழுத்துகளைத் தமிழில் தந்தவரும், தனது ‘நஸ்ருல் என்றொரு மானுடன்’ என்ற நூலுக்காக, தமிழில் இலக்கியச் சிந்தனை பரிசையும், வங்காளத்தில் (முதல்முறையாக வங்காளம் அல்லாத ஒரு நூலுக்கு) ரவீந்திர புரஸ்கார் பரிசையும் வென்றெடுத்த ஒரே தமிழ் எழுத்தாளரும், திருக்குறள் உள்ளிட்டு தமிழின் சிறந்த எழுத்துகளை வங்காளி இலக்கிய உலகிற்கு அறிமுகம் செய்தவருமான எனது பெருமதிப்பிற்குரிய நண்பர் (கல்கத்தா) சு. கிருஷ்ணமூர்த்தி அவர்களுக்கு இந்நூலைக் காணிக்கையாக்குகிறேன்.

பொருளடக்கம்

என்னுரை

1905ஆம் ஆண்டு வங்கப்பிரிவினையை எதிர்த்த இயக்கத்தின் போது, மக்களைத் தட்டியெழுப்பும் வகையில், வங்காள மண்ணின் பெருமையைப் போற்றி 'என் தங்க வங்கமே! உனை நான் உளமாற நேசிக்கிறேன்' என்று பொருள்படும் ஒரு பாடலை ரவீந்திரநாத் தாகூர் எழுதினார். வங்காள மக்களின் மனதில் ஆழப்பதிந்துபோன இந்தப் பாடலை, பின்னாளில் வங்கதேசம் புதிதாக உருவான போது, தனது தேசிய கீதமாகவே வரித்துக் கொண்டது. 1911ஆம் ஆண்டில் கல்கத்தாவில் நடைபெற்ற இந்திய தேசிய காங்கிரஸின் அகில இந்திய மாநாட்டின்போது, இந்தியாவின் பன்முகத் தன்மையை வியந்து போற்றி அவர் எழுதிய 'ஜன கண மன அதிநாயக ஜெயஹே!' என்ற பாடலின் முதல் பகுதி மட்டும், இந்தியா விடுதலைபெற்று ஒரு குடியரசாக உருவெடுத்த நேரத்தில், நாட்டின் தேசிய கீதமாக ஏற்றுக் கொள்ளப்பட்டது. அவ்வகையில் தனிச்சிறப்புமிக்க கவிஞராக அவர் திகழ்கிறார்.

இவற்றுக்கு அப்பால், இன்றைய தலைமுறையினரின் கவனத்தைக் கவரும் ஒரே விஷயமாக அவர் உருவாக்கிய சாந்திநிகேதன் மட்டுமே இருக்கிறது. அதுவும் கூட, அங்கு தற்போது ஏற்பட்டுவரும் பல்வேறு சலசலப்புகளின் காரணமாகவே. ஆனால், தாகூர் தன் வாழ்நாளில் முன்னெடுத்த எண்ணற்ற விஷயங்கள் குறித்து அறிமுகம் செய்யும் எழுத்துக்கள் தமிழில் மிகக் குறைவே. தன் காலத்தின் பிரச்சனைகளை எதிர்கொள்ளும் வகையில் அவரது எழுத்துக்களும் செயல்களும் மிகுந்த வீரியம் பெற்றவையாக இருந்தன. அன்றிருந்த சூழலில், ஒவ்வொன்றுக்கும் எதிர்நீச்சல் போட்டே, அவர் தன் கருத்தை உறுதிப்படுத்த வேண்டியிருந்தது.

இந்தியா எதிர்காலத்தில் மேற்கொள்ள வேண்டிய பாதை எத்தகையதாக இருக்கவேண்டும் என்பதை அவர் தெளிவுபடச் சுட்டிக் காட்டினார். இந்தியா தன் எதிர்காலத்தைத் தானே நிர்ணயிக்க வேண்டும்; நவீன காலத்தை மேற்கொள்வதென்ற பெயரால், அது தன் கடந்த காலத்தை ஒருபோதும் ஒளித்து, மறைத்துவிடக் கூடாது; கீழைத்தேயமும் மேற்குலகும் வழங்கும் மிகச் சிறந்த அம்சங்களை எடுத்துக் கொண்டு, இணக்கம் மிக்க, புதியதொரு கலாச்சார வடிவத்தினை அது உருவாக்க வேண்டும்; அதற்குக் கடந்த கால வரலாற்றையும் நிகழ்கால வரலாற்றையும் நன்கு உணர்ந்து கொள்ளவேண்டியது அவசியம். இவை அனைத்திற்கும் அடித்தளமாக, அனைவருக்குமான கல்வி, முழுமையான சுயாட்சி பெற்ற கிராம மேம்பாடு ஆகியவை விளங்கவேண்டும் என்றும் அவர் வலியுறுத்தினார்.

அவரது மறைவிற்குப் பிறகு தர்வார் இலக்கியக் கழகம் (இன்றைய கர்நாடக மாநிலத்தில் உள்ளது) பதிப்பித்த அஞ்சலிக் குறிப்பு அவரை மிகப் பொருத்தமான வகையில் நினைவு கூர்ந்திருந்தது: 'கவிஞர், பாடலாசிரியர், சிறுகதை ஆசிரியர், நாவலாசிரியர், இலக்கிய விமர்சகர், இசை வல்லுநர், நாடக ஆசிரியர், நடிகர், ஓவியர், கல்வியாளர், தத்துவஞானி, மனிதநேயர், சர்வதேசவாதி, நாட்டுப் பற்றாளர், தீர்க்கதரிசி, வழிகாட்டி என அனைத்து வகையான செயல்பாடுகளையும் வெற்றிகரமாக நிறைவேற்றிய ஒருவராகத் தாகூர் திகழ்ந்தார். பன்முகத் தன்மையிலோ, அல்லது கணக்கிடவொண்ணாத சாதனைகளிலோ, அவருக்குச் சமதையாக, இன்னும் பலப்பல ஆண்டுகளுக்கு நாம் எவரையும் கண்டறிய முடியாது என்பது திண்ணம்.'

வங்காள மொழியின் முன்னோடியான ஓர் எழுத்தாளர் என்பது மட்டுமின்றி, இந்தியாவிற்கு ஒரு முன்னுதாரணமாகத் திகழும் வகையிலான அவரது பன்முகச் செயல்பாடுகள் குறித்த எழுத்துக்களும் பெருமளவிற்கு வங்காள மொழியிலேயே இன்றுவரை நீடித்து வருவதால், பெருமளவிற்கு மக்களால் அறியப்படாதவராகவே அவர் இருந்து வருகிறார். இந்த 'இடைவெளி'யை சற்றே நிரப்பும் முயற்சிதான் இந்த நூல். வாசகர்கள் இதை மேலும் செழுமைப்படுத்தும் வகையில் குறை, நிறைகளை சுட்டிக்காட்டி உதவினால் பெரிதும் மகிழ்வேன். இந்நூலாக்கத்திற்கு பல்வேறு வகையிலும் உதவிய அனைத்து நல் உள்ளங்களுக்கும், இந்த முயற்சியில் என்னை இறங்கத் தூண்டிய நண்பர் மருதனுக்கும் மனமார்ந்த நன்றி.

அன்புடன்

வீ. பா. கணேசன்

அத்தியாயம் - 1

‘விஸ்வ கவி’ எனும் உலகக் கவி

ஹங்கேரிய பெண் கவிஞரும் நாடக ஆசிரியருமான ஹன்னா செனேஷ் (இவர் நாஜி எதிர்ப்புப் படை வீரராக இருந்து 23 வயதில் கொல்லப்பட்டவர்) எழுதிய ஒரு கவிதையை இத்தருணத்தில் நினைவுகூர்வது பொருத்தமாக இருக்கும்:

‘வானத்து விண்மீன்கள் வெகு காலத்திற்கு முன்பே மறைந்து
போயிருப்பினும்
அவற்றின் ஒளியை இன்றும் நாம் பூமியில் காணலாம்.
போன்றே, இன்று உயிரோடு, நம்மோடு இல்லையெனினும்
தங்கள் அறிவுக் கூர்மையால் உலகிற்குத் தொடர்ந்து
ஒளிபாய்ச்சிக் கொண்டிருக்கும் மகத்தான மனிதர்களும் உளர்.
முற்றிலும் இருள் கவிந்த இரவுகளில்,
அவர்களின் ஒளி மேலும் பிரகாசமாய்,
மனித இனத்திற்கு வழிகாட்டிக் கொண்டிருக்கிறது.’

இவ்வகையில்தான் ரவீந்திரரின் எழுத்துகள் காலம் கடந்தும் நமக்கு வழிகாட்டிக் கொண்டிருக்கின்றன. அவர் பிறந்து, வளர்ந்து, வாழ்ந்த காலம் என்பது அறிவுப்பூர்வமான, இறையியல் ரீதியான, விடுதலை வேட்கை மிக்க உணர்வுகளை வெளிப்படுத்திய காலமாக இருந்தது. அவரது எழுத்துகள், இந்த உணர்வுகளின் ஒட்டுமொத்த உருவகமாய் திகழ்கின்றன. அவரது எழுத்துக்களின்

வளர்ச்சிப் போக்கினை காணும்போது இந்த மூன்று இயக்கங்களின் தாக்கத்தையும் நம்மால் உணர முடியும்.

வங்காளிகளின் இல்லங்களில் வழக்கமாகப் பகிர்ந்து கொள்ளப்படும் ஒரு சொலவடை உண்டு. 'ரவீந்திரநாத், அவரது வாழ்நாளில் எழுதியவை அனைத்தையும் எவரொருவராலும் தன் வாழ்நாளுக்குள் படித்து முடித்துவிட முடியாது!' முறையான பள்ளிக் கல்வியைக்கூட நிறைவு செய்யாதபோதிலும், அவரது படைப்புத்திறன் விரிந்து பரந்த ஒன்றாகத் திகழ்ந்தது.

ரவீந்திரரின் படைப்பாக்கத்தில் இருந்த பன்முகத்தன்மை, அபரிமிதமான அளவு ஆகியவை குறித்து மற்றொரு வங்காளக் கவிஞரான புத்ததேவ் போஸ் தனது 'ஒரு ஏக்கர் பசும்புல்' என்ற நூலில் இவ்வாறு குறிப்பிட்டிருந்தார்: 'அவரை பன்முகத்தன்மை கொண்டவர் என்று குறிப்பிடுவது பொத்தாம் பொதுவான ஒரு வார்த்தைதான்; அதைப் போன்றே அபரிமிதமான படைப்புகளை அவர் உருவாக்கினார் என்று கூறுவதும்கூட வேடிக்கையான ஒன்றுதான். இலக்கியத்தின் ஒவ்வொரு வடிவத்தையும், ஒவ்வொரு அம்சத்தையும் உள்ளடக்கி, பல லட்சக்கணக்கான பக்கங்களுக்கு அவரது எழுத்துகள் உள்ளன என்பது சுட்டிக் காட்டப்பட வேண்டிய ஒன்று என்றாலும், நூற்றுக்கணக்கான நீரோடைகளிலிருந்து வெளிப்பட்டு, நூற்றுக்கணக்கான தாள லயங்களோடு கீழ் நோக்கிப் பாய்கின்ற ஒரு மாபெரும் நீர்வீழ்ச்சியின் ஆதார சுருதியாக அவர் விளங்கினார் என்பதுதான் இங்கு குறிப்பிட்டுச் சொல்ல வேண்டியதாகும்.'

இதற்கு உதாரணமாக அவர் ஒரு நிகழ்வையும் சுட்டிக் காட்டியிருந்தார். ரவீந்திரர் உடல்நலமின்றி இருந்த ஒரு நேரத்தில், அவரைப் பார்க்க சாந்திநிகேதனுக்குப் போயிருந்தபோது, சற்றும் இடைவெளியின்றி ஒரு மணி நேரத்திற்கு மேல் ரவீந்திரர் அவருடன் பேசிக் கொண்டேயிருந்தார். பின்பு இந்தச் சந்திப்பு குறித்து அவர் எழுதிய குறிப்பில் 'இவருக்கு உடல்நலம் இல்லையாம்! கொஞ்சம்கூட நம்ப முடியவில்லை!' என்று எழுதிவிட்டு, அன்றைய தினம் ரவீந்திரர் பேசியதை அடிப்படை யாகக் கொண்டு 'இலக்கிய வரலாறு பற்றிய ஒரு சித்திரம்', 'இலக்கியம் தரும் மகிழ்ச்சி' என்ற இரு கட்டுரைகளை தாம் உருவாக்கியதாகவும் அவர் குறிப்பிட்டிருந்தார்.

மிகச் சிறு வயதிலேயே ரவீந்திரர் கவிதை எழுதத் தொடங்கியிருந்தார். அவரது வாழ்நாளில் அவர் எழுதிய கவிதைகளின் தொகுப்பு மட்டுமே கிட்டத்தட்ட 60 தொகுதிகள்

ஆகும். இவற்றில் இசைப் பாடல்கள், சானெட் (14 வரிகளைக் கொண்டது), தூது, இரக்கம், நாடகபாணியிலான தனியுரை, உரையாடல் அடங்கிய கவிதைகள், நீண்ட கவிதைகள், உணர்ச்சிபொங்கும் கவிதைகள், வசன கவிதைகள் எனப் பல்வேறு வடிவங்களையும் நுட்பங்களையும் பயன்படுத்தி சோதனை முயற்சிகளை அவர் தொடர்ந்து மேற்கொண்டு வந்தார். அவரது படைப்பூக்கம் எத்தகையதாக இருந்ததெனில், மிக நீண்ட நாட்களுக்கு முன்பு எழுதிய கவிதையைப் புதியதொரு பார்வையில் மாற்றி எழுதுவது; கவிதையாக முதலில் உருவானதை ஓர் இசைப் பாடலாக அல்லது ஒரு நாடகமாக மாற்றுவது; வசனங்கள் நிரம்பிய நாடகமாக இருந்ததை ஓர் இசை நாடகமாக அல்லது ஒரு நாட்டிய நாடகமாக மாற்றுவது என்று தன் எழுத்துகளை அவர் தொடர்ந்து மேம்படுத்திக் கொண்டேயிருந்தார். அதற்கான ஓர் உதாரணம்தான் 1912ஆம் ஆண்டில் அவர் எழுதி அரங்கேறிய, அஞ்சலகம் (டாக் கர்) என்ற உலகப் புகழ்பெற்ற நாடகத்தினை 1939இல் முற்றிலும் புத்தாக்கம் செய்யும் முயற்சியில் ஈடுபட்டார் என்பது.

தொடக்க காலத்தில் இயற்கை, பிரம்ம சமாஜ இறையியல் பாடல்கள் என்ற வகையில் எழுதிக்கொண்டிருந்த ரவீந்திரர், அதே நேரத்தில் சம கால நடப்புகளையும் கவனத்தில் கொண்டிருந்தார் என்பதற்கும் உரிய சான்றுகள் உள்ளன. 1877ஆம் ஆண்டு ஜனவரி முதல் நாள் 'இந்தியாவின் பேரரசி' என்ற பட்டம் விக்டோரியா மகாராணிக்குச் சூட்டப்பட்டது. கிழக்கிந்திய கம்பெனியின் ஆளுகைக்கு எதிராக 1857இல் வெடித்தெழுந்த, முதல் இந்திய சுதந்திரப் போர் என்று அழைக்கப்பட்ட, சிப்பாய்களின் எழுச்சி இறுதியில் மிருகத்தனமாக நசுக்கப்பட்டபோதிலும், அதிகாரபூர்வ மாக இந்தியாவின் தலைவிதியை நிர்ணயிக்கும் பொறுப்பை கிழக்கிந்தியக் கம்பெனியிடமிருந்து ஆங்கிலேய ஆட்சி தன்கையிலெடுத்துக் கொண்டது. அதை உறுதிப்படுத்தும் நிகழ்வே இந்தப் பட்டம் சூட்டல்.

அத்தருணத்தில், தாகூர் குடும்பத்தின் நான்கு பிரிவுகளில் முதல் பிரிவாகக் கருதப்படும் பாதுரியாகட்டா பிரிவைச் சேர்ந்த சவுரீந்திர மோகன் தாகூர் (1840-1914), விக்டோரியா மகாராணியின் பதவியேற்பைக் கொண்டாடும் வகையில் இயற்றிய ஒரு பாடலில் அவரை (விக்டோரியா மகாராணியை) 'ராஜராஜேஸ்வரி' என்று குறிப்பிட்டிருந்தார். அதற்கு ஒரு மாதம் கழித்து, கல்கத்தாவில் நடைபெற்ற 'இந்து மேளா'வில், அப்போது 16வயது கூட நிறையாத, ஜொரசங்கோ பிரிவைச் சேர்ந்த ரவீந்திரர், 'டில்லி தர்பார்' என்ற தலைப்பில் ஒரு கவிதையை அரங்கேற்றினார். அதில்:

'யார் வேண்டுமானாலும் பிரிட்டிஷாரின் புகழைப் பாடட்டும்;
நாம் அதைச் செய்ய வேண்டாம்.
மீதமிருப்பது ஒரு சிலரே ஆனாலும், வாருங்கள்
நாம் வேறு வகையான பாடலைப் பாடலாம்!'

என்று ரவீந்திரர் பதிலடி தந்திருந்தார்.

கிட்டத்தட்ட அனைத்து வகையான இலக்கிய வடிவங்களையுமே அவர் கையாண்ட போதிலும், அவரது அடிப்படையான கருவி என்பது பாடலாக உருவெடுக்கும் சாத்தியமுள்ள கவிதையாகவே இருந்தது. அவரது கலை ஆளுமையை வெளிப்படுத்துவதாக அவை இருந்தன. அவரது இதர படைப்பாக்கச் செயல்பாடுகள் அனைத்தும் இதிலிருந்தே வெளிச்சம் பெற்றன எனலாம். மைக்கேல் மதுசூதன் தத் போல மிக நீண்ட காவியம் எதையும் அவர் படைக்கவில்லை. கிட்டத்தட்ட அதற்கு விதிவிலக்காக, 'கனவிலிருந்து விழித்தெழுந்த வசந்தம்' என்ற அவரது ஒரே ஒரு கவிதைதான் 201 வரிகளிலிருந்து 267 வரிகளாக வளர்ந்து, பின்னர் காலப்போக்கில் பல்வேறு மாற்றங்களை எதிர்கொண்டு, இறுதியில் 43 வரிகளில் வந்து நின்றது. 'ஒரு விண்மீனின் தற்கொலை', 'ராகுவின் காதல்' போன்ற அவரது தொடக்கக் கவிதைகள் காதல் ரசம் ததும்பியவையாக அமைந்திருந்தன.

எனினும், அவரது வார்த்தையின்படியே, இந்த இரு கவிதைகளுக்கும் இடைப்பட்டதொரு காலப்பகுதியில், அதாவது 1882இல் கல்கத்தாவில் இருந்த ஒரு வீட்டின் பால்கனியில் நின்று கொண்டிருந்த தருணத்தில், 'தன் கண்களின் முன்னால் அதுவரையில் இருந்துவந்த ஒரு திரை விலகியது போன்ற உணர்வு ஏற்பட்டு, தன் கண் முன்னாலிருந்த உலகத்தைப் புதியதொரு வெளிச்சத்தில் காட்டுவதாக' உணர்ந்தார். அந்த வீட்டிற்கு எதிரே இருந்த ஒரு குடிசைப் பகுதியில் பால் கறக்கும் ஒரு பெண்மணி, உடையேதுமின்றி அங்குமிங்குமாக ஓடும் ஒரு குழந்தைக்கு உணவூட்ட முனையும் ஒரு தாய் என இதுவரை தென்படாத காட்சிகள் எல்லாம் அவரது கண்களுக்குத் தென்பட ஆரம்பித்தன. அதுவரையில் இருந்த மனத்தளைகளை எல்லாம் அறுத்தெறிந்த வகையில், ஒரு நீரூற்று மிகுந்த வேகத்தோடு தன்னிலிருந்து வெளிப்படுவதைப்போல அவர் உணர்ந்தார். இந்த நிகழ்விற்குப் பிறகு உருவான கவிதைகள் அவரது தன்னம்பிக்கையை வெளிப்படுத்துவனவாய் திகழ்ந்தன. அவற்றின் தொகுப்புதான் 'பிரபாத் சங்கீத்' (அதிகாலை நேரத்து இசை) என்பதாகும்.

1884இல் வெளிவந்த 'பானுசிங்கா தாகூரேர் பாடாவளி' என்ற கவிதைத் தொகுப்பு பிரஜாபுலி மொழியில் மத்திய காலத்து கவிஞர் வித்யாபதியின் எழுத்துகளில் வெளிப்பட்ட வைஷ்ணவ பக்திச் சுவையை பிரதிபலிப்பதாக இருந்தது. ராதா – கிருஷ்ணனின் காதலை எடுத்துக்கூறும் இதேபோன்ற பாடல்கள் பின்னாளிலும் அவரிடமிருந்து வெளிப்பட்டன. எனினும் 1890இல் வெளியான 'மானசி' (மனதில் நிற்கும் பெண்) தொகுப்பு உயிரோட்டமான வரிகளைப் புதிய தொனியில் வெளிப்படுத்தியது. காதல் ரசத்தோடு கூடவே தத்துவ விசாரணைகளையும் அது முன்வைத்தது. இத்தொகுதிக்கு வழங்கிய முன்னுரையில் நம்பிக்கை, மொழி, அன்பு ஆகியவற்றை உள்ளடக்கியதோர் உருவத்தைத் தன் மனதில் உருவாக்கிக் கொண்டதாகக் குறிப்பிட்டிருந்தார்.

தன் படைப்பூக்கத் திறனை தெய்வீகம் பொருந்திய ஒரு கலைஞனாக மாற்றுவதன் காரணத்தை அவர் 'பாலகா'வில் இவ்வாறு குறிப்பிட்டிருந்தார்:

'பாடப் பரிசளித்தாய் அந்தப் பறவைக்கு, அதுவோ
ஒரே பாடலைத்தான் திரும்பத் திரும்பப் பாடிக் கொண்டிருக்கிறது...
எனக்கோ பேசக் குரலளித்தாய், நான் இப்போது
சற்றே கூடுதலாக உனக்குப் பரிசளிக்கிறேன்
என்னில் உதித்த பாடல்களை நானே பாடுகிறேன்...'

'மானுஷேர் தர்மா' என்ற தலைப்பில் கல்கத்தா பல்கலைக் கழகத்தில் அவர் ஆற்றிய ஓர் உரையின் இறுதிப் பகுதியில் வழங்கிய கவிதையில் படைத்தவனுக்கும் படைப்பிற்கும் இடையே உள்ள சமநிலையை வெளிக்கொண்டு வந்தார். மனித வெளிப்பாட்டில் தான் தெய்வீகம் தன் வெற்றியைப் பெறுகிறது. இதை ரவீந்திரர் எளிய, சாதாரண வாழ்க்கைக்கும் விரிவுபடுத்தினார். 'துதிப்பாடல் களிலும், வணங்குதலிலும், பக்தியிலும் கடவுள் வசிப்பதில்லை; மாறாக, உடல்வருந்தி உழைப்போரின் வாழ்க்கையில்தான் அவன் வசிக்கிறான்' என்பதை அவர் வலியுறுத்தினார்.

1900லிருந்து தொடங்கி தன் மனைவி மிருணாளினி, இரண்டாவது மகள் ரேணுகா, தந்தை 'மகரிஷி' தேவேந்திரநாத், இளைய மகன் ஷமீந்திரநாத் என ஒரு பத்தாண்டு காலத்திற்குள் நெருங்கிய உறவுகளை அவர் தொடர்ந்து இழக்க நேர்ந்தபோது வெளிப்பட்ட கவிதைகள், இடைவிடாது வந்துகொண்டேயிருந்த துயரத்தைத் தாங்கிய வகையில், இறைவனுக்கும் தனக்கும் உள்ள உறவை எதுவும் சீர்குலைக்காது என்ற உணர்வை வெளிப்படுத்துவதாக அமைந்திருந்தன. வாழ்க்கை எனும் அரண்மனை வாயிலை

நோக்கிய பாதையில் நின்று கொண்டிருக்கும் மானிடம் குறித்த காடி ஓ கோமள் (1886) என்ற கவிதைத் தொகுப்புதான் கவிதை குறித்த தனது பார்வை முதிர்ச்சியடையும் முக்கிய தருணமாக அமைந்திருந்தது என்று அவரே குறிப்பிட்டிருந்தார். மானசி (1890) நிவேத்யா, கீதாஞ்சலி, கீதிமால்யா, கீதாலி, கேயா போன்ற தொகுதிகள் இதற்கு சான்றுகளாகத் திகழ்கின்றன.

அதேநேரத்தில் தன்னைச் சுற்றியுள்ள உலகம் எதிர்கொண்டு வரும் பிரச்சனைகளை உள்வாங்கி அதன் நுட்பங்களை வெளிப்படுத்தும் வகையிலான கவிதைகளையும் அவர் 1920களுக்குப் பிறகு தொடர்ந்து எழுதிவந்தார். 1920களிலிருந்து தொடங்கி 1934வரை அவர் மேற்கொண்ட பன்னாட்டுப் பயணங்கள் தந்த அனுபவங்கள் அவரை முற்றிலும் புதிய விஷயங்களைக் கவிதைகளில் முன்வைக்கத் தூண்டின. இதில் குறிப்பிடத்தக்க படைப்பாகத் திகழ்வது வனவாணி (கானகத்தின் குரல்) என்ற கவிதைத் தொகுப்பாகும். சுற்றுச்சூழலின் பாதுகாப்பு குறித்த கவலையை அந்நூல் சொற்சித்திரமாக வெளிப்படுத்தியிருந்தது.

அதேபோன்று பெண்களின் முன்னேற்றம் குறித்த பாடல்களை அவர் தொடர்ந்து எழுதிக் கொண்டேயிருந்தார். பெண்களே இயற்கையின் ஆதார சுருதி என்பதைப் பல்வேறு கவிதைகளின்மூலம் அவர் நிரூபித்துக் கொண்டிருந்தார். அவரது வாழ்க்கையில் இறுதிக் காலத்தில், குறிப்பாக இரண்டாம் உலகப்போரின் விளைவாக, ஆளும் பிரிட்டிஷாரின் பகாசுர பசியின் காரணமாக, இந்தியா தன் இயற்கை வளங்களைப் பறிகொடுத்து, மக்களிடையே துயரத்தையே அதிகரித்துக் கொண்டிருந்த தருணத்தில், சற்றும் தயக்கமின்றி அதற்கெதிராகக் குரல் கொடுக்கும் முதல்வராகவும் அவர் இருந்தார்.

'அபரிமிதமான செல்வத்திற்கு அடியில் தேங்கிக் கிடந்த
கொலைப்பட்டினியாக, அரைப்பட்டினியாக இருப்போரை
பசித்தீ விழுங்கிக் கொண்டிருந்தது
தாகம் தணிக்கும் தடாகங்கள் சீர்கெட்டு வற்றிப் போயிருந்தன
குளிருக்கு ஏற்ற உடையின்றி உடல்கள் நடுங்கிக்
கொண்டிருக்கின்றன
மரணத்தின் கதவுகள் விரியத் திறக்கத் தொடங்கின...'

இந்திய சமூகத்தில் நிலவும் மிக மோசமான பிரிவினைகளைக் கண்டித்தும் அவர் குரலெழுப்பினார்:

'சகமனிதனின் தொடுதலைப் புறக்கணிப்பதன் மூலம்,
மனிதநேயமிக்க கடவுளை நீங்கள் புறமொதுக்கிறீர்கள்

அவரது கோபமோ உங்களை பஞ்சத்தின்
கதவுகளுக்கு முன்னால் நிற்க வைக்கும்.
சோற்றையும் தண்ணீரையும் அனைவரோடும்
பகிர்ந்து கொள்ள வைக்கும்.
அனைத்து வகையான அவமானங்களுக்கிடையே
உங்கள் அனைவரையும் அது சமநிலைப்படுத்தும்'

மனித இனத்தின் பொதுத்தன்மையே வாழ்க்கையை முன்னகர்த்து கிறது என்பதை வலியுறுத்தும் பாடல்களையும் அவர் தொடர்ந்து எழுதிக் கொண்டேயிருந்தார்:

'நகரங்களிலும் சமவெளிகளிலும் அவர்கள்
உழைத்துக் கொண்டேயிருந்தனர்...
அவர்களின் கூச்சலில், குரலெடுப்பில்
மகிழ்ச்சியும் துயரமும் நிரம்பியிருந்தன
அந்தக் குரல்கள்தான் வாழ்க்கையின்
மகத்தான மந்திரமாய் இருக்கின்றன...'

தேசம் என்ற பெயரிலும், சமூகம் என்ற பெயரிலும், பண்பாடு என்ற பெயரிலும் மனிதர்களை ஒருவரிலிருந்து மற்றொருவரைப் பிரித்து வைக்கின்ற எல்லைக்கோடுகள் என்ற அம்சம் ரவீந்திரரின் சிந்தனையையும் கவிதையையும் தொடர்ந்து ஆட்கொண்டு வந்துள்ளது. இத்தகைய வேறுபாடுகளின் இறுக்கத்திலிருந்து வெற்றிகரமாக மீள்வதற்கு, அவற்றுக்குப் பதிலாக பகுத்தறிவு, அன்பு, அழகியல் ஆகியவற்றை அவர் முன்வைத்தார். காலனிய ஆட்சியின் மனிதத் தன்மையற்ற செயல்பாடுகள் குறித்து விழிப்புணர்வு கொண்டவராக இருந்த அவர், நவீனத்தை நோக்கிய இந்தியாவின் நகர்விற்குத் தடையாக நிற்கின்ற, மதரீதியான வெறுப்புணர்வு, சாதி, வறட்டுத்தனமான தத்துவ ஈர்ப்பு போன்ற பிரச்சனைகளை உள்ளடக்கிய அதன் உள்ளார்ந்த செயல்பாடுகள் குறித்தும் விழிப்புணர்வு கொண்டவராக இருந்தார். இந்தப் பிரச்சனைகளில் பலவும் இன்றும்கூட நம்மை ஆட்டிப் படைத்து வரும் நிலையில், இதுகுறித்த ரவீந்திரரின் எழுத்துகளை மீண்டும் தேடிச்சென்று அவற்றிலிருந்து விடுபடுவதற்கான வழிகளை நாம் கண்டறிய வேண்டியது அவசியமாகும்.

குறிப்பாக, அவரது எழுத்துகளில் சுமார் 40 சதவீதம் ஆங்கிலத்தில் தோன்றியவை. ஒரு கவிஞராகவும் எழுத்தாளராகவும் தன் தாய்மொழியான வங்காள மொழியிலேயே படைப்புகளை உருவாக்கியவர் என்பதைக் கருதும்போது, அவரது நேரடி ஆங்கில எழுத்துக்களின் பங்கு ஒருவகையில் மிக அதீதமான ஒன்று எனவே

கருதவேண்டும். அதுவும் கீதாஞ்சலியிலிருந்து தொடங்கி அவரது தொடக்ககால ஆங்கில மொழிபெயர்ப்புகளைத் தவிர, நேரடி ஆங்கிலப் படைப்புகள் என்பவை அவரது 50வது வயதில்தான் தொடங்கின என்பதும், மீதமிருந்த 30 ஆண்டுக்கால வாழ்க்கையில்தான் இந்த 40 சதவீத எழுத்துக்கள் ஆங்கிலத்தில் வெளியாயின என்பதும் குறிப்பிடத்தக்கதாகும். கீதாஞ்சலியில் இருந்து தொடங்கி, கணிசமானதொரு காலத்திற்கு தன் வங்காள மொழி படைப்புகளை ஆங்கிலத்தில் தானே மொழி பெயர்ப்பவராக அவர் இருந்ததோடு, பின்னாளில் தன் படைப்பு களை மற்றவர்கள் ஆங்கிலத்தில் மொழிபெயர்க்கும்போது அவற்றை இறுதிப்படுத்தும் பணியையும் மேற்கொண்டு வந்தார்.

எனினும், அவரது எழுத்துகளில் மிகச்சிறியதொரு பகுதியே ஆங்கிலத்தில் வெளிவந்துள்ளது என்பதைக் கருதும்போது, அவரது ஒட்டுமொத்த படைப்புகளின் வீச்சை நம்மால் புரிந்துகொள்ள முடியும். கவிஞர், பாடலாசிரியர், இசை அமைப்பாளர், நாடக ஆசிரியர், நடிகர், பேச்சாளர், கட்டுரையாளர், நாவலாசிரியர், சிறுகதை ஆசிரியர், கல்வியாளர், ஓவியர், கிராமப்புற மேம்பாட்டிற்கான முன்னோடி, கூட்டுறவு இயக்கத்தின் முன்னோடி, அந்நிய ஆதிக்க எதிர்ப்பாளர், வங்காள மொழியின் புத்துயிர்ப்பிற்கு வித்திட்டவர் என அவரது பங்களிப்புகளை சொல்லிக் கொண்டே போகலாம். இத்துறைகள் ஒவ்வொன்றிலும் அவரது முத்திரைகள் தனித்துவமானவையாகத் திகழ்கின்றன.

தனது 70வது பிறந்தநாளை ஒட்டி சாந்திநிகேதனில் உரையாற்றிய தருணத்தில் ரவீந்திரர் இவ்வாறு குறிப்பிட்டிருந்தார்: ‘என் வாழ்க்கையில் தொடர்ச்சியாக நான் பல்வேறு நடவடிக்கைகளை மேற்கொண்டு வந்திருக்கிறேன் என்பது உண்மைதான். இருந்தாலும் இவை எதிலும் எனது உள்ளார்ந்த ஆன்மாவைக் காண முடியாது. எனது பயணத்தின் இறுதிக் கட்டத்தில் பார்க்கும்போது, ஒரு பருந்துப் பார்வையில் என் வாழ்க்கையைத் தெளிவாகக் காண முடிகிறது. அவ்வாறு திரும்பிப் பார்க்கும்போது, ஒரு விஷயத்தை என்னால் நிச்சயமாக உணர முடிகிறது. அது என்னவெனில், அடிப்படையில் நான் ஒரு கவிஞன்.’

பிரம்ம பந்தவ் உபாத்யாயா தனிச்சிறப்பான ஒரு மனிதர். தீவிர தேசபக்தர், பிரசாரகர், கல்வியாளர் எனப் பன்முகத் திறன் கொண்டவர். தன் இறுதிநாளில் காலனிய ஆட்சியால் தேசத்துரோக குற்றம் சுமத்தப்பட்டு, சிறையிலேயே மடிந்தவர். ஆங்கிலத்திலும் வங்காள மொழியிலும் மிகச் சிறப்பாக எழுதக் கூடியவரும்கூட.

அவர் தான் நடத்தி வந்த 'சோஃபியா' என்ற இதழில் ரவீந்திரரின் கவிதைத் தொகுப்பான 'நிவேத்யா' என்ற நூலுக்கு விமர்சனம் எழுதினார். அது 1900ஆம் ஆண்டு செப்டெம்பர் 1 இதழில் வெளியானது. 'வங்காளத்தின் உலகக் கவி' என்ற தலைப்பில் வெளியான அந்த விமர்சனத்தில் பிரம்ம பந்தவ் இவ்வாறு கூறியிருந்தார்: 'வருங்காலத்தில் வெளிநாட்டவர்கள் வங்காள மொழியைக் கற்றுக்கொள்ள முற்படுவார்கள் என்றால், அது ரவீந்திரரின் எழுத்துக்களைப் படிப்பதற்காகத்தான் இருக்கும். அவர் ஓர் உலக கவி!'

'கீதாஞ்சலி' கவிதைத் தொகுப்பு வங்காள மொழியில் வெளியாவதற்கு 10 ஆண்டுகளுக்கு முன்பாகவே, அதன் ஆங்கில பதிப்பிற்கு நோபல் பரிசுக் குழுவினர் இலக்கியத்திற்கான நோபல் பரிசினை அவருக்கு வழங்குவதற்கு 13 ஆண்டுகளுக்கு முன்பாகவே, இத்தகையதொரு திறமை பெற்றவராக அவர் திகழ்கிறார் என்பதை அவரது துல்லியமான விமர்சனப் பார்வை வெளிக்கொண்டு வந்தது. 'இங்கிலாந்துதான் அவரை ஒரு புகழ்பெற்ற கவிஞராக அறிமுகம் செய்தது; நோபல் பரிசுதான் அவரை ஓர் உலகக் கவியாக மாற்றியது' என்று இந்தியாவில் பரவலாக நிலவிவந்த கருத்து உண்மையல்ல என்பதையும் இது நிரூபிக்கிறது.

அத்தியாயம் - 2

இசையெனும் ராஜபாட்டையில்

'தாகூருக்கும் சரி, மேற்குலகிற்கும் சரி, துரதிர்ஷ்டமான விஷயம் என்னவெனில், அவரது கவிதைகளில் பலவும் இசைக்கப் படுவதற்குரிய வகையிலான, சந்த நயமிக்க வார்த்தைகளைக் கொண்டதாக, இசை, சொற்சித்திரம், தாள லயம் ஆகியவை நிரம்பி, ஒன்றுக்கொன்று உதவுவதாக, ஒன்றையொன்று மேம்படுத்துவதாக எழுதப்பட்டவை என்பதை அவரது வாசகர்கள் பலரும் – இப்போதும் கூட – அறிந்திருக்கவில்லை என்பதுதான்' என மேரி எம். லாகோ தனது 'ரவீந்திரநாத் தாகூர்' என்ற அறிமுக நூலில் குறிப்பிட்டிருந்தார்.

ரவீந்திரர் தன் வாழ்நாள் முழுவதும் மேற்கொண்ட பல்வேறு நடவடிக்கைகளின் ஒரு பகுதியாகவே ரவீந்திர சங்கீதம் என்றழைக்கப்படும் இசைப்பாடல்கள் இருந்தன. மொத்தம் 2,233 பாடல்களை உள்ளடக்கிய இந்தப் படைப்பு, தரத்திலும் சரி, இசைத்துறையில் செய்த சாதனைகளிலும் சரி, முற்றிலும் தன்னிகரற்றதாக அமைகிறது. அதிலும் குறிப்பாக, அவரது இதர குடும்ப உறுப்பினர்களை ஒப்பிடுகையில், முறையான இசைப்பயிற்சி எதையும் பெறாத, எந்தவித இசைக்கருவியையும் வாசிக்கத் தெரியாத, இசைக்கோர்வையை எழுதக் கற்றிராத ஒருவராக இருந்தபோதிலும், கண்ணுக்குப் புலப்படாத இசைப் புலனைப் பெற்றவராக, தன்னெழுச்சியாகப் பாடத் தெரிந்தவராக ரவீந்திரர் இருந்தார்.

தொடக்கத்தில் அண்ணன் ஜோதீந்திரநாத்தின் நாடகங்களுக்கு அவர் உருவாக்கிய மேற்கத்திய இசைக்கேற்ப பாடல்களை எழுதியதைப் போலவே, மற்ற குடும்ப உறுப்பினர்கள் (சரளா, இந்திரா, பிரதிபா போன்ற மூத்த சகோதர, சகோதரிகளின் குழந்தைகள்) இசைப்பயிற்சியில் தாங்கள் கற்ற ராகங்களை, இதர இசை நுணுக்கங்களை அவருக்கு அறிமுகம் செய்யும்போது, அந்த வட இந்திய இசையினை (இந்துஸ்தானி) மையமாகக் கொண்டும் பாடல்களை எழுதுவது அவருக்கு வழக்கமானது. பின்னர் பிரம்ம சமாஜத்தின் பிரார்த்தனைப் பாடல்களை எழுதும் பழக்கமும் உருவானது. இவ்வகையில், கவிதைகளை உருவாக்குவது போலவே, சூழ்நிலைக்கு ஏற்ப இசைப்பாடல்களை உருவாக்குவது என்பதும் அவருக்கு இயல்பான ஒன்றாகிப் போனது.

சற்றேறக்குறைய அவரது சமகாலத்தவர்களாக இருந்த த்விஜேந்திரலால் ராய், அதுல் பிரசாத் சென், ரஜனிகாந்த சென், காஜி நஸ்ருல் இஸ்லாம் போன்ற பாடலாசிரியர்களும் அவரவர்களுக்கே உரிய வகையில், அழகான வார்த்தைகளை உள்ளடக்கிய, அவற்றுக்குப் பொருத்தமான இசையினைக் கொண்ட பாடல்களைத் தொடர்ந்து உருவாக்கி வந்தனர். எனினும் ரவீந்திர சங்கீதம் இவர்களின் படைப்புகளிலிருந்து முற்றிலும் தனித்துவமானதாக விளங்கியது. முதலாவது, உயர்தன்மை வாய்ந்த கவிதையானது உயரிய இசையோடு இரண்டறக் கலந்து புதியதொரு அடையாளத்தைப் பெற்றது.

இரண்டாவதாக, இசை நுணுக்கங்களின் அடிப்படையில் பார்க்கும்போது, பல்வேறுபட்ட இசை அம்சங்களும் கண்ணுக்குத் தென்படாத வகையில் இரண்டறக் கலந்து, புதியதொரு வடிவத்தைக் கொண்டு வந்தது. மூன்றாவதாக, தன்னளவில் தனித்தனியாகப் பிரிந்து, தனியொரு வகைப்பாடாக நீடித்து வரும் பல்வேறுபட்ட இசைப் பிரிவுகளின் தனிமையை உடைத்தெறிந்து, அவற்றை அன்றைய படித்த, நடுத்தர வர்க்கத்தினரை, குறிப்பாகப் பெண்களைக் கவர்வதாக அமைந்தது. இதன் விளைவாக, சாந்திநிகேதனில் ஆடலும் பாடலும் கல்வியின் இன்றியமையாத அங்கங்களாக இருந்ததோடு, பெண்களைப் பாடகிகளாக, நாட்டிய நங்கைகளாக, நடிகர்களாக முன்னுக்கு வரச் செய்த அதிசயமும் நிகழ்ந்தது.

இந்தப் பாடல்களின் இசை வடிவத்திற்கு ரவீந்திரர் பல்வேறுபட்ட இசைப் பிரிவுகளை பயன்படுத்திக் கொண்டார். முதலாவது, வட இந்திய (இந்துஸ்தானி) இசை. அதிலும் குறிப்பாக, வங்காளத்தின்

விஷ்ணுபூர் கரானா என்று அழைக்கப்படும் த்ருபாட் வகையிலான இசையை அவர் தொடக்கத்திலிருந்தே தன் பாடல்களில் பயன்படுத்தி வந்தார். இரண்டாவதாக, வங்காளத்தில் பரவலாக நிலவி வந்த வைஷ்ணவ பக்தியின் வெளிப்பாடாக, கிருஷ்ணனையும் ராதையையும் போற்றி வழிபடும் கீர்த்தன் என்ற இசை வடிவத்தையும் அவர் பயன்படுத்திக் கொண்டார்.

மூன்றாவதாக, மிகவும் நுணுக்கமான, வேறுபட்ட உணர்வுகளை வெளிப்படுத்தும் பாடல்களுக்கு வங்காள டப்பா என்றழைக்கப் படும் தாள லயமிக்க இசையைப் பெரிதும் பயன்படுத்தினார். நான்காவதாக, அந்நாட்களில் புகழ்பெற்ற நாடக ஆசிரியரான கிரீஷ் சந்திர கோஷ் தனது நாடகங்களில் பயன்படுத்திவந்த நவீன வங்காளப் பாடல் வடிவத்தை அவர் மேலும் செழுமைப்படுத்தி தனது காதல் பாடல்களில் பயன்படுத்திக் கொண்டார்.

ஐந்தாவதாக, இந்து-முஸ்லீம் என இருபிரிவினருக்கும் பொதுவான இசை வடிவமான பவுல் சங்கீதம். (முஸ்லிமாகவோ இந்துவாகவோ பிறந்திருந்தாலும், இந்த மத வேறுபாடுகளைக் கடந்த வகையில் மனிதனுக்கும் கடவுளுக்குமான உறவு பற்றிய கருத்துகளை மிக எளிமையாக, மக்கள் மொழியில், மக்களிடையே பரப்பிய தேசாந்திரிகள் கையாண்ட ஒரு பாடல் வகை இது) வங்காளத்தில், குறிப்பாக கிழக்கு வங்காளத்தில் செழித்து வளர்ந்த இந்த பவுல் பாடல்களின் தாக்கம் ரவீந்திரர் 1890-1900களில் அந்தப்பகுதியில் குடும்ப நிலங்களை மேற்பார்வையிட்டு வந்தபோது அவரிடையே ஆழ வேரூன்றியது எனலாம். ஒற்றை நரம்பு கொண்ட தம்பூராவை மீட்டியபடி ரவீந்திரர் ஒரு பவுல் பாடகரைப் போல சுற்றிச் சுழன்றாடும் காட்சியை, அவரது நெருங்கிய உறவினரும், புகழ்பெற்ற ஓவியருமான அபனீந்திரநாத் தாகூர் அழகானதோர் ஓவியமாகத் தீட்டியிருந்தார். 1905 வங்காளப் பிரிவினையின்போது ரவீந்திரரின் தேசபக்திப் பாடல்கள் பலவும் இந்த பவுல் இசையை ஒட்டியதாகவே இருந்தன. அதனாலேயே பெருவாரியான சாதாரண மக்கள் மத்தியில் மதவேறுபாடு ஏதுமின்றி அவரது கிளர்ச்சிப் பாடல்கள் சென்றடைந்தன.

ஆறாவதாக, மேற்கத்திய இசை. அண்ணன் ஜோதீந்திரநாத்தின் உதவியாலும், இங்கிலாந்திற்கு முதன்முறையாகச் சென்றபோது அவர் தங்கியிருந்த குடும்பத்தினரின் அறிமுகத்தாலும் மேற்கத்திய இசையின் மீதான பிடிப்பு தொடக்கத்தில் ரவீந்திரருக்கு சற்று அதிகமாகவே இருந்தது. இதன் தாக்கம் அவரது தொடக்க காலப்பாடல்களில் எதிரொலித்தது.

இறுதியாக, ரவீந்திரரின் முதுமை கவிந்த நாட்களில், சாந்தி நிகேதனில் இசை மாணவியாக வந்துசேர்ந்த சாவித்திரி கிருஷ்ணன், அவரது மூத்த சகோதரியின் மகள் சரளா (இவர் மைசூர் நகரில் ஒரு பள்ளியில் ஓராண்டு ஆசிரியராகப் பணியாற்றியவர்) ஆகியோர் அவருக்கு கர்நாடக சங்கீதத்தின் பெருமைகளை உணரச் செய்தனர். எனினும், ஒரு சில குறிப்பிட்ட பாடல்களைத் தவிர, கர்நாடக சங்கீத நுணுக்கங்களோடு கூடிய சிறந்த பாடல்களை உருவாக்கும் தருணம் அவருக்கு வாய்க்கவில்லை என்றே கூறவேண்டும்.

இவ்வாறு வாழ்க்கையின் பல்வேறு தருணங்களில் அவர் உருவாக்கிய இந்த இசைப்பாடல்கள் அனைத்தையும் அவரே பாடியுள்ளார் என்பதும் குறிப்பிடத்தக்கது. இந்தப் பாடல் களுக்குரிய ராக, தாள, லய நிர்ணயங்களையும் அவர் முன் நின்று இசைக் குறிப்புகளாகவும் பதிவு செய்திருந்தார். அவரது மூத்த அண்ணன் த்விஜேந்திரநாத் தாகூரின் பேரன் தினேந்திரநாத் தாகூர், இரண்டாவது அண்ணன் சத்யேந்திரநாத் தாகூரின் மகள் இந்திரா தேவி ஆகியோர் இந்த ரவீந்திர சங்கீதப் பாடல்களுக்கான ராகம், தாளம், மற்றும் இசைக் குறிப்புகளின் ஆவணக் காப்பாளர்களாக இருந்து பாதுகாத்து வந்தனர்.

கீதா பிதான் (பாடல்களின் நந்தவனம்) என்ற பெயரில் வெளியான இந்தப் பாடல்களை அவற்றின் உள்ளடக்கத்திற்கு ஏற்ப பூஜா (ஆராதனை), ஸ்வதேஷ் (நாடு), பிரேம் (காதல்), ப்ரக்ருதி (இயற்கை), விசித்ரா (பல்வகை), அனுஷ்ஸ்தானிக் (சிறப்பு நிகழ்வுகளுக்கானவை) என்று ரவீந்திரர் ஒழுங்கமைத்தார். இந்தப் பாடல்களுக்கான இசைக் குறிப்புகள் ஸ்வர பிதான் என்ற தலைப்பில் தனிநூலாக பாடகர்களுக்கு உதவும் வகையில் வெளியிடப்பட்டது. ரவீந்திரரின் இறுதிக் காலத்தில் (1931-41) சித்ராங்கதா (1936), சண்டாளிகா (1938), மாயேர் கேலா (1938), ஷ்யாமா (1939) ஆகிய நாட்டிய நாடகங்களுக்கெனவும் அவர் பாடல்களை எழுதினார். முந்தைய பாடல்களுக்கு மாறான வகையில், இந்தப் பாடல்கள் இயற்கையை பேணிக் காப்பது குறித்தும், சமூக அவலங்களைக் கடுமையாகக் கண்டித்தும், பெண்ணுரிமையை முன்னிறுத்தும் பாடல்களாகவும் விளங்கின.

1929இல் உடல்நிலை காரணமாக சாந்திநிகேதனிலிருந்து கல்கத்தாவிற்கு வந்து வசித்த தினேந்திரநாத் தாகூரிடமிருந்து அதிகாரபூர்வமான இசை வடிவத்தைக் கற்றறிந்த பங்கஜ் குமார் மல்லிக் பின்னாளில் அகில இந்திய வானொலியில் ஞாயிறுதோறும் நடத்திய இசைப்பயிற்சி வகுப்புகளின் மூலம் ரவீந்திர சங்கீதம்

மக்கள் மத்தியில் பரவலாகப் புழங்கலாயிற்று. பின்னாளில் வங்காள மொழி மட்டுமின்றி இந்தி மொழித் திரைப்படங்களுக்கு ரவீந்திர சங்கீதத்தை எடுத்துச் செல்வதிலும் அவர் வெற்றி பெற்றார். இவ்வகையில் விரிவான மக்களிடையே கலாசார ரீதியானதோர் இடத்தை ரவீந்திர சங்கீதம் படிப்படியாகப் பெறலாயிற்று.

அதேநேரத்தில் ரவீந்திரர் ஒருமுறை குறிப்பிட்டது போல, மற்ற கலை வடிவங்களைவிட, இந்த இசைப்பாடல்கள் மிகுந்த அன்போடு வளர்க்கப்பட்டதொரு மகளைப் போன்றதாகும். மிகுந்த கவனத்தோடு அவளை வளர்த்தெடுத்து, கணவனின் குடும்பத்தாரிடம் ஒப்படைக்கும்போது, அங்கு எத்தகைய மரியாதை கிடைக்கும் என்று எவருக்கும் தெரியாது. வேறுவகையில் கூறுவதெனில், ஒரு கலைஞனின் படைப்பு வேறொருவரால் கையாளப்படும்போது, அது எவ்வளவு உண்மைத்தன்மையோடு நீடிக்கும் என்ற கேள்வி எழுகிறது.

‘எனது பாடல்கள் பெருமளவிற்கு சீர்குலைக்கப்படுவதை நான் கிட்டத்தட்ட அன்றாடம் கேட்டுக் கொண்டிருக்கிறேன். பாடலின் உயிரோட்டத்தை நிலைக்கச் செய்ய அவர்களால் இயலாது என்றே நான் அஞ்சுகிறேன். ஒரு பாடகரின் வலிமை, பலவீனம் ஆகிய பிரத்தியேகமான தன்மைகள் ஓரளவிற்கு இசையை பாதிப்பதாக அமைந்து விடுகிறது. ஏனெனில், பலரது குரல்களின் வழியாகத்தான் இசை வழிந்தோடுகிறது. அந்த வகையில் பார்க்கும்போது ஓவியம், கவிதை ஆகியவற்றை இத்தகைய சீர்குலைவிலிருந்து எளிதாகக் காப்பாற்றி விட முடியும்.’

ஓர் இசைக்கலைஞருக்கு ஒரு பாடலை மேம்படுத்தி ரசிகர்களுக்குத் தருவதற்கான சுதந்திரம் இருக்க வேண்டும் என்பதை ரவீந்திரர் மறுதலிக்கவில்லை. அதேநேரத்தில், ஒரு குறிப்பிட்ட பாடல் குறித்த தனது இசைக் கோர்வையின் கட்டமைப்பு மாற்றப்படாமலும், அந்தக் கலைஞர் இசைத் துறையில் வல்லவராகவும் இருக்க வேண்டும் என்று அவர் கருதினார். இந்த வகையில், வலுவான இசைக் கலைஞர் என்ற அங்கீகாரத்தை அவர் மிக அரிதாகவே வழங்கினார். உதாரணமாக, 1938இல் ஓர் உரையாடலின்போது, தனது பாடல்களை சிறப்பாகப் பாடக் கூடிய ஒரேயொரு கலைஞர் சஹானா தேவி என்று கூறியிருந்தார். ‘எனது பாடல்களில் உள்ள உணர்வை சிக்கெனப் பிடித்துக்கொள்ளும் இதுபோன்ற ஒரு குரலை நான் பார்த்ததில்லை. துரதிர்ஷ்டவசமாக, எனது குரல் இப்போது நன்றாக இல்லை. இல்லையெனில், எத்தகைய திறமையை நான் இசைக்கலைஞர்களிடம் எதிர் பார்க்கிறேன் என்பதை நான் எடுத்துக் காட்டியிருக்க முடியும்.

நிறைய பேர் எனது பாடல்களைப் பாடுகின்றனர். ஆனால் அவர்கள் எப்போதுமே எனக்கு அதிருப்தியைத்தான் தருகின்றனர். ஒரே ஒரு பெண்தான் எனது இசையின் உயிரை சிக்கெனப் பிடித்துக் கொள்ள முடிந்தவராக இருக்கிறார். அவர்தான் ஜூனு என்று நான் அழைக்கும் சஹானா.' (இவர் சிறிது காலத்திற்குப் பிறகு இசைத்துறையை விட்டே விலகி, புதுச்சேரி அரவிந்தர் ஆசிரமத்தில் அடைக்கலமாகிவிட்டார்.)

இசை குறித்து வங்காளிகளிடையே குறைந்து கொண்டே வரும் ரசிகத் தன்மை குறித்தும் அவர் தொடர்ந்து தன் கவலையை வெளியிட்டு வந்தார். இசை குறித்த அவரது எழுத்துகளில் நம்மால் இதைக் காணமுடியும். இருந்தபோதிலும் தனது பாடல்கள் தொடர்ந்து உயிர்ப்போடு, மக்களின் ஆதரவைப் பெற்றதாக நீடிக்கும் என்பதிலும் அவர் மிகுந்த நம்பிக்கையோடு இருந்தார் என்பதையும் இங்கு குறிப்பிட வேண்டும்.

இவ்வகையில் தன் படைப்புகளைச் சரியாகக் கையாளாத கலைஞர்கள் பற்றி ரவீந்திரர் குரலெழுப்பியபோதிலும், காலப்போக்கில் சாந்திநிகேதனில் முறைப்படி பாடுவதற்குக் கற்ற கலைஞர்கள் அவரது பாடல்களை ஒலிப்பதிவு செய்யத் தொடங்கி, இந்த ஒலித்தட்டுகள் மக்களிடையே பரவலாக வலம்வர தொடங்கியபிறகு, இந்தப் பிரச்சனை ஓரளவிற்கு ஓய்ந்தது.

1986ஆம் ஆண்டில் ரவீந்திரரின் 125வது பிறந்தநாள் நாடு முழுவதிலும் விமரிசையாகக் கொண்டாடப்பட்டபோது, அவரது சொந்தக்குரல் பதிவு உள்ளிட்டு, ரவீந்திர சங்கீதத்தின் மிகச் சிறந்த கலைஞர்களின் இசைப்பதிவுகளைக் கொண்ட ஒரு சிறப்புத் தொகுப்பினை எச்.எம்.வி. ஒலித்தட்டு நிறுவனம் (தற்போது 'சரிகம' என்ற பெயரில் செயல்படுகிறது) வெளியிட்டது. இந்தச் சிறப்புப் பேழையில் மொத்தம் 12 கேசட்கள் அடங்கியிருந்தன.

ரவீந்திரரின் விருப்பத்திற்கேற்ப, அவரது இசைப்பாடல்கள் எவ்வகையிலும் தவறாகக் கையாளப்படக்கூடாது என்பதில் இந்தப் படைப்புகளுக்கு காப்புரிமை பெற்றிருந்த விஸ்வபாரதி பல்கலைக்கழகம் தீவிரமாக செயல்பட்டது என்றே கூறவேண்டும். ரவீந்திர சங்கீதம் மக்களின் மனத்தைக் கவர்ந்த ஒன்றாக மாறிய பிறகு, அன்றைய நவீனத் தொழில்நுட்பமாக இருந்த இசை ஒலித்தட்டுகள், திரைப்படங்கள் ஆகியவற்றிலும் அவரது பாடல்கள் பரவலாக வெளிவரத் தொடங்கின. இவற்றிற்கான அனுமதி குறித்து இசைக் கலைஞர்களுக்கும் விஸ்வபாரதிக்கும் இடையே சிற்சில சச்சரவுகளும் எழுந்தன.

அவ்வகையில் ஒரு சம்பவம் குறிப்பிடத்தக்கதாகும். ரவீந்திர சங்கீதம் என்ற வகையில் ரவீந்திரரின் இசைப்பாடல்கள் மக்களிடையே பரவுவதற்கு முதலில் அடித்தளமிட்டவர் காஜி நஸ்ருல் இஸ்லாம் ஆவார். தன்னளவில் மிகச் சிறந்த இசை அமைப்பாளராகவும், பாடகராகவும், பாடலாசிரியராகவும் இருந்த அவர் முழுமையாக உருப்பெறுவதற்கு முன்பாகவே ரவீந்திரரின் தீவிர ரசிகர் என்ற வகையில் அவரது இசைப்பாடல்களை வங்காளமெங்கும் எடுத்துச் சென்றவர். ஒரு குரு-சிஷ்ய உறவும் அந்த இருவருக்குமிடையே நிலவி வந்தது.

1936ஆம் ஆண்டில் தேவ்தத்தா பிலிம்ஸ் என்ற நிறுவனம் ரவீந்திரரின் கோரா நாவலைத் திரைப்படமாக உருவாக்க முனைந்தது. இத்திரைப்படத்தின் இசையமைப்பாளராக காஜி நஸ்ருல் இஸ்லாம் நியமிக்கப்பட்டார். அந்நாட்களில் ரவீந்திரரின் பாடல்களைப் பயன்படுத்துவோர் (அதற்கான காப்புரிமையை வைத்திருந்த) விஸ்வபாரதியின் முன் அனுமதியைப் பெற வேண்டியது வழக்கமாக இருந்தது. எனினும் நஸ்ருல் இதைப் பின்பற்றாமல் தன் இசையமைப்பு வேலைகளை முடித்துவிட்டார். திரைப்படம் வெளியாவதற்கு முன்பாக திரையிட்டபோது, விஸ்வபாரதி அலுவலர்கள் அதைப் பார்த்துவிட்டு, ரவீந்திரரின் பாடல்கள் முறையாகப் பதிவாகவில்லை என்று கூறி திரைப்படத்திற்கு அனுமதியளிக்க மறுத்துவிட்டனர். திரைப்படத் தயாரிப்பாளர் ஒட்டுமொத்த முயற்சியுமே வீணாகி விட்டதே என்று தலையில் கையை வைத்துக் கொண்டு உட்கார்ந்துவிட்டார்.

திரைப்படம் வெளியாக ஒரு சில நாட்களே இருந்தநிலையில், நஸ்ருல் இந்தப் பிரச்சனையை எதிர்கொள்ள வேண்டியதாயிற்று. திரைப்படத்தின் ஒரு பிரதியையும், திரையிடும் கருவியையும் எடுத்துக்கொண்டு அவர் சாந்திநிகேதனுக்குச் சென்றார். நஸ்ருலைக் கண்டதும் ரவீந்திரருக்கு மிக்க மகிழ்ச்சி. அவரைச் சில நாட்கள் தங்கிச் செல்லுமாறு கூறினார். நஸ்ருல் அவரிடம் அப்போதைய தன் சூழ்நிலையை விளக்கினார். அதைக் கேட்டதும், 'நான் என்ன சொல்வது என்றே தெரியவில்லை. உன்னைவிட என் பாடல்களை நன்றாக அறிந்தவர் யார் இருக்க முடியும்? உன்னைவிட என் பாடல்களை மதிப்பிடுவதற்கு அவர்களுக்கு தகுதி இருக்கிறதா?' என்று ரவீந்திரர் கூறியிருக்கிறார். எதற்கும் திரைப்படத்தைப் பார்த்துவிட்டு தனக்கு எழுத்துபூர்வமாக அனுமதி தருமாறு நஸ்ருல் அவரிடம் வேண்டிக் கொண்டார். 'நான் மட்டும் என்ன? எல்லோருமே திரைப்படத்தைப் பார்க்கட்டும்!' என்று கூறி ரவீந்திரர் அதற்கு ஒப்புக் கொண்டதோடு, அவ்வாறு

திரைப்படத்தைப் பார்ப்பதற்கு முன்பாகவே, தன் ஒப்புதலை ரவீந்திரர் எழுத்துபூர்வமாக நஸ்ருலிடம் வழங்கினார். அந்த அளவிற்கு நஸ்ருல் மீது ரவீந்திரருக்குப் பெரும் நம்பிக்கையும் அன்பும் இருந்தது என்பதை இந்தச் சம்பவத்தின் மூலம் நம்மால் அறிந்துகொள்ள முடியும்.

எனினும் ஓர் இசைக்குறிப்பு என்பதே இசையாகிவிடாது. எனவே கூட்டுச் செயல்பாட்டை அடிப்படையாகக் கொண்ட ஒரு கலை என்ற வகையில், ரவீந்திர சங்கீதம் குறித்து இன்றுவரை நடைபெற்றுவரும் எந்தவொரு விவாதத்திலும் ஒரு படைப்பாளி எதிர்கொள்ளும் இந்தப் பிரச்சனை இடம்பெற்றே வருகிறது. இருப்பினும் தாகூரின் படைப்புகளின் காப்புரிமை இப்போது பொதுவெளிக்கு வந்துவிட்ட நிலையில், இந்தப் பிரச்சனையின் வழக்கமான முக்கியத்துவம் ஓரளவிற்கு மறைந்து போய்விட்டது என்றே கூற வேண்டும்.

அதேநேரத்தில் நஸ்ருல் கீதி, அதுல் ப்ரசாதி, த்விஜேந்திர கீதி, பவுல், பாடியாலி, கீர்த்தன் போன்ற நாட்டுப்புற வடிவங்கள் போன்று வங்காளத்தின் பல்வேறு பாரம்பரிய இசை வடிவங்களுக்கு இதைவிடக் குறைவான கவனமே செலுத்தப் பட்டன. இதன் விளைவாகவும் வேறு பல சமூக அம்சங்களின் காரணமாகவும், இந்த இசை வடிவங்கள் வலுவிழந்து போயின; ரவீந்திர சங்கீதத்தைப் போலவே இந்தப் பாரம்பரிய இசை வடிவங்களும் மெதுவாக மறையத் தொடங்கின.

தலைசிறந்த கவிஞரும் ஆய்வாளருமான சங்கா கோஷ் ஒரு முறை குறிப்பிடுகையில், ரவீந்திர சங்கீதத்தின் விரிவாக்கத்திற்கும், இதர சங்கீத வகைகளான ராம்பிரசாதி, பவுல் இசைப்பாடல்கள், பாடாவளி பாடல்கள், கிராமப்புற இசை ஆகியவற்றின் விரிவாக்கத்திற்கும் இடையே தொடர்ந்து இடைவெளி இருந்து வந்துள்ளது. எனினும், பலப்பல ஆண்டுகளுக்கு முன்னால் ஆங்கில கவிஞரான ஈட்ஸ் 'ஒரு சில தலைமுறைகளுக்குப் பிறகு தெருவில் இருக்கும் பிச்சைக்காரனும்கூட கீதாஞ்சலி பாடல்களைப் பாடுமளவிற்கு அது மிகப்பிரபலமானதாக மாறியிருக்கும்' என்று சொன்ன ஆரூடம் நிறைவேறுவதற்கு வாய்ப்பே இல்லை என்றும் குறிப்பிட்டிருந்தார்.

தனது நண்பர் எட்வர்ட் தாம்ப்ஸனுக்கு எழுதிய கடிதம் ஒன்றில் ரவீந்திரர் இவ்வாறு குறிப்பிட்டிருந்தார்: 'இசை என்பது அனைவருக்கும் புரியக்கூடிய ஒரு மொழி என்று கூறுவது முட்டாள்தனமானது. எனது இசையை அனைவரும் ஏற்றுக்

கொள்ள வேண்டும் என்றுதான் நான் விரும்புவேன். என்றாலும் அது நடக்காது என்பதும் எனக்குத் தெரியும். குறைந்தபட்சம் எங்களது இசையைப் பயிலவும், அறிந்து கொள்ளவும் மேற்கத்திய உலகம் நேரம் ஒதுக்கும்வரையில் அது சாத்தியமே இல்லை.'

ரவீந்திரரின் பாடல்களில் பொதிந்துள்ள அத்தியாவசியமான 'வங்காளித் தன்மை' குறித்து சத்யஜித் ரேயும்கூட பேசியிருக்கிறார். எனினும், ரவீந்திர சங்கீதத்தின் 'வங்காளித் தன்மை'யின் உண்மையான இயல்பை நாம் நன்கு புரிந்துகொள்ளும் வகையில் அதன் வேறுபட்ட அம்சங்களையும் அவர் சுட்டிக் காட்டியிருந்தார். 'வங்காளி செவ்வியல் இசை, கீர்த்தன், ராம்ப்ரசாதி, நாட்டுப்புற இசை அல்லது நிதுபாபுவின் டப்பா போன்ற எதிலும் இந்த 'வங்காளித் தன்மை'யைக் காண முடியாது. ரவீந்திரருக்கு மட்டுமே உரித்தான, குறிப்பிட்டதொரு வகைப்பட்ட 'வங்காளித் தன்மை'யுடன் கூடிய இசையின் வெளிப்பாடாக அது அமைகிறது. அவரது உணர்வு, பண்பாடு, சுற்றுச்சூழல், பயிற்சி, கல்வி, அழகியல் உணர்வு, இலக்கிய உணர்வு ஆகிய அனைத்தும் இந்த இசைவடிவத்தில் உள்ளீடாகப் பிரதிபலிக்கின்றன.'

'இசை குறித்த சிந்தனையோட்டம்' என்ற கட்டுரையில் ரவீந்திரர் இந்துஸ்தானி செவ்வியல் இசையின் அசைவற்ற, நிறுவனத் தன்மை குறித்து குறிப்பிட்டிருந்தார்: 'இசையில் எல்லை கடந்த உயிரோட்டம் இருக்க வேண்டியது அவசியம். அதன் மூலமே, சமூகத்தின் வளர்ச்சியோடு கூடவே அதுவும் வளரும்; சமூகத்தோடு கூடவே அதுவும் மாற்றம் பெறும்; சமூகத்தின் மீது செல்வாக்கு செலுத்தும்; அதைப் போலவே சமூகத்தினால் செல்வாக்கு பெற்றதாகவும் அது இருக்க முடியும்...'

அத்தியாயம் - 3

நாடக உலகமும் ரவீந்திரரும்

அவரே ஒப்புக் கொண்ட வகையில், அடிப்படையில் ஒரு கவிஞராக, பாடலாசிரியராக ரவீந்திரர் இருந்தபோதிலும், சிறுகதை, நாவல் என இலக்கியத்தின் இதர வகைகளிலும் உச்சம் தொட்டதைப் போலவே, நாடக உலகிலும் தனித்தடம் பதித்தவராகத் திகழ்ந்தார். அதிலும் குறிப்பாக, வசன நாடகங்கள் என்பதிலிருந்து தொடங்கி, பாடல்களைக் கொண்ட நாடகங்கள் என வளர்ந்து, பின்னர் உலகின் முக்கிய நாட்டிய வகைகளைப் பயன்படுத்தி நாட்டியத்தையே மையமாகக் கொண்ட நாடகங்கள் என அன்றைய நாடக உலகத்தின் தோற்றத்தையே முழுமையாக மாற்றியமைத்தவராகவும் அவர் இருந்தார். இவ்வகையில் அவரது பரிணாமம் மனங்கொள்ளத்தக்கது.

ரவீந்திரரின் அண்ணன் ஜோதீந்திரநாத் தாகூர் தன்னளவில் நாடக ஆசிரியராகவும் இசை அமைப்பாளராகவும் திகழ்ந்தவர். எப்படி அவரது மற்றொரு அண்ணனான சத்யேந்திரநாத் தாகூர் ஆங்கில மொழி, இலக்கியம், பிரிட்டிஷாரின் நடை-உடை-பாவனைகள் ஆகியவற்றை ரவீந்திரருக்கு அறிமுகம் செய்து, புதியதொரு உலகை அவருக்குக் காட்டினாரோ, அதைப் போன்றே ஜோதீந்திரநாத்தும் நாடகம், இசைக்கோர்வை ஆகியவற்றை அறிமுகப்படுத்தி, அவரின் மற்றொரு வகையான திறனுக்கு அடித்தளமிட்டார்.

ஜொரசங்கோ இல்லத்தில் அமைந்த திறந்தவெளி அரங்கில் 1877இல் ஜோதீந்திரநாத் உருவாக்கிய ‘அலிக்பாபு’ என்ற நாடகத்தில் ஒரு நடிகராக ரவீந்திரர் அறிமுகமானார். அவரது 19 வயதில் (1881) ரத்னாகர் என்ற வழிப்பறிக் கொள்ளையனாக இருந்து, பின்னர் மாபெரும் கவியாக மாறிய வால்மீகியின் பார்வையிலேயே ‘வால்மீகி பிரதிபா’ என்ற நாடகத்தை எழுதி, அதில் வால்மீகியாகவும் நடித்தார்.

தொடக்கத்தில் ராமாயணம், மகாபாரதம் போன்ற இதிகாசங்களிலிருந்து கருக்களைப் பெற்ற ரவீந்திரர், பின்னர் புத்தமதக் கருத்துகளை முன்வைக்கும் நாடகங்களையும் உருவாக்கினார். ரவீந்திரர் நாடகங்களை எழுதும் ஒரு நாடக ஆசிரியராக மட்டும் இருக்கவில்லை. ஒரு நடிகராகவும், அவற்றை இயக்குபவராகவும், நாடகத்திற்குத் தேவையான இடங்களில் பாடல்களை உருவாக்கும் பாடலாசிரியராகவும், இசையமைப் பாளராகவும், பின்னணிக் காட்சிகளின் வடிவமைப்பாளராகவும், நாடகத்தில் இடம்பெறும் நடனங்களை ஒழுங்கமைப்பவராகவும் என நாடகத்தின் பல்வேறு முக்கிய அம்சங்களுக்குப் பொறுப்பேற்றுச் செயல்படுபவராகவும் திகழ்ந்தார்.

தன் வாழ்க்கையின் இறுதிக்காலத்தில் அவர் உருவாக்கிய சண்டாளிகா என்ற நாட்டிய நாடகத்தைப் பற்றிக் கூறுகையில் ‘இந்த நாடகம் பார்க்கவும், கேட்கவுமானதே தவிர, படிப்பதற்குரிய ஒன்றல்ல என்பதை ரசிகர்கள் மனதில் இருத்திக் கொள்ள வேண்டும்’ என்று குறிப்பிட்டிருந்தார். இவ்வகையில்தான் 70க்கும் மேற்பட்ட நாடகங்களை அவர் உருவாக்கியிருந்தார். 1908ஆம் ஆண்டிற்குப்பிறகு கிட்டத்தட்ட ஆண்டுக்கு ஒரு நாடகம் என்ற அளவில் அவரது படைப்பு தீவிரமாக தொடர்ந்து வந்தது.

1905ஆம் ஆண்டின் வங்காளப் பிரிவினையின்போது அதை எதிர்த்துத் தீவிரமாக அரசியல் நடவடிக்கைகளை மேற்கொண்ட ரவீந்திரர் ஓரிரு ஆண்டுகளிலேயே அதிலிருந்து விலகிக் கொண்டார். எனினும், காந்தி இந்தியாவிற்கு வந்து செயல்படத் தொடங்குவதற்குப் பலவருடங்களுக்கு முன்பாகவே, பிராயச்சித்தா (1909) என்ற நாடகத்தில் சத்தியாக்கிரகம் என்ற கருத்தை முன்வைக்கும் ஒரு பாத்திரத்தை அவர் அறிமுகம் செய்திருந்தார். அதைப் போன்றே அவரது ராஜா (1910) என்ற நாடகம், பொருளாயத உலகத்தின் செயற்கையான பகட்டினை மனிதகுலம் சார்ந்து நிற்பதை அம்பலப்படுத்திய அதேநேரத்தில், நமது வாழ்க்கையில் துயரங்கள் நிரம்பியிருப்பதை கடவுள்

அனுமதிப்பதைத் தன்னால் ஏற்கமுடியவில்லை என்றும் சுட்டிக் காட்டியிருந்தது.

அச்சலயதான் (அசையா நிறுவனங்கள் – 1911) பழமையைப் போற்றும் இந்து மதத்தின் நியாயமற்ற நம்பிக்கைகளை, அதன் இறுகிய கட்டமைப்பை கேலி செய்வதாக அமைந்திருந்தது. இந்த நாடகம் மதவாதிகளின் கடும் எதிர்ப்பை எதிர்கொள்ள வேண்டியிருந்தது.

1912ஆம் ஆண்டில் அவர் உருவாக்கிய டாக் கர் (அஞ்சலகம்) நாடகம் அவரது நாடகங்களிலேயே மிகவும் தனித்தன்மை மிக்கதாகும். வழக்கமாக, ரவீந்திரரின் நாடகங்கள் முதலில் சாந்திநிகேதனில் ஒத்திகை பார்த்து அரங்கேற்றப்பட்டு, பின்னர் கல்கத்தாவிலும் மற்ற நகரங்களிலும் நிகழ்த்தப்படுவதே வழக்கமாகும். ஆனால், இந்த நாடகம் முதன்முதலாக அதன் ஆங்கில வடிவில் 1913ஆம் ஆண்டில் அயர்லாந்து கவிஞர் ஈட்ஸின் முன்முயற்சியில் அயர்லாந்து நாடகக் குழுவினால் டப்ளின் நகரில் அரங்கேற்றப்பட்டது. இதன் வங்காளி வடிவ நாடகமோ வெகு நாட்களுக்குப் பிறகு 1917 மே 3ஆம் நாள் பிரம்ம பால்ய சமாஜ் என்ற அமைப்பினால் கல்கத்தாவில் அரங்கேறியது. இதில் ரவீந்திரருக்கு நேரடியாக எந்தப் பங்கும் இல்லை. இதில் கதாநாயகனாக நடித்த பையன் பின்னர் சாந்திநிகேதனில் மாணவராகச் சேர்ந்தார். அந்தப் பையனையே மீண்டும் பயன்படுத்திக் கொண்டு ரவீந்திரரின் மேற்பார்வையில் இந்த நாடகம் 1917 அக்டோபரில் கல்கத்தா ஜொரசங்கோவில் அரங்கேற்றப்பட்டது. இதன் திரைச்சீலைகள், ஓவியங்கள் போன்றவற்றை ரவீந்திரரின் உறவினரான காகேந்திரநாத் மற்றும் நந்தலால் போஸ் ஆகியோர் உருவாக்கியிருந்தனர்.

அஞ்சலகம் (டாக் கர்) கதைச் சுருக்கம்: மாதவன் என்பவன் மக்கட்பேறு வாய்க்கப் பெறாதவன். அவன் தன் மனைவியின் ஊரைச் சேர்ந்த அமலன் என்ற சிறுபிள்ளையை எடுத்து வளர்க்கிறான். அந்தப் பையன் நோய்வாய்ப்படுகிறான். மருத்துவர் வந்து பார்த்துவிட்டு மருந்து கொடுத்துவிட்டு, பையனை வெளியில் திரிய விடாதீர்கள் என்று சொல்லிவிட்டுப் போகிறார். பையனுக்கோ வெளியே விளையாட ஆசை. ஜன்னல் வழியே அந்தவழியாகப் போகும் ஒரு பிச்சைக்காரன், தயிர்க்காரன், காவல்காரன், மலர்கள் விற்கும் சிறு பெண் என்று பலரிடமும் உரையாடுகிறான். அவனது நோய் முற்றுகிறது.

ஒரு முதியவர் அவன் அருகே அமர்ந்து சுவையான கதைகளை சொல்லி அவனது வலியை மறக்கடிக்கிறார். அந்த கிராமத்து

மணியக்காரர் ‘ராஜா உனக்கு எழுதியிருக்கிறார்’ என்று கூறி அமலனிடம் ஒரு கடிதத்தைத் தருகிறார். அந்த நேரத்தில் வாயிற்கதவைத் திறந்து கொண்டு ராஜசேவகன் ஒருவன் உள்ளே வந்து அன்றிரவு ராஜாவே நேரில் வருவார் என்று தெரிவித்துச் செல்கிறான். அரண்மனை மருத்துவரே நேரில் வந்து அவன் உடல்நிலையை சோதிக்கிறார், அமலன் தூங்கி விடுகிறான். அந்தச் சிறுமி ஒரு கொத்து மலர்களை கொண்டு வந்து கொடுத்து விட்டு அவன் கண் விழித்ததும் தான் சொல்லியபடி வந்தேன் என்று அமலனிடம் தெரிவிக்கும்படி கூறிவிட்டுச் செல்கிறாள்.

பச்சிளம் பருவத்தின் ஆசைகளை ரவீந்திரர் மிகுந்த அனுபவத்தோடு காட்சிகளின் மூலம் சித்தரித்திருந்தார். இந்த நாடகத்தின் உருவகங்கள் தனித்து நிற்கின்றன. இரவில் வந்து காணவிருக்கும் அரசன் என்பது கடவுளைக் குறிப்பதெனில், அரச மருத்துவர் மரண தேவதையை சுட்டுவதாகும். ஓரளவு உண்மையும் ஓரளவு உருவகமும் இணைந்து நின்று காண்போர் மனதில் திகைப்பையும் வருத்தத்தையும் ஏற்படுத்தும் விதமாக இந்த நாடகம் அமைந்திருந்தது.

1920களில் இந்த நாடகம் ஜெர்மன் மொழியில் மொழி பெயர்க்கப்பட்டு பல நகரங்களில் நிகழ்த்தப்பட்டது. ரவீந்திரர் தனது ஐரோப்பிய பயணத்தின்போது மியூனிச் நகரில் இந்த நாடகம் ஜெர்மன் மொழியில் அரங்கேறியபோது அதைக் கண்டு களித்தார். அதேபோன்று பிரெஞ்சு மொழியில் ஆந்த்ரே காடேவினால் மொழிபெயர்க்கப்பட்டு பிரான்ஸில் அரங்கேறியது. குறிப்பாக, இரண்டாம் உலகப்பெரும்போரின்போது பாரிஸ் நகரம் நாஜிகளின் கட்டுப்பாட்டில் வீழ்வதற்கு முந்தைய இரவில் இந்த பிரெஞ்சு மொழி நாடகம் வானொலியில் ஒலிபரப்பப்பட்டு மக்களிடையே நாஜி எதிர்ப்பு உணர்வுகளைத் தூண்டிவிட்டது.

1942ஆம் ஆண்டில், வார்சா நகரில் யூதர்களை மிருகங்களைப் போல அடைத்து வைத்திருந்த ஒரு பகுதியில் டாக்டர் ஜானஸ் கொர்சாக் என்பவரின் மேற்பார்வையில் இந்த நாடகம் அந்த யூத அகதிகளிடையே நம்பிக்கையை ஏற்படுத்தும் வகையில் போலிஷ் மொழியில் நிகழ்த்தப்பட்டது. ரவீந்திரர் தன் கனவில் வந்து இந்த நாடகத்தை அரங்கேற்றுமாறு கூறியதாக டாக்டர் கொர்சாக் பின்னர் ஒரு நிகழ்வின்போது தெரிவித்திருந்தார்.

1939ஆம் ஆண்டில் ரவீந்திரர், அவரது வழக்கப்படியே, இந்த நாடகத்தை முழுமையாக திருத்தியமைத்து, அந்தச் சிறுவனின் மறைவிற்குப் பிறகு துறவி ஒருவர் பாடுவதற்கென ஒரு சிறப்புப்

பாடலை உருவாக்கி, அந்தத் துறவியின் வேடத்தில் தானே நடிப்பது எனவும் திட்டமிட்டிருந்தார். எனினும் இந்தப் புதிய நாடகப்பிரதி அரங்கேறாத நிலையில், சிறுவனின் மரணத்திற்குப் பிறகு அவர் பாடுவதாக அமைந்திருந்த அந்தப் பாடலை தனது மறைவிற்குப் பிறகு நிகழும் அஞ்சலி கூட்டத்தில்தான் முதலில் பாட வேண்டும் என்று ரவீந்திரர் கேட்டுக் கொண்டிருந்தார்.

2012ஆம் ஆண்டில் இந்த நாடகத்தின் நூறாண்டுகளைக் கொண்டாடும் வகையில், ரொபீன் கோஷ் அண்ட் அசோசியேட்ஸ் என்ற நிறுவனம் இந்த நாடகம் குறித்த ஓர் ஆவணப்படத்தை உருவாக்கியது. தனித்துவம் மிக்க இந்த நாடகத்தை ரவீந்திரர் எழுதியதன் பின்னணி, அதன் உள்ளடக்கம் எழுப்பும் கேள்விகள், அதன் கட்டமைப்பு, நாடக அழகியல், உலகம் முழுவதும் அந்த நாடகம் பெற்ற பெரும் வரவேற்பு ஆகியவை குறித்து காட்சிகளின் வழியாக ஆவணப்படுத்தும் முயற்சியாக அது அமைந்திருந்தது. இவ்வகையில் ரவீந்திரரின் நாடகங்களிலேயே மிகவும் தனித்துவம் மிக்கதாக இந்த அஞ்சலகம் நாடகம் திகழ்கிறது.

அதைப் போன்றே உலகத்தில் வேறெந்த மொழியிலும் எந்தவொரு நாடக ஆசிரியரும் முனையாத வகையில் இயற்கையை முன்வைத்து நாடகப் பிரதிகளை அவர் தொடர்ந்து உருவாக்கினார். 1908ஆம் ஆண்டில் சாரதோத்சவ் (இலையுதிர்காலப் பெருவிழா) என்ற பருவகாலத்தைப் போற்றும் நாடகத்தை எழுதினார். இயற்கை சக்திகளுடன் முரண்பட்டு, அதைத் தன் ஆதிக்கத்திற்குள் கொண்டுவர மனிதகுலம் முயற்சித்ததை ஐரோப்பிய நாடகங்கள் சித்தரித்தன எனில், இயற்கைக்கும் மனித குலத்திற்கும் இடையேயான நீடித்த உறவை எடுத்துக் கூறுவதாக ரவீந்திரர் தன் நாடகங்களில் சித்தரித்தார். ஒருவகையில், பசுமைக்கான இயக்கம் ஓர் இயக்கமாக துளிர்ப்பதற்கு வெகுகாலத்திற்கு முன்பே, இயற்கையின் வலிமையை நாடக உலகில் முன்வைத்த முதல்நபராகவும் அவர் திகழ்ந்தார். பல்குனி (1915), வசந்தா (1923), சேஷ் வர்ஷன்(1925), சுந்தர் (1926), ரிதுரங்கா(1927), நவீன் (1931), ஷ்ராவண் கதா (1934) ஆகிய நாடகங்கள் இவ்வகையில் உருவானவை.

1920களில் ரவீந்திரரின் படைப்புகளிலேயே மிகவும் அழகான, அதேநேரத்தில் நிகழ்த்துவதற்குக் கடினமான, அரசியல் குறியீடுகள் நிரம்பிய முக்த தாரா (கட்டுடைத்த ஆற்றுப் போக்கு – 1922) மற்றும் ரக்த கராபி (செவ்வரளி – 1924) ஆகிய இரு நாடகங்கள் வெளிப்பட்டன. பூமியின் ஆதார வளங்களைச் சுரண்டுவதற்காக மக்களை அடக்கியொடுக்கிக் கொடுமைப்படுத்தும்

கொடுங்கோலாட்சியின் கொடூரத்தை வெளிப்படுத்துவதாக அவை அமைந்திருந்தன. இதில் முக்த தாரா ஆற்றுப்போக்கின் கீழ்ப்பகுதியை வறட்சியில் வாடச்செய்யும் வகையில் ஓர் அணையைக் கட்டியெழுப்பும் மேல்பகுதி அரசனின் கொடூரச் செயலை எதிர்த்து உயிர்த்தியாகம் செய்து அந்த அணையை உடைத்தெறிவதை எடுத்துக் கூறுவதாக அமைந்திருந்தது எனில், ரக்த கராபி பூமிக்குக் கீழேயுள்ள தங்கத்தை வெட்டியெடுக்க சுரங்கம் அமைத்து அதில் வேலை செய்ய மக்களை இயந்திரங்களாக மாற்றும் கொடுங்கோல் ஆட்சிக்கு எதிராக விடுதலை வேள்வியை மேற்கொள்ளும் மாந்தரை அறிமுகம் செய்வதாக அமைகிறது. இன்றைய நாட்டு நடப்புகளை நாம் நினைவுகூர்வோமானால், நூறாண்டுகளுக்கு முன்பாகவே இயற்கை வளங்களைத் தனிநபர்களின் செல்வச் செழிப்பிற்காகச் சுரண்டுவதை எதிர்க்கும் ரவீந்திரரின் உரத்தக் குரலை இந்த நாடகங்களில் நம்மால் காண முடியும்.

1928ஆம் ஆண்டின் இறுதியில் பம்பாயில் பெண்களுக்கான நியூ ஹைஸ்கூலின் முதல்வராக இருந்தவரும் தேசியவாதியுமான மிருணாளினி சட்டோபாத்யாயாவின் முன்முயற்சியில் ரவீந்திரரின் 'செவ்வரளி' நாடகம் நிகழ்த்தப்பட்டது. இந்த நாடகத்தில் அரசனாக நடித்திருந்த ஆங்கிலேயரான லெஸ்டர் ஹட்சின்சன், கம்யூனிஸ்டுகளுக்கு எதிராகத் தொடுக்கப்பட்ட மீரட் சதிவழக்கில் மற்றவர்களோடு 1929 தொடக்கத்தில் கைது செய்யப்பட்டார். பின்னாளில் தன் நினைவலைகளில் அவர் இவ்வாறு குறிப்பிட்டிருந்தார்: 'இந்த நாடகம் முற்றிலும் புரிந்து கொள்ள கடினமான ஒன்றாக இருந்தபோதிலும், பார்வையாளர்கள் நாடகத்தோடு ஒன்றிப்போனார்கள். இந்த நாடகத்தின் பெயரில் இருந்த 'சிவப்பு' என்ற வார்த்தைக்கு இந்திய போலீஸ் துறைக்கு ஒரே ஒரு பொருள்தான் தெரிந்திருந்தது. அதாவது, இந்த 'செவ்வரளி' நாடகம் கம்யூனிஸ்டுகளின் பிரசார நாடகம் என்ற முடிவுக்கு அவர்கள் வந்தனர்.'

அதைப் போன்றே 1926ஆம் ஆண்டு அவர் உருவாக்கிய நாதிர் பூஜா (நாட்டியக்காரியின் பூஜை) என்ற நாடகம் இந்து மதத்தின் இறுகிய கட்டமைப்பு எவ்வாறு புத்த மதத்தின் சமத்துவக் குரலுக்கு விரோதமாக உள்ளது என்பதை அழகாக விவரித்திருந்தது. இந்த நாடகத்தின் சிறப்பு என்பது முற்றிலும் பெண்கள் மட்டுமே பங்கேற்ற ஒரு நிகழ்வாக, அதுவும் அன்றைய சமூகத்தில் நாட்டியப் பெண்களின் மீது இருந்த ஒவ்வாமையை துச்சமென தூக்கியெறிந்து ஒரு நாட்டிய நங்கையையே முக்கிய பாத்திரத்தில் ரவீந்திரர் நடிக்க

வைத்திருந்தார். பின்னாளில் மக்களின் வற்புறுத்தலுக்கிணங்க, நாட்டிய நங்கையின் உயிர்த் தியாகத்திற்குப் பிறகு அவரைப் புகழ்ந்து பாடும் ஒரு புத்தத் துறவியின் வேடத்தினை ரவீந்திரர் ஏற்று நடித்தார். இந்த நாடகத்தின் மற்றொரு சிறப்பு என்பது 1932ஆம் ஆண்டில் இந்த நாடக நிகழ்வு ஒரு திரைப்படமாக ரவீந்திரரின் இயக்கத்தில் வெளியானது என்பதாகும். நாடக நிகழ்வே ஒரு திரைப்படமாகப் பதிவாக்கப்பட்டிருந்த நிலையில், ஒரு திரைப் படத்திற்கான அழகியல் அம்சங்களை அது உள்ளடக்கியதாக இருக்கவில்லை என்பதால், ரவீந்திரரின் இயக்கத்தில் வெளிவந்த அத்திரைப்படம் மக்களிடையே பெரும் வரவேற்பினைப் பெறவில்லை. எனினும், 20ஆம் நூற்றாண்டின் நவீன கலையான திரைப்படக் கலையிலும் ரவீந்திரர் கால்பதிக்க வாய்ப்பளித்த நாடகமாக அது திகழ்ந்தது.

ரவீந்திரரின் தீவிர நாடக முயற்சிகள் அன்றைய வழக்கமான நாடக ரசிகர்களைக் கவரவில்லை. இதற்கிடையே, சாந்திநிகேதனில் பயிற்சி பெற்றவர்களால் மட்டுமே தாகூரின் நாடகங்களில் நடிக்க முடியும்; அவர்களது தனித்திறமையின்றி இந்த நாடகங்களை அரங்கேற்ற முடியாது என்ற ஒரு கருத்தும் அப்போது நிலவியது. எனினும் இந்தக் கருத்தும் ஒரு கட்டத்தில் பொருளற்றதாக மாறிப்போனது. அன்றைய வங்காளத்தில் வணிக ரீதியாகச் செயல்பட்டு வந்த நாடகக் குழுக்களோடும் அவர் நல்லுறவு பேணி வந்தார். அன்று அத்துறையில் சிறப்பாகச் செயல்பட்டு வந்த அஹிந்திர சவுதரி, சிசிர் பாதுரி ஆகிய இளம் நாடகக் கலைஞர்களின் வேண்டுகோளுக்கிணங்க, அவர்கள் பயன்படுத்திக் கொள்ளும் வகையில் பல நாடகப் பிரதிகளையும் அவர் உருவாக்கி வழங்கினார். இவற்றில் பலவும் அவரது சிறுகதைகள், நாவல்கள் ஆகியவற்றையும், தொடக்ககால நாடகங்களின் புதிய பிரதிகளையும் உள்ளடக்கியதாக, உள்நாட்டு நடப்புகளை எடுத்துக் கூறுவதாக அமைந்திருந்தன. இவற்றில் பல கேலி நாடகங்களும் அடங்கியிருந்தன. சிரகுமார் சபா (1925), ஜோகா ஜோக் (1936), கிருஹப்ரவேஷ் (1925), சோத்போத் (1926), சேஷ் ரக்ஷா (1927) பரித்ரன் ஆகியவை இந்த இளம் நாடகக் கலைஞர்களால் வங்காளம் எங்கும் எடுத்துச் செல்லப்பட்டன. கல்கத்தாவின் உயர்குடி சமூகத்தினரின் போலித்தனத்தைத் தோலுரிக்கும் பான்ஷோரி (1933) என்ற நாடகம் மட்டுமே பல்வேறு காரணங்களால் அரங்கேற்றப் படாமல் போனது.

தனது நாடகச் செயல்பாட்டின் கடைசிக் கட்டத்தில் நாடகத்திற்குள் நாட்டியத்தைக் கொண்டுவருவதில் ரவீந்திரர் தீவிரம் காட்டத்

தொடங்கினார். தென்கிழக்காசியப் பயணத்தின்போது கண்டு களித்த நாட்டிய நாடகங்களின் செல்வாக்கினால் உந்தப்பட்டு முழுமையும் இசையோடு கூடிய நாட்டியக் கூறுகளை அவர் அறிமுகம் செய்யத் தொடங்கினார். இந்தச் சோதனை முயற்சியின் தொடக்கமாக அவரது சாபமோசன் (சாபவிமோசனம் – 1931) அமைந்தது. அதைப் போன்றே ஆழப்பதிந்த தப்பெண்ணங்களைக் கேலி செய்யும் வகையிலான தாசேர் தேஷ் (அட்டைகளின் உலகம் – 1933), அரச நர்த்தகியைப் பற்றிய பரிஷோத் (பழிவாங்கல் – 1936) ஆகியவையும் வெளிவந்தன.

நிருத்திய நாட்டியம் என்று தான் பெயர் சூட்டியிருந்த நாட்டிய நாடக வகையில் கலவையான ஒரு தொழில்நுட்பத்தை அவர் பயன்படுத்தினார். செவ்வியல் இசையின் கட்டுத்திட்டங்களை எவ்வாறு மீறிச் சென்று புதியதொரு வகையை பண்டிதர்களின் எதிர்ப்பையும் மீறி அறிமுகம் செய்தாரோ, அதைப் போன்றே இந்த நாட்டிய நாடகத்திலும் நாட்டுப்புற, செவ்வியல் தன்மை கொண்ட, பல்வேறு பகுதிகளை, நாடுகளைச் சேர்ந்த நாட்டிய வகைகளின் உட்கூறுகளை தன் நாடகத்திற்கு ஏற்றவகையில் அவர் பயன்படுத்திக் கொண்டார்.

இந்த முயற்சிகளின் கணிசமான வெற்றியை அடுத்து 1892இல் அவர் உருவாக்கிய சித்ராங்கதா என்ற நாடகத்தை 1936லும், 1933ஆம் ஆண்டின் வசன நாடகமான சண்டாளிகாவை 1938லும், 1936இல் அவர் எழுதிய பரிஷோத் என்ற நாட்டிய நாடகத்தை ஷ்யாமா என்ற பெயரில் மீண்டும் 1939லும் புத்துருவாக்கம் செய்து அரங்கேற்றினார். ஷ்யாமா தான் அவரது கடைசி நாடகம் ஆகும். இந்த மூன்று நாட்டிய நாடகங்களின் பொதுவான அம்சம் நாயகிகளின் பெயரையே தலைப்பாகக் கொண்டதாக, பெண் தன்மை அல்லது சமூகத்தால் ஒதுக்கப்பட்ட நிலை ஆகியவற்றை மீறி தங்கள் அன்பை துணிவாக எடுத்துரைக்கும் பெண்களை நாயகிகளாகக் கொண்டதாக, எளிதில் காதல் வயப்படும் மென்மையான பெண்கள் என்ற வழக்கமான சித்திரத்தை அவர்களிடமிருந்து அகற்றுவதில் வெற்றி பெற்றதாக அவை அமைந்திருந்தன என்பதே ஆகும். அதிலும் குறிப்பாக இந்த மூன்று நாட்டிய நாடகங்களுமே இன்றுவரை உலகம் முழுவதிலுமுள்ள வங்காளிகள் மத்தியில் தொடர்ந்து நிகழ்த்தப்பட்டு வரும் நாடகங்களாகவும் திகழ்கின்றன. நான் மேற்கு வங்க அரசுப் பணியில் இருந்தபோது, சென்னையில் தொடர்ந்து பல ஆண்டுகள் நடத்திய வங்காளப் பண்பாட்டு விழாவில் மஞ்சுஸ்ரீ சாக்கி சர்க்காரின் இயக்கத்தில் ரவீந்திரரின் இந்த நாட்டிய நாடகங்கள்

தொடர்ந்து இடம்பெற்று பெரும் வரவேற்பைப் பெற்றன என்பதும் இங்கே குறிப்பிடத்தக்கது.

1950களின் நடுப்பகுதியில் கல்கத்தாவில் செயல்பட்டு வந்த, கூட்டு நாடக முயற்சியான ‘போஹுரூபி’ என்ற நாடகக்குழு சோஷலிச உணர்வு கொண்டதாக இருந்தது. இதன் இயக்குநரான சம்பு மித்ரா ரவீந்திரரின் நாடகங்கள் மீதான அசூசையை முற்றிலுமாகத் துடைத்தெறியும் வகையில் அவரது நாடகங்களிலேயே மிகவும் சிக்கலான நாடகமான ‘செவ்வரளி’யை 1954இல் அரங்கேற்றினார். கல்கத்தா நாடக ரசிகர்களிடையே மாபெரும் வரவேற்பைப் பெற்ற இந்த நாடகம், நாட்டின் மற்ற பெருநகரங்களிலும் வங்காளியல்லாத ரசிகர்களிடையேயும் பாராட்டு பெற்றது. இந்த நிகழ்வை கண்டு களித்த கன்னட எழுத்தாளர் அத்யா ரங்காச்சார்யா ‘இந்த நாடகத்தின் பாத்திரங்கள் நாம் அன்றாட வாழ்வில் காணும் மக்களைப் போலவே வாழ்ந்தனர்; பேசினர்; அசைந்தனர்’ என்று குறிப்பிட்டார். டெல்லியில் இந்த நாடக நிகழ்வை அடுத்து வெளியான ஒரு விமர்சனம் ‘இந்த நாடகம் மகத்தானதோர் இசைக்கோர்வை (சிம்பனி) போல எங்களை ஆட்கொண்டு அசைத்துப் போட்டது’ என்று கூறியது.

போஹுரூபி நாடகக்குழு அடுத்தடுத்த காலங்களில் ரவீந்திரரின் இதர புகழ்பெற்ற நாடகங்களான அஞ்சலகம் (டாக் கர்) (1957), முக்த தாரா (1959), பிசர்ஜன் (1961) ராஜா (1964) ஆகிய நாடகங்களை ரசிகர்களின் பெரும் வரவேற்பிற்கிடையே மிகச் சிறப்பாக அரங்கேற்றியது. இந்திய நாடக உலகில் ரவீந்திரரின் நாடகங்கள் மீது ஆர்வத்தைத் தூண்டுவதில் ‘போஹுரூபி’ முக்கிய பங்கு வகித்தது எனலாம்.

பெண் விடுதலை என்பதையே தனது முக்கிய கருத்தோட்டமாக ரவீந்திரர் எடுத்துக் கொண்டதன் விளைவாக, அவரது பெரும்பான்மையான நாடகங்களின் தலைப்பும் நாயகிகளைக் குறிப்பதாகவே இருந்தன. அதைப்போன்றே சுற்றுச்சூழல் குறித்த விழிப்புணர்வு, கட்டுத்தளைக்குள் மனித இனத்தை ஆழ்த்தி வைக்கும் சமூகரீதியான அல்லது மதரீதியான கருத்தோட்டங்களுக்கு அவரது எதிர்ப்புணர்வு, அவரது அரசியல் சிந்தனைப் போக்கு, அனைத்திற்கும் மேலாக அவரது இறையியல் ரீதியான தேடல் ஆகியவை குறித்து விரிவான, ஆழமான, முழுமையான ஆய்வு தேவைப்படுகிறது என்றே கூற வேண்டும்.

ரவீந்திரரின் நாடகங்கள் அனைத்தின் அடிநாதமாகத் திகழ்வது நம்பிக்கையே ஆகும். வாழ்க்கை குறித்த நேர்மறையான

அணுகுமுறை, விரிவான மனிதநேயம், மனித இனத்திற்கும் கடவுளுக்கும் இடையேயுள்ள மாற்றவியலாத உறவு குறித்த ஆழமான நம்பிக்கை, பெண்கள் மீதான ஆழமான நம்பிக்கை, இயற்கையின் மறக்கவியலாத அழகு ஆகிய இவை அனைத்துமே அவரது நாடகங்களுக்கு ஓர் ஒத்திசைவுத் தன்மையையும், எவ்வகையிலும் தோற்கடிக்கப்பட முடியாத நம்பிக்கை உணர்வையும் வழங்குவதாக அமைந்திருந்தன.

நாடக உலகில் ரவீந்திரர் எடுத்த முன்னெடுப்புகள் நவீன இந்திய நாடகத்திற்கு முன்னறிவிப்புகளாகத் திகழ்ந்தன என்றே கூற வேண்டும். எனினும், இன்றுவரை அத்தகையதொரு அங்கீகாரம் அவருக்கு வழங்கப்படவில்லை என்பதும் மறுக்கவியலாத உண்மை.

ரவீந்திரரின் மறைவிற்குப் பிறகு வெளிநாடுகளில் பரவலான வரவேற்பைப் பெற்ற நிகழ்வு என்பது கிருஷ்ணா ஷாவின் (பின்னாளில் ஹாலிவுட் இயக்குநராகப் பரிணமித்தவர்) இயக்கத்தில் உருவான இருட்டறையின் அரசன் என்ற நாடகம் ஆகும். 1960ஆம் ஆண்டில் அயோவா அரசு பல்கலைக்கழகத்தில் முதலில் அரங்கேறிய இந்த நாடகம் பின்னர் 1961 பிப்ரவரியில் நியூயார்க் நகரின் ஜேன் ஹஸ் ஹவுஸ் அரங்கில் நிகழத் தொடங்கி பல மாதங்களுக்கு அரங்கு நிறைந்த காட்சிகளாகத் தொடர்ந்தது. இறுதியில் 1962ஆம் ஆண்டில் அவர் மேற்கொண்ட தென் ஆப்பிரிக்கப் பயணத்தின்போது கேப்டவுன், டர்பன் ஆகிய நகரங்களில் இந்த நாடகம் மிகப்பெரும் வரவேற்பைப் பெற்றது. 50,000க்கும் மேற்பட்டோர் கண்டு களித்த இந்த நாடகம் உலக நாடக அரங்கில் சற்றே சலசலப்பையும் ஏற்படுத்தியது எனலாம்.

எனினும் ரவீந்திரரின் படைப்புகளுக்குக் காப்புரிமை வைத்திருந்த விஸ்வபாரதி பல்கலைக்கழகத்தின் பழமைப்பற்று அவரது நாடகத்தின் புதிய முயற்சிகளுக்கான வாய்ப்புகளை அடுத்த 40 ஆண்டுகளுக்குத் தட்டிப் பறித்து வந்தது. ரவீந்திரரால் இறுதி செய்யப்பட்ட நாடகத்தின் அதிகாரபூர்வப் பிரதியை ஒட்டியே நாடகம் நிகழ்த்தப்பட வேண்டும் என்ற அதன் வறட்டுத்தனமான வற்புறுத்தலால், நாடக உலகில் புதிய வழிமுறைகளை அறிமுகம் செய்யும் வாய்ப்பு ரவீந்திரரைப் போன்று மற்ற இயக்குநர்களுக்குக் கிட்டவில்லை.

இதற்கு இடையிலும் 1989ஆம் ஆண்டில் வுல்ஃப்ரம் மேரிங் சுவிட்சர்லாந்தின் சூர் நகரில் அஞ்சலகம் நாடகத்தினை ஜெர்மன் மொழிப் பிரதியின் அடிப்படையில் நிகழ்த்தினார். பின்னர் அவர்

1992இல் கல்கத்தாவைச் சேர்ந்த நாடகக்குழுவான சங்க்பர்த்தாவுடன் இணைந்து சுனில்தாஸ் இணை இயக்குநராக செயல்பட உருவாக்கிய வங்காளி நாடகப் பிரதியுடன் இந்தியா, வங்கதேசம், பிரிட்டன் ஆகிய நாடுகளில் நிகழ்வுகளை நடத்தினார்.

அதைப் போன்றே நாஜிகளின் கரங்களால் எந்த நேரத்திலும் கொல்லப்படும் நிலையிலிருந்த யூத அகதிகளிடையே 1942இல் வார்சா நகரில் டாக்டர் ஜானஸ் கொர்சாக் நிகழ்த்திக் காட்டிய அஞ்சலகம் நாடகத்தை மையமாகக் கொண்டு, அந்த நிகழ்வு நடைபெற்ற பின்னணியை நாடகத்துள் ஒரு நாடகம் என்ற வகையில் அமைத்து, ஜில் பர்வீன் 1993இல் லண்டனில் அரங்கேற்றினார். இந்த நிகழ்வில் இறுதியில் வரும் அரச வைத்தியராக டாக்டர் கொர்சாக் நடித்திருந்தார் என்பது குறிப்பிடத்தக்கது.

ரவீந்திரரின் நாடகங்கள் குறித்த விமர்சனங்கள் வெளிவந்த அதேநேரத்தில் இந்திய நாடகம் என்ற வகைப்பாட்டிற்கு அவரது பங்களிப்புகள் குறித்து, மிக அரிதாகவே கருத்துக்கள் வெளிப்பட்டன. குறிப்பாக, அனைவரையும் உள்ளடக்கிய அவரது உணர்வு, பல்வேறு கலைப் பிரிவுகளையும் இரண்டறக் கலந்து வழங்கும் அவரது தனித்திறன், ஒத்திசைவு குறித்த அவரது உணர்வு, நாடகத் துறையை நவீனப்படுத்துவதற்கான அவரது முயற்சிகள் ஆகியவை போதிய கவனம் பெறாமலே போய்விட்டன. அவரது நாடகங்கள் நாட்டுப்புறக் கதைகள், நாட்டிய நாடகங்களிலிருந்து பேரிசைப் பாடல்களைக் கொண்ட நாடகங்கள் ஆகியவற்றோடு, வசனங்கள் நிரம்பிய நாடகங்கள், வேடிக்கை நாடகங்கள், குழந்தைகளுக்கான நாடகங்கள், அரசியல் நாடகங்கள், சமூக நாடகங்கள் என சமூகத்தின் தேவைகளை முன்னறிவிப்பதாக விளங்கின.

இந்திய நாடகம் மற்றும் நிகழ்த்துக் கலை ஆகியவற்றைச் சீரமைப்பதில் அவர் செய்யாத முயற்சிகளே இல்லை எனலாம். நாட்டுப்புற வடிவங்களோடு ஹபீப் தன்வீர் மேற்கொண்ட முயற்சிகள் புரட்சிகரமானவை என்று குறிப்பிடுவதானால், அதற்கு வெகுமுன்பாகவே பவுல் வகைப்பாடல்களுடன் மணிப்புரி நடன வகையை இணைத்து அவர் மேற்கொண்ட முயற்சிகளை என்னவென்று சொல்வது?

கிரீஷ் கர்னாட், சந்திரசேகர் கம்பர், விஜய் தெண்டுல்கர், ரத்தன் தியம் போன்ற நாடக ஆளுமைகள் இதிகாசக் கதைகளைப் புத்தாக்கம் செய்வது, நாட்டுப்புற கதைகளை மறுகட்டமைப்பு

செய்வது, வரலாற்று ஆளுமைகளை மீளுருவாக்கம் செய்வது எனத் தங்களுக்கேயுரிய வகையில் புதுமைகளைப் புகுத்தினர் என்றால், இவற்றுக்கெல்லாம் வெகுநாட்களுக்கு முன்பாகவே வால்மீகி பிரதிபா (1881), பிதாய் அபிஷாப் (1894) சித்ராங்கதா (1891) ஆகியவற்றின் மூலம் ரவீந்திரர் இவற்றையெல்லாம் செய்திருந்தார் தானே? வால்மீகி பிரதிபாவில் சமூக வாழ்வின் ஒதுக்குப்புறத்தில் இருந்த வால்மீகியின் வேர்களை, அவர் வழிப்பறித்திருடன் என்பதிலிருந்து ஒரு பெருங்கவியாக உருமாற்றம் பெறுவதை மையமாக வைத்ததன் வழி, கதையைச் சொல்வதற்குப் பதிலாக கதை சொல்பவனின் கதையை புதியதொரு கோணத்தில் கொண்டு வந்தவரும் அவர்தானே? அதைப் போன்றே மாயேர் கேலா (1881) நாடகத்தில் அனைத்துப் பாத்திரங்களையும் பெண்களை மட்டுமே கொண்டதாக அவர் படைத்தார் அல்லவா?

இயந்திரமயமாக்கலும் மனித நேயமற்ற தன்மையும் தொழில்நுட்பம் மனித குலத்தின் மீது விளைவிக்கும் தாக்கங்கள் என்பதை எடுத்துக் கூறுவதாக அவரது ரக்த கராபி (செவ்வரளி -1926), முக்த தாரா (கட்டற்ற ஆற்றுப் போக்கு–1922) ஆகியவை இருந்ததெனில், அவரது சண்டாளிகா (1933) இந்திய சமூகத்தில் நிலவி வந்த ஒடுக்குமுறையை, சாதிய வெறியைப் பற்றிய விழிப்புணர்வை ஊட்டியதாக இருந்தது.

தாசேர் தேஷ் (1933) நாடகம் இந்திய பொம்மலாட்டக் கலையை நாடக உலகில் அறிமுகப்படுத்தியதோடு, இந்தியாவிற்கேயுரிய அந்தக் கலையை நவீனப்படுத்தும் முயற்சியாகவும் அமைந்திருந்தது.

அதைப்போன்றே ரவீந்திரரின் நாடகப் பாரம்பரியத்தில் நடனம் என்பது உள்ளார்ந்த அம்சமாக தொடக்கம் முதலே இருந்து வந்ததாகும். அவ்வகையில் கதகளி, ஒடிசி, கண்டியன் (இலங்கை), மணிப்புரி என நடன வகைகளைத் தனது இசை, நாட்டிய நாடகங்களோடு ஒத்திசைந்த ஓர் அம்சமாக மாற்றி, இந்திய நாடகப் பாரம்பரியத்தில் புதியதொரு பாணியை அறிமுகப்படுத்தியவரும் அவரே. பெண்கள் எனப்படுவோர் சமூகத்தினால் பாதிக்கப் படுவதன் அறிகுறி என்பதற்குப் பதிலாக, தனது புரட்சிகர சமூக உணர்வில் அவர்களைப் பங்காளிகளாக மாற்றி, தனது நாடகங்களின் நடுநாயகிகளாக உருவாக்கி, பெண் விடுதலை என்பதை அழகியல்பூர்வமாக நாடக மேடையில் ஏற்றியவரும் அவரே.

அவரது நாடகங்கள் அனைவருக்குமான உணர்வை ஊட்டுவதாக இருந்தபோதிலும், இந்திய வேர்களிலிருந்து விடுபடாத

ஒன்றாகவும் இருந்தன. இந்த வேர்களினால் செறிவுற்ற, மண்ணுக்குகந்த படைப்புகளாகவும் அவை இருந்தன. அவருக்குள்ளேயிருந்த சிந்தனையாளர், தீர்க்கதரிசி, நிர்வாகி மற்றும் மேற்பார்வையாளர் ஆகிய பண்புகள் நடனக்கலையின் புதிய நெறிமுறைகளோடு கீழைத்தேய, மேற்குலகங்களின் சாரத்தை இணைப்பதாக விளங்கின. இந்தியாவின் பல்வேறு பகுதிகளைச் சேர்ந்த, தேவையெனில் நாடுகளின் எல்லைகளையும் தாண்டி, நடன மொழிகளை தேடித்தேடி அவர் திரட்டி வந்த புதையல் நவீனமான, அதேநேரத்தில் அனைவரையும் உள்ளடக்கிய, ஒரு நடன வடிவத்தை உருவாக்குவதில் பேருதவி செய்தது என்பதையும் இத்தருணத்தில் குறிப்பிட வேண்டும்.

நவீன இந்தியாவின் மகத்தான நாடகப் படைப்பாளியான ரவீந்திரர் மறைந்து 82 ஆண்டுகள் ஆன பிறகும் கூட, அவரது நாடகப் பிரதிகள் போதுமான அளவிற்கு நாடக இயக்குநர்களின் கவனத்தைப் பெறவில்லை. உலகம் முழுவதிலும் ஆண்டுதோறும் நடைபெற்று வரும் ஷேக்ஸ்பியர் திருவிழாக்களில் அவரது நாடகங்களை புதிய வடிவில் காலத்திற்கேற்ப படைத்து வருவது வழக்கமாக இருக்கிறது. அவ்வகையில் நவீன இந்தியாவின் முன்னோடி நாடக ஆசிரியரை இந்திய நாடக ஊழியர்கள் கவனிக்காமலேயே இருந்து வருகின்றனர்.

2001ஆம் ஆண்டில் ரவீந்திரரின் படைப்புகளின் காப்புரிமை விஸ்வபாரதியிடமிருந்து விலக்கிக் கொள்ளப்பட்ட பிறகு, படைப்பாக்கத்தில் ரவீந்திரருக்கு இருந்துவந்த அமைதியற்ற தன்மையானது ஒட்டுமொத்த வங்காள இயக்குநர்களின் வழியாக திருப்தியைக் காணுற முடிந்தது எனலாம். ஆழமான உள்ளார்ந்த பார்வைக்கும் வெளிப்புறத்தில் ஜொலிஜொலிக்கும் தோற்றத்திற்கு மிடையே நிலவும் போராட்டத்தை, பார்வைக்குறைபாடுடைய நடிகர்கள் வெளிக்கொண்டு வருவார்கள் என்று ரவீந்திரர் ஒருபோதும் எதிர்பார்த்திருக்க மாட்டார். அவரது ராஜா என்ற பார்வையற்றோரின் பேரிசை நாடகத்தை 2003ஆம் ஆண்டில் நிகழ்த்திக் காட்டிய சுபாசிஷ் கங்கோபாத்யாயா பார்வை யாளர்களைத் திகைப்பில் ஆழ்த்தினார் என்றே சொல்ல வேண்டும். இந்த நாடகத்தின் பார்வையற்ற கதாநாயகியான சுதர்ஷணாவின் முக்கிய பாடல்களை உண்மையிலேயே பார்வையற்றவரான சுதபா சமந்தாவின் குரலில் கேட்க முடிந்ததோடு, இதில் இடம்பெற்ற நடனக் காட்சிகளை நம்பவே முடியாத வகையில் பாட்டு பால் பார்வைக்குறைபாடுள்ளவர்களைக் கொண்டு மிகச் சிறப்பாக ஒருங்கிணைத்திருந்தார்.

வங்காளத்திற்கு வெளியே மணிப்பூர் மாநிலம் இம்ப்பால் நகரின் கலாஷேத்ரா 2006இல் உருவாக்கிய அஞ்சலகம் நாடகம் கதாநாயகன் அமலனை ஓர் அடையாளக் குறியாகவே மாற்றியமைத்தது. இந்த நாடகத்தின் இயக்குநரான ஹெய்ஸ்னாம் கன்னையாலால் அந்தச் சிறுவனுக்குப் பதிலாக தன் மனைவியும் மணிப்பூர் நாடகவுலகின் முன்னணி நட்சத்திரமுமான 60 வயதுடைய எச். சாவித்திரியை நாயகியாக உருமாற்றியிருந்தார். இதன் மூலம் அனைத்து ஜன்னல்களையும் மூடிவிடுமாறு மருத்துவர்கள் தரும் தீர்வோடு, உடல்நலமின்றி வாடும் அமலன் என்ற சிறுவனின் இருப்பு, மனித உணர்வைக் குறிப்பதற்குப் பதிலாக, போதனைகளுக்கு ஆட்பட்ட மணிப்பூர் மாநிலம் அங்கே உருவகமாக மாறியிருந்தது.

அதைப்போன்றே நாடக இயக்குநர் அலோகானந்த ராய் 2010ஆம் ஆண்டில் ரவீந்திரரின் வால்மீகி பிரதிபா நாடகத்தை சிறைவாசிகளின் சீர்திருத்த முயற்சிகளுக்கென எடுத்துச் சென்று அவர்களின் வாழ்க்கையும் எத்தகைய மாற்றங்களுக்கு உள்ளாகக் கூடும் என்பதை எடுத்துக் காட்டினார். மனச் சோர்வுற்ற இந்தக் கைதிகளுக்குத் தெரிந்திருந்த சவ் நடனத்தையும் கைவினைப் பொருட்களையும் கொண்டே உருவாகியிருந்த இந்த நாடகத் தயாரிப்பு ரவீந்திரர் ஒருபோதும் எதிர்பார்க்காத வகையில் மிகப் பொருத்தமானவர்களை நடிகர்களாகக் கொண்டு உருவான நாடகம் என்றே கூறலாம்.

செவ்வியல் தன்மை கொண்ட ஒரு கலையானது அதன் ஒவ்வொரு புத்தாக்க முயற்சியிலும் பட்டை தீட்டப்பட்டு மேன்மேலும் ஒளிர்கிறது. இதைத்தான் ரவீந்திரர் தன் வாழ்நாள் முழுவதும் தொடர்ந்து மேற்கொண்டு வந்தார் எனும்போது, அவரது நாடகங்களின் உள்ளார்ந்த செவ்வியல் தன்மையானது இன்றைய நவீன உலகின் பிரச்சனைகளை மிகச் சரியாகவே பிரதிபலிப்பதாக வும் அமைகிறது. அதை வெளிக்கொண்டு வந்து மக்களிடையே வழங்கும் பொறுப்பு இன்றைய நாடக இயக்குநர்களைச் சார்ந்ததாகும்.

அத்தியாயம் - 4

கதைக் களனில் ரவீந்திரர்

ஒரு விதத்தில் பார்க்கும்போது, ஒரு கவிஞர், ஒரு நாவலாசிரியர் ஆகியோர் தங்கள் படைப்புத் திறனை ஒருவருக்கொருவர் மாற்றிக் கொள்ள இயலாது என்று கூறுவதில் உண்மை அடங்கியுள்ளது என்றே தோன்றுகிறது. இவர்கள் இருவருமே, தங்கள் படைப்புலகில் வாழ்க்கையின் அடிப்படை மதிப்பீடுகள் குறித்து ஆழமாக சிந்திப்பவர்கள்தாம் என்ற போதிலும், உணர்விலும் சரி, குறிப்பிட்ட படைப்பின் ஒழுங்குமுறையிலும் சரி, ஒருவருக் கொருவர் முற்றிலும் மாறுபட்டவர்களாகவே இருக்கின்றனர். உலக இலக்கியத்தில் மிக மிக அபூர்வமாகவே, ஒரு நாவலாசிரியர் மகத்தானதொரு கவிதையைப் படைத்தவராகவும் இருந்திருக்கிறார். அதைப் போலவே, எத்தகைய சிறந்த கவிஞராக ஒருவர் இருப்பினும், அவரால் 'போரும் அமைதியும்' போன்ற, ஆழமான, சிறப்புத்தன்மை கொண்டதொரு செவ்வியல் நாவலைப் படைக்க முடியாது என்பதும் தெள்ளத் தெளிவான உண்மையே ஆகும்.

இத்தகைய தனித்துவம் பெற்றதொரு படைப்பாளியாக ரவீந்திரர் திகழ்ந்தார் என்பதே நமக்கெல்லாம் பெருமைதரக் கூடிய ஒன்றாகும். இயற்கை, கடவுள் என கவிதைகளை எழுதிக் கொண்டிருந்த ரவீந்திரர் பதின்பருவத்தில் தனது குடும்ப இதழான பாரதியில் பிக்கி ராணி (பிச்சைக்காரப் பெண், *1877*) என்ற காஷ்மீரைப் பின்னணியாகக் கொண்ட ஒரு காதல் சிறுகதையை

எழுதினார். அதைப் போன்றே கருணா என்ற ஒரு நாவலின் 27 பகுதிகளை தொடராக எழுதி வந்தார். இத்தருணத்தில் அவரது மூத்த அண்ணன் த்விஜேந்திரநாத் பாரதி இதழின் ஆசிரியராக இருந்து நடத்தி வந்தார். எனினும் இந்த முயற்சி பாதியிலேயே நின்று போனது. காரணம், அவரை படிப்பதற்கென இங்கிலாந்திற்கு அனுப்பி வைப்பது என்ற தந்தையின் முடிவின்படி, 1878இல் அப்போது அகமதாபாத் நகரில் அரசுப்பணியில் இருந்த அண்ணன் சத்யேந்திரநாத்திடம் அவர் அனுப்பி வைக்கப்பட்டார்.

சிறுகதை, நாவல் என்ற இரு வடிவங்களிலும் அவர் பெற்றிருந்த திறமையின் சிறு பொறியைத் தொட்டுக் காட்டுவதாக இந்தத் தொடக்க காலப் படைப்புகள் விளங்கின. எனினும், இந்தப் பதின்பருவ காலத்து எழுத்துகளில் தென்படும் அதீதமான செயற்கைத் தன்மையை ரவீந்திரர் தன் நினைவலைகளில் பின்னாளில் ஒப்புக்கொண்டதோடு, அவர் மறையும்வரை, இந்த எழுத்துக்களை தனது நூல்தொகுப்புகளில் சேர்க்கவில்லை என்பதும் குறிப்பிடத்தக்கது.

1884ஆம் ஆண்டு மே 23 அன்று அப்போது ஜொரசங்கோ குடும்பத்தின் நிலங்களை மேற்பார்வை செய்துவந்த அண்ணன் ஜோதீந்திரநாத்துடன் ஆற்றுவழியாகப் படகில் பயணம் மேற்கொண்டபோது, ரவீந்திரர் தனது அனுபவங்களை முழுமையாகப் பதிவு செய்து கொண்டார். இத்தருணத்தில், ஜோதீந்திரநாத்தின் படகுவீடான 'சரோஜினி' அடிக்கடி கரைக்கு வரும்போது, அங்கிருந்த படித்துறைகள் அவர்மீது பெரும் தாக்கத்தை ஏற்படுத்தின என்பதை இதுகுறித்து பின்னர் 'பாரதி' இதழில் அவர் எழுதிய சித்தரிப்பு எடுத்துக் கூறுகிறது:

'இந்தப் பழைய, சிதிலமடைந்த படித்துறைகள்தான் எவ்வளவு அழகாக இருக்கின்றன! மனிதர்கள்தான் இதைக் கட்டினார்கள் என்பதே மறந்து போய்விடுகிறது. ஆற்றின் கரையோரத்தில் இருக்கும் மரங்களையும் செடிகொடிகளையும் போலவே, இவையும் ஆற்றின் ஒரு பகுதியாகவே தோற்றமளிக்கின்றன. அழகான முறையில், கருங்கற்களால் கட்டப்பட்ட இந்தப் படித்துறைகளை இயற்கை காலப்போக்கில் சீரழித்திருக்கிறது என்பது உண்மைதான். என்றாலும், ஆற்றில் தண்ணீர் பிடிக்கவும், குளிக்கவும் வரும் கிராமத்து சிறுவர்களும் சிறுமிகளும், பெண்களும் இந்தப் படித்துறைகளோடு தனித்துவமான ஓர் உறவைப் பேணி வருவதாகவே எனக்குத் தோன்றுகிறது. இந்தக்

குழந்தைகள் அந்தப் படித்துறைகளை உயிருள்ளதாகக் கருதிக் கொண்டு, தங்களின் பாட்டியாகவும், தாயாகவும், அத்தையாகவும் அவற்றை உருவகித்துக் கொண்டு உறவாடுகின்றனர் என்பதைக் காணும்போது எனக்கு வியப்பேற்படுகிறது.'

இத்தகையதொரு படித்துறை, உயிருள்ள, புனிதமானதோர் உறவோடு மனிதர்களுடன் உறவாடுகையில், அவர்களின் வாழ்க்கையும் நன்கறிந்த ஒன்றாக அதற்கு மாறிவிடுகிறது. இந்தக் கோணத்தில்தான் அதே ஆண்டில் 'பாரதி' இதழில் ரவீந்திரர் 'படித்துறை பேசுகிறது' என்ற சிறுகதையை எழுதினார். அதைத் தொடர்ந்து அவர் எழுதிய 'நெடுஞ்சாலையின் கதை' நவஜீவன் இதழில் வெளியானது. இவற்றின் மூலம் உயிரற்ற சடப்பொருட்களாக இவை விளங்கியபோதிலும், அதைப் பயன்படுத்தும் மனிதர்கள் உயிருள்ள ஒரு பொருளாகக் கருதி அவற்றை நேசிப்பதன் விளைவாக, அந்த மனிதர்களின் வாழ்க்கையை நன்கு அறிந்த, அதைத் தனக்குள் சேமித்து வைக்கும் ஒரு கிடங்காக அவை உருமாற்றம் பெறுகின்றன என்பதை ரவீந்திரர் இந்தக் கதைகளின் மூலம் சித்தரித்திருந்தார்.

வங்காளி இலக்கியத்தில் சிறுகதை என்ற வடிவத்தை புகழ்பெற்ற நாவலாசிரியரான பங்கிம் சந்திரரின் சகோதரரான பூர்ண சந்திர சட்டோபாத்யாயா தான் முதன்முதலில் *(1873)* 'மதுமதி' என்ற இதழில் அறிமுகம் செய்தார். அவரைத் தொடர்ந்து பங்கிம் சந்திரரும் ஜுகலன்குரியா *(1874)*, ராதாராணி *(1875)* ஆகிய கதைகளை எழுதினார். ரவீந்திரரின் மூத்த சகோதரியான ஸ்வர்ணகுமாரியும், ஏற்கெனவே சிறுகதை, நாவல்கள் என தொடர்ந்து எழுதி புகழ் பெற்றிருந்தார் என்பதும் இங்கு குறிப்பிடத்தக்கது.

எனினும், வங்காள இலக்கிய வரலாற்றாசிரியர்கள் சிறுகதை என்ற வடிவம் குறித்துப் பேசுகையில், இந்தியாவில் சிறுகதை என்ற வடிவம், அதற்குரிய இலக்கணத்தோடு, முழுமைபெற்ற நிலையில் வெளிப்பட்டது 1884இல் ரவீந்திரர் எழுதிய 'படித்துறை பேசுகிறது' என்ற சிறுகதையிலிருந்துதான் என்று வலுவாகக் குறிப்பிடுகின்றனர். அதிலும் குறிப்பாக, இந்த வடிவத்தின் வரம்பு, கட்டமைப்பு, உள்ளடக்கம் ஆகியவற்றில் தொடர்ந்து பல பரிசோதனைகளை ரவீந்திரர் மேற்கொண்டு, வங்காள இலக்கியத்தில் சிறுகதை என்ற வடிவத்திற்கு உயிரூட்டியவர் என்ற வகையில், இந்தப் பெருமை அவருக்கே உரியது என்றே அவர்கள் குறிப்பிடுகின்றனர்.

1891முதல் 1901 வரையிலான காலப்பகுதியில், இன்றைய வங்கதேசப் பகுதியில் இருந்த ஜொரசங்கோ குடும்பத்தின் நிலங்களை மேற்பார்வையிடும் பணியில் ரவீந்திரர் ஈடுபட்ட போது, தான் சந்தித்த அடித்தட்டு மக்களின், அதிலும் குறிப்பாக பெண்களின், வாழ்க்கையைக் கூர்ந்து நோக்கி, மிகுந்த உயிரோட்டத்தோடு அதைத் தனது சிறுகதைகளில் வெளிக்கொண்டு வந்தார். இந்தக் காலப்பகுதியில் 1891ஆம் ஆண்டிலிருந்து தொடங்கி ஹிடாபாடி என்ற இலக்கிய இதழில் மட்டுமே அவர் மொத்தம் 57 சிறுகதைகளை எழுதியிருந்தார். பின்னாளில் நாவல் என்ற வடிவத்தை நோக்கி அவர் நகர்ந்தபோதிலும், சிறுகதையும் அவரைத் தொடர்ந்து வந்துகொண்டேயிருந்தது. 1941இல் அவர் மறைவதற்கு இரண்டு மாதங்களுக்கு முன்பாகவும்கூட 'ஒரு முஸ்லீம் பெண்மணியின் கதை' என்ற சிறுகதையை அவர் எழுதி இறுதிப்படுத்தி வைத்திருந்தார்.

ஆறுகளையும் கிளை ஆறுகளையும் ஒட்டியிருந்த குடும்ப நிலங்களை மேற்பார்வையிடச் சென்று, சிலாய்தஹாவில் இருந்த பங்களாவிலும், ஆற்றில் நங்கூரமிட்டிருந்த 'பத்மா' என்ற படகுவீட்டிலுமாக மாறி மாறி வசித்தபடி, கிராமப்புறங்களை வலம்வந்தபோது சந்தித்த ஏழை விவசாயிகளின் துயரமான வாழ்க்கை ரவீந்திரரின் நெஞ்சில் ஆழப்பதிந்து போனது. இந்த வாழ்க்கைச் சித்திரங்களே சிறுகதைகளாகவும், அந்தப் பகுதியின் ரம்மியமான இயற்கையழகினைப் போற்றும் கவிதைகளாகவும் அவரிடமிருந்து வெளிப்பட்டன.

இதுவரையில் இலக்கியத்தில் எவ்வகையிலும் வெளிப்படாத, கிராமப்புற ஏழைகளின் துயரங்களின் வலியை நன்குணர்ந்து, அதை ரவீந்திரர் தன் எழுத்துக்களில் வெளிப்படுத்தியிருந்தார். உரிய அங்கீகாரத்தைப் பெறவில்லை என்று அவரே கருதிய ஓர் இலக்கிய வடிவத்தில் இந்த உணர்வுகளை, இதயத்தை நெருடும் வகையில் ரவீந்திரர் எழுதியதோடு, அதுவே தனது மிகப்பெரிய சாதனையாகத் திகழ்கிறது என்றும் கருதினார்.

சிலாய்தஹாவில் இருந்த காலத்தில், கிராமப்புற ஏழைமக்களின் துயரக் கதைகளையும், அதற்குள்ளாகவே அவர்களது வாழ்க்கையின் மகிழ்ச்சியான தருணங்களையும் சிறுகதைகளாக ரவீந்திரர் வடித்திருந்தார். இந்தக் கதைகளின் உள்ளடக்கமும் உணர்ச்சிமிக்கதாக இருந்தன. எனினும் பின்னாட்களில் 20ஆம் நூற்றாண்டின் தொடக்கத்திலிருந்து அவர் எழுதி, பாரதி, சபுஜ் பத்ரா, பிரபாசி ஆகிய இதழ்களில் வெளியான கதைகள் தொழில்நுட்ப ரீதியாக மேம்பட்டவையாக இருந்தன. மேலும்

அவை உளவியல் பார்வை கொண்டவையாக, சமூகரீதியான உணர்வு கொண்டவையாக விளங்கின.

எனினும், அதற்கு முந்தைய காலத்துச் சிறுகதைகளில் வெளிப்பட்ட இரக்க உணர்வு இவற்றில் அதிகமாகத் தென்படவில்லை. இதற்கு முக்கிய காரணமாக இருந்தது இந்தக் கதைகள் நகர்ப்புற வாழ்க்கையை மையமாகக் கொண்டு, நடுத்தர வர்க்கத்திற்கேயுரிய முட்டாள்தனம், குடும்பச் சர்ச்சைகள், சூழ்ச்சிகள், ஆணாதிக்கப் போக்கு, பெண்களின் அதீதமான மேலாதிக்கம் போன்ற பல்வேறு சூழல்களைச் சித்தரிப்பதாக அமைந்திருந்தன. அதைப் போலவே, இந்தப் பின்னாளைய சிறுகதைகள் நேரடியாகவே சமூக, அரசியல் பிரச்சனைகளை முன்வைத்தன.

1914ஆம் ஆண்டில் தொடங்கப்பட்ட சபுஜ் பத்ரா என்ற இலக்கிய இதழின் முதல் ஏழு இதழ்களில் ஏழு சிறுகதைகளை ரவீந்திரர் எழுதியிருந்தார். அவற்றில் ‘ஹல்தார் கோஷ்தி’ (ஹல்தார் குடும்பம்), ‘ஸ்த்ரீர் பத்ரா’ (மனைவியின் கடிதம்), ‘அபராசித்தா’ (அடையாளம் தெரியாத பெண்) ஆகியவை குறிப்பிடத்தக்கவை. இவை அந்த நாட்களில் வாழ்ந்த பெண்களின் மோசமான நிலையை எடுத்துக் கூறுவதாக அமைந்திருந்தன. அதிலும் குறிப்பாக, ‘ஸ்த்ரீர் பத்ரா’ ஒரு பெண்ணின் குரலிலேயே பேசியது. பெண்களுக்காக இலக்கியத்தில் முதலில் பேசிய குரல் தன்னுடையதே என்பதிலும் ரவீந்திரர் பெருமை கொண்டிருந்தார். இந்தப் பெண்ணின் குரலும் பேச்சு வழக்கிலேயே எழுதப்பட்டிருந்தது.

1914 ஜனவரி 29 அன்று கல்கத்தா பத்திரிக்கைகள் அனைத்திலும் பரவலாகக் கூறப்பட்டிருந்த ஸ்நேகலதா முகோபாத்யாயா என்ற பெண்ணின் தற்கொலைக்குப் பிறகு, அதன் தாக்கத்தில் ரவீந்திரரால் எழுதப்பட்டதாகக் கூறப்படும் ‘ஸ்த்ரீர் பத்ரா’ சிறுகதை குடும்ப வன்முறைக்கான தீர்வு தற்கொலை அல்ல; இன்றுவரை பல்வேறு வழிகளில் திருமணம் என்ற உறவின்மூலம் கட்டுண்டுக் கிடக்கும் பெண்கள் அந்தக் கட்டமைப்பினைவிட்டு வெளியேறவும் துணியவேண்டும் என்பதை உரக்கச் சொன்ன கதையாக அது விளங்கியது.

ரவீந்திரரின் என்றும் அழியாத அடையாளமாகத் திகழ்வது அவர் தன் எழுத்துகளை, கவிதையாக, பாடல்களாக, சிறுகதைகளாக, நாவல்களாக, நாடகங்களாக என எந்த வகைப்பட்டதாக இருந்தபோதிலும், அவற்றை மேலும் மேலும் மெருகேற்றிக்

கொண்டே இருந்ததாகும். இந்த வகையில் வடிவம், கட்டமைப்பு, பயன்படுத்தும் மொழி, இவை அனைத்திற்கும் மேலாக சொல்ல வந்த கருத்து, அதைச் சொன்ன விதம் ஆகிய அனைத்திலுமே இடையறாத பரிசோதனைகளை அவர் மேற்கொண்ட வண்ணமே இருந்தார்.

இதன் விளைவாக, 1890களிலிருந்து கணக்கற்ற சிறுகதைகளை எழுதி, அதன் வடிவமைப்பில் பல்வேறு சோதனை முயற்சிகளை மேற்கொண்ட ரவீந்திரர், அதற்கு அடுத்த கட்டமாக 1901ஆம் ஆண்டில் மிக நீண்ட கதை ஒன்றை எழுதத் தொடங்கினார். இவ்வாறு அவர் எழுதிய 'நஷ்டனீர்' என்ற பெருங்கதையே, அவர் நாவல் என்ற வடிவத்தை நோக்கி அடியெடுத்து வைப்பதற்கான அறிகுறியாக அமைந்தது. இந்த 'நஷ்டனீர்' கதையைத்தான் வங்காளத்தின் தலைசிறந்த திரைப்பட இயக்குநரான சத்யஜித் ரே 'சாருலதா' என்ற பெயரில் என்றுமழியாத திரைக்காவியமாக உருவாக்கினார். இதுவும் பெண்களின் மனப்போக்கை மிகுந்த கவித்துவத்துடன் எடுத்துக் கூறிய கதையாகும்.

'சாரு (இக்கதையின் நாயகி) தன் இல்லக் கடமைகளுக்கும் பணி களுக்கும் அப்பால் ஒரு சுரங்கத்தைத் தோண்டி, அதற்குள் ஓர் உலகத்தையே உருவாக்கி இருந்தாள். வெளிச்சமற்ற, சத்தமேது மற்ற, இருண்ட அந்த உலகத்தில், தனது ரகசிய துயரத்திற்கு அவள் ஒரு கோயிலை நிர்மாணித்திருந்தாள். அவளது கண்ணீர்த் துளிகளே அந்தக் கோயிலின் இறைவனுக்கான மாலையாக இருந்தன. அவளது கணவன் மட்டுமல்ல; இந்த உலகத்திலுள்ள வேறெவரும் அவளது இந்த ரகசிய உலகத்தில் உரிமை கோர முடியாது. எவ்வளவு ஆழமாகவும், நேசிப்பிற்குரியதாகவும் இருந்ததோ, அதே அளவிற்கு அந்த உலகம் ரகசியமானதாகவும் இருந்தது. அந்த உலகத்திற்குள் செல்லும் நுழைவாயிலில் தன் வீட்டுக்கான தோற்றங்கள் அனைத்தையும் கழற்றி வைத்துவிட்டு, அலங்காரங்கள் ஏதுமற்ற தன் சுய உருவத்துடன் அவள் அதற்குள் நுழைகிறாள். அதைவிட்டு வெளியே வரும்போது, அவள் மீண்டும் தன் முகமூடியை அணிந்தபடி, வெளியுலகின் வேலைகள், சிரிப்பு, உரையாடல் என்ற நாடக உலகத்திற்குள் தன்னை ஈடுபடுத்திக் கொள்கிறாள்' என்று ரவீந்திரர் சாருவின் ரகசிய உலகை இந்தப் பெருங்கதையில் வர்ணித்திருந்தார்.

காலாகாலத்திற்கும் மிகச்சிறந்த கவிஞர்கள் என்று கருதப்படுவோரில் ஒருவரான ரவீந்திரர், எண்ணற்ற சிறுகதைகளையும் நாவல்களையும் எழுதியிருந்தார். எனினும், ஒட்டுமொத்தத்தில், அவரது மிகச் சிறந்த கவிதை ஒன்றின் கட்டமைப்பினை எட்டிப்

பிடிப்பவையாக அவை இருந்தன என்று கூறிவிட முடியாது. இருந்தபோதிலும், அபரிமிதமான அவரது வசன எழுத்துகளில், மிகுந்த அலட்சியத்தோடு ஆங்காங்கே விரவிக்கிடந்த செறிவான பகுதிகளை அவரது சிறுகதைகளில் நம்மால் காண முடியும். அது நம்மால் புரிந்துகொள்ளக்கூடிய ஒன்றுதான். ஏனெனில், இலக்கிய வடிவங்கள் என்ற வகையில் வசனத்திற்கும் சிறுகதைக்கும் இடையே ஒருவகையான உறவு நிலவுகிறது. அந்த வகையில் ரவீந்திரரின் உளப்பாங்கிற்கு மிகவும் ஒத்திசைவு கொண்டதாக சிறுகதை இருந்தது. அடிப்படையில் கவிதை மனம் படைத்த அவரது அறிவுக்கூர்மையின் வலுவான உணர்வுகளை சிறுகதையால் எதிரொலிக்கவும் முடிந்தது.

அதேநேரத்தில், நெடுங்கதை அல்லது நாவல் என்ற களத்தில், வங்க இலக்கியத்திற்கு ரவீந்திரர் அளித்த பங்களிப்பு என்பது மிகவும் தனித்துவமானது மட்டுமின்றி, இன்றளவும் ஈடிணையற்றதாகவும் திகழ்கிறது.

ரவீந்திரரிடமிருந்து பெறப்படும் மற்றொரு விசித்திரமான உண்மை என்னவெனில், எந்தவொரு வடிவத்திலும் அவர் இறுதி முனையை தொட்டுவிட்டார் என்று நாம் கருதும் நேரத்தில், அதுவே புதியதொரு தொடக்கத்திற்கான முனையாகவும் மாறிவிடுகிறது. இந்தத் தன்மையே அறுபதுக்கும் மேற்பட்ட ஆண்டுகளாக நீடித்த அவரது படைப்புகளின் வளர்ச்சியில் மிகவும் கவர்ச்சிகரமான அம்சமாகவும் விளங்குகிறது. ‘முடிவற்றவனாக என்னை ஆக்கினாய்! அது உனக்கு மகிழ்ச்சியைத் தருவதாகவும் இருந்தது’ என்ற கீதாஞ்சலி கவிதை வரிகள் அவர் தன்னை உணர்ந்ததை எடுத்துக் கூறுவதோடு, அவரது எல்லையற்ற இளமை குறித்த ஓர் அறிவிப்பாகவும் திகழ்கின்றன. கீதாஞ்சலியைப் போன்ற கவிதைகளே அவரது இறுதி வார்த்தைகளாகவும், சந்தேகத்திற் கிடமின்றி அவருக்கு உலகப் புகழைப் பெற்றுத் தருவதாகவும் இருந்திருக்கக்கூடும். ஆனால் அதைத் தொடர்ந்து பாலகா கவிதைகள் வெளிவந்தன. அவையும் தன் பங்கிற்கு அவரது இறுதி ஆண்டுகளின் கவிதைகளுக்கு இடமளித்துவிட்டு ஒதுங்கிக் கொண்டன.

வங்காளத்தைச் சேர்ந்த நாவலாசிரியரான பேராசிரியர் பபானி பட்டாச்சார்யா ஒரு தருணத்தில், ரவீந்திரரின் அபரிமிதமான படைப்பூக்கத்திற்கு மிக அருமையானதோர் உதாரணத்தை எடுத்துக் காட்டியிருந்தார்: ‘எங்கும் சூழ்ந்திருக்கும் இறுக்கமான பனியின் கட்டுத்தளையை மீறி, இமயமலைத் தொடரில் எப்படி மலைச்சிகரங்கள் ஒன்றன்பின் ஒன்றாக வானை நோக்கி

உயர்கின்றனவோ, அப்படியே கவிதை, புனைவு, நாடகம், இசை என ஒவ்வொரு துறையிலும் ஒன்றைவிட உயரமான மற்றொரு சிகரமாக அவர் வான் நோக்கி எழும்பிக் கொண்டேயிருந்தார். கோரா நாவலில் அவர் உச்சம் தொட்டார் என்று எதிர்பார்த்தால், அதற்கு முற்றிலும் நேர் எதிரான பார்வையோடு சேஷேர் கவிதா நாவலில் புதியதொரு சிகரத்தை அவர் எட்டிப் பிடித்தார். இதேதான் ஜோகா ஜோக் நாவலுக்கும் நடந்தது.'

கிட்டத்தட்ட அவரது நாவல்கள் அனைத்துமே குறிப்பிட்டதொரு கருத்தை மையமாகக் கொண்டு படைக்கப்பட்டவையே. ஒரு கருத்தை அல்லது தத்துவார்த்த ரீதியிலான ஓர் அடையாளத்தை, வாழ்க்கை மற்றும் செயல் என்ற வடிவத்தின் மூலம் அவர் காட்சிப்படுத்தினார். அவரது ஒவ்வொரு நாவலுமே, அதற்கேயுரிய வடிவத்தில், அதற்கு முன்பு வெளிவந்த நாவலில் இருந்தும், அதற்குப் பின்பு வரவிருக்கும் நாவலில் இருந்தும் முற்றிலும் மாறுபட்ட வகையில் வளர்ச்சி பெற்றிருந்தன.

இத்தகைய தகுதிகளை எல்லாம் சீர்தூக்கி, ரவீந்திரர் மற்ற இலக்கிய வடிவங்கள் அனைத்தையும் உதறி எறிந்துவிட்டு, நாவல்களை மட்டுமே எழுதியிருப்பாரேயானால், அப்போதும்கூட வங்காள இலக்கிய வரலாற்றின் தலைசிறந்ததோர் இலக்கியவாதியாகத் திகழ்ந்திருப்பார் என்று பேராசிரியர் பபானி பட்டாச்சார்யா கூறுவது முற்றிலும் பொருத்தமானதே.

அவரது கோரா (1910), கரே பாயிரே (1915), சார் அத்யாய் (1934) ஆகிய மூன்று நாவல்களுமே தேசியவாதம் என்ற குறுகிய எல்லை மனிதனின் விரிவாக்கத்திற்குத் தடைக்கல்லாக உள்ளது என்பதை எடுத்துக் கூறுவதாக இருந்தன. அதிலும் குறிப்பாக, கரே பாயிரேவும், சார் அத்யாயும் வங்காளத்தில் அன்று கோலோச்சி வந்த தீவிரவாத இயக்கங்களின் உள்ளார்ந்த பலவீனத்தை சுட்டிக்காட்டின. சார் அத்யாய் நாவல் பிரிட்டிஷ் ஆட்சியின் தணிக்கைக்கும் ஆட்பட நேர்ந்தது. கோரா மத அடிப்படைவாதப் போக்கினை கடுமையாகக் கண்டித்து எழுந்த நாவலாகவும் திகழ்ந்தது. அவரது சோக்கேர் பாலி, கரே பாயிரே, நவ்கதூபி ஆகியவை இந்துக் குடும்பங்களில் உள்ள பெண்களின் நிலையை சித்தரித்தன. இவற்றில் சோக்கேர் பாலி, ரிதுபர்ணா கோஷ் இயக்கத்திலும், கரே பாயிரே, சத்யஜித் ரே இயக்கத்திலும் திரைப்படங்களாகவும் வெளிவந்துள்ளன.

1914 நவம்பர் முதல் 1915 மார்ச் வரை சபுஜ் பத்ரா இதழில் நான்கு தவணைகளாக வெளிவந்த சதுரங்க என்ற நாவல் கட்டமைப்பில்

புதுமையான ஒன்றாக அமைந்திருந்தது. இந்த நான்கு பகுதிகள் ஒவ்வொன்றையுமே தனித்தனி சிறுகதைகளாகவும் நம்மால் எடுத்துக் கொள்ள முடியும். ஒவ்வொரு பகுதியிலும் வரும் பாத்திரங்கள் மற்ற பகுதிகளிலும் வருகின்ற அதே நேரத்தில், அவற்றுக்கிடையேயான உறவுச் சிக்கல்கள் தனித்துவமானவை யாகவும் அமைகின்றன. இந்தக் கதைகளில் ஒருவருக்கொருவர் மிக நெருக்கமான மூன்று பேர் ஒரே பெண்ணின் மீது விருப்பம் கொள்கின்றனர். முதல்பகுதியில், ஜக்மோகன், சச்சீஷ், ஸ்ரீபிலாஸ் ஆகிய மூவரும் நனிபாலா என்ற பெண்ணின் மீது மையல் கொள்கின்றனர்; இரண்டாவது, மூன்றாவது மற்றும் நான்காவது பகுதிகளில், சச்சீஷ், ஸ்ரீபிலாஸ், லீலானந்தா ஆகிய மூவரும் முறையே தாமினி என்ற விதவைப் பெண்ணின் மீது மையல் கொள்கின்றனர். பாரம்பரிய இந்துப் பழக்க வழக்கங்களை விமர்சிக்கும் அதேநேரத்தில், அதிர்ச்சியூட்டும் வகையில் அதற்கு மாற்றுகளையும் முன்வைத்தது என்பதே இந்த நாவலின் தனிச்சிறப்பாகும்.

1927 செப்டெம்பர் முதல் 1929 ஏப்ரல் வரையில் விசித்ரா என்ற புதியதொரு இலக்கிய இதழில் தொடராக வெளிவந்து, 1929 ஜூலையில் நூலாக வெளிவந்த ஜோகா ஜோக் நாவல், நடுத்தரவர்க்கக் குடும்பங்களின் உள்ளார்ந்த வாழ்க்கை நிலையை சித்தரித்தது. முதலில், ஒன்றுக்கொன்று விரோதமான இரு குடும்பங்களின் மூன்று தலைமுறைகள் பற்றிய கதை இது என்று அறிவிக்கப்பட்டபோதிலும், பின்னர் நடுத்தர வர்க்கத்தின் எழுச்சியை, அழிந்து கொண்டுவரும் ஜமீன்தார் அமைப்பை சித்தரிப்பதாக உருவெடுத்தது. இதன்வழி 19ஆம் நூற்றாண்டின் இறுதிப்பகுதியில் வெளிப்பட்ட தொழில்முனைவுமிக்க அறிவாளிகளின் உருமாற்றத்தையும் அது எடுத்துக் காட்டியது. இவ்வகையில் ஜோகா ஜோக் நாவலானது மிகவும் அழுத்தமான, சிக்கலான, மனித உணர்வுகளை மிகுந்த தீவிரத்தோடு வெளிக்கொண்டு வரும் நாவலாகத் திகழ்கிறது. அதன் கட்டமைப்பும் இந்தக் கருத்தாக்கத்திற்கு வலுவூட்டுவதாக அமைகிறது.

கதைக் களனில் ரவீந்திரர் தீவிரமாகச் செயல்படத் தொடங்குவதற்கு முன்பாகவே, பங்கிம் சந்திரர், சரத் சந்திரர் போன்ற புகழ்பெற்ற கதாசிரியர்கள் வங்காள மொழியில் உச்சத்தில் இருந்து வந்தனர் என்பது உண்மை. எனினும், அவர்களைவிட வயதில் மிகவும் இளையவரான ரவீந்திரர், தன் காலத்தின் உணர்வுகளை, பிரச்சனைகளை வெளிப்படுத்து வதற்கான ஓர் ஊடகமாக சிறுகதைகளிலிருந்து தொடங்கி,

பெருங்கதை, நாவல் என தொடர்ச்சியாக செயல்பட்டார் என்பது குறிப்பிடத்தக்கது. மேற்கூறிய கதாசிரியர்களின் காலத்திய சமூக, அரசியல் சூழலானது மாற்றம் பெற்றுவந்த நிலையில், இந்தப் புதிய சூழலைப் பிரதிபலிக்கும் கண்ணாடியாக ரவீந்திரர் விளங்கினார். இவ்வகையில் புதிய நூற்றாண்டின் (20ஆம் நூற்றாண்டின்) இலக்கியம் குறித்து அவர் விரிவாக விவாதங்களை எழுப்பி வந்தார். அவரின் இந்தக் கருத்துக்களுக்கு வங்காள இலக்கிய உலகில் கடுமையான எதிர்ப்பு நிலவியது என்பதையும் இங்கு குறிப்பிடுவது அவசியமாகும். இத்தகைய புதிய முயற்சிகளின் மூலமே வங்காள இலக்கிய உலகில் பேச்சு நடைக்கு அழுத்தமானதோர் அங்கீகாரத்தையும் அவரால் பெற்றுத்தர முடிந்தது.

அத்தியாயம் - 5

கட்டுரைகள், கடிதங்கள், சொற்பொழிவுகள்

ரவீந்திரர் பதின்பருவத்தில் எழுதிய ஒரு சில கட்டுரைகளில் இந்தியாவின் முக்கிய ஆளுமைகளைத் தவறாகச் சித்தரித்து வந்த காலனிய வரலாற்று ஆசிரியர்களின் கண்ணோட்டத்தைக் கடுமையாக விமர்சித்திருந்தார். எனினும், இந்திய வரலாற்றாசிரியர்கள் பிரதேசவாரியான வரலாற்றை, அதிலும் குறிப்பாக, அந்தந்தப் பகுதியைச் சார்ந்த மொழிகளிலேயே எழுதிய பிறகே, அவரது விமர்சனக் கண்ணோட்டம் மேலும் கூர்மையானது.

20ஆம் நூற்றாண்டை எட்டவிருந்த நேரத்தில் 1899 ஜனவரியில் அக்ஷய்குமார் மைத்ரேயா வரலாற்றின் சித்திரங்கள் என்ற காலாண்டிதழை தொடங்கியபோது, அதற்கு அனைத்து வகையிலும் ரவீந்திரர் உதவிகரமாக இருந்தார். காலனியவாதிகள் முன்வைத்த வரலாறு குறித்து விமர்சனரீதியான அணுகுமுறையை மேற்கொள்வது என்பதே இந்த இதழின் நோக்கமாக இருந்தது. ‘மற்றவர்களின் பார்வையிலிருந்து நம் நாட்டைப் பார்ப்பதோடு திருப்தியடைந்துவிடக் கூடாது. இந்தியர்களால் எழுதப்பட்ட இந்திய வரலாறு ஒருபக்கச் சார்புடையதாகவும்கூட இருக்கக் கூடும். இருந்தபோதிலும், வெறுப்பும் கருணையற்ற மனமும் கொண்டு ஒருபக்க சார்புத்தன்மையோடு நம் எதிரே உள்ளதைவிட

அது சிறந்ததே ஆகும்' என்று இந்த இதழின் நோக்கத்தை அவர் வரையறுத்துக் கூறினார்.

இவ்வகையில் கலை, அறிவியல், சமூகம் குறித்த சிந்தனைகள், அரசியல், மதம், அழகியல், இலக்கியக் கொள்கைகள், வரலாறு, மொழியியல், கவிதைகளின் அளவுமுறை, இசை என மனித அறிவின் பல்வேறு துறைகளிலும் தனது கருத்துகளை அவர் கட்டுரை வடிவில் தொடர்ந்து வெளியிட்டு வந்தார்.

இவற்றில் வானியலின் விசித்திரங்களை, பேரண்டத்தின் அழகை, சிறு குழந்தைகளுக்கு விளக்கும் வகையில் அவர் எழுதிய 'விஸ்வ பரிச்சய' (அண்டத்தின் அறிமுகம்) என்ற கட்டுரைத்தொடர் மிகவும் புகழ்பெற்றது. அதைப் போன்றே, சபுஜ் பத்ரா இதழில் இலக்கியக் கொள்கைகள் குறித்த விரிவான விவாதங்களை முன்னெடுத்த அவரது கட்டுரைகள் 'சாகித்யா', 'சாகித்யேர் ஸ்வரூப்', 'சாகித்யேர் பாத்தே' என்ற தலைப்புகளில் நூல் வடிவில் வெளியாயின. இந்தியச் செவ்வியல் இலக்கிய மரபு குறித்த விமர்சனங்களை முன்வைப்பதாக 'ப்ராச்சின் சாகித்யா' என்ற கட்டுரைத் தொகுப்பு அமைந்திருந்தது. நவீன இலக்கியம் குறித்த 'அதுனிக் சாகித்யா', நாட்டுப்புற இலக்கியம் குறித்த 'லோக் சாகித்யா' ஆகிய நூல்களும் வெளிவந்தன.

வங்காள மொழியின் வளர்ச்சி குறித்து சபுஜ் பத்ரா இதழில் அவர் எழுதிய கட்டுரைகளின் தொகுப்பாக 'சப்த தத்வா', 'பங்க்ளா பாஷா பரிச்சய்', உரைநடை குறித்த 'சந்தா' ஆகியவை திகழ்ந்தன எனில், 'சங்கீத சிந்தா' என்ற தொகுப்பு இசை குறித்த அவரது சிந்தனைகளை எடுத்துக் கூறுவதாக அமைந்தது. அவரது வாழ்க்கையின் பல்வேறு தருணங்களிலும் நிலவிய அரசியல் சூழல் குறித்த கருத்துகளை அவர் தொடர்ந்து வெளியிட்டு வந்தார். இவை அனைத்தும் 'காலாந்தர்' என்ற தொகுதியில் அடங்கியுள்ளன. அதைப் போன்றே கல்வி குறித்த அவரது சிந்தனைகள் 'சிக்ஷா' என்ற தலைப்பில் வெளியானது.

இந்தியாவில் அதுவரை கண்டிராத வகையில் மக்களிடையே அரசியல் எழுச்சியும் பேரார்வமும் நிலவிக் கொண்டிருந்த நேரத்தில், காந்தி தொடங்கிவைத்த ஒத்துழையாமை இயக்கத்தின் மீதே மக்களின் கவனம் முழுவதும் இருந்துவந்த நிலையில், அந்த இயக்கத்திற்கு எதிரான தன் கருத்துகளை உணர்ச்சிகரமான வகையில் வெளியிட்டு 'உண்மையின் அறைகூவல்' (1921), 'பண்பாடுகளின் சங்கமம்' (1921) ஆகிய இரண்டு கட்டுரைகளை ரவீந்திரர் எழுதினார். வறுமையில் ஆழ்ந்திருக்கும் கிராமத்திற்கு

கல்வியையும் பெருமிதம் மிக்க வாழ்க்கையையும் வழங்குகின்ற ஓர் இந்தியாவை, தெள்ளிய அறிவு நிரம்பிய ஒரு தலைமையின்கீழ் சாதிகளையும் இனங்களையும் ஒன்றிணைப்பதன் மூலம் தன் வலிமையை வளர்த்தெடுத்துக் கொள்கின்ற ஓர் இந்தியாவை, பல்வேறு வகையான பண்பாடுகளைத் தன்னகத்தே கொண்ட ஓர் இந்தியாவை, உருவாக்க வேண்டும் என்ற தனது பேராவலை இந்தக் கட்டுரைகளில் வெளிப்படுத்தியிருந்த ரவீந்திரர், அத்தகையதோர் இந்தியாவே மேற்கத்திய உலகத்துடன் சரிசமமான வகையில் கைகோர்க்க வேண்டும் என்ற தன் இலக்கை வெளிப்படுத்தியிருந்தார்.

வாழ்க்கை நிகழ்வுகளை நினைவுகூரும் வகையில் அவர் எழுதிய கட்டுரைகள் 1912இல் 'ஜீவன்ஸ்மிருதி' என்ற பெயரிலும், சிறுவயது காலத்தை நினைவுகூர்ந்த எழுத்துக்கள் '1940இல் 'செலேபெலா' என்ற பெயரிலும், வாழ்க்கை பாதை குறித்துத் தெரிவிக்கும் எழுத்துகளை உள்ளடக்கிய 'ஆத்ம பரிச்சய்' என்ற நூல் 1943லும் வெளியாயின.

'அங்குமிங்கும் பறவைகள்' என்ற தலைப்பில் அவரது சிந்தனைச் சிதறல்கள் 1916ஆம் ஆண்டில் வெளியானது. இது நேரடியாக ஆங்கிலத்தில் எழுதப்பட்டது. அதைத் தொடர்ந்து 'மீதமுள்ள சிந்தனைகள்' என்ற நூல் 1921ஆம் ஆண்டில் ஆங்கிலத்தில் வெளியானது. இது பின்னர் விரிவுபடுத்தப்பட்டு 1929இல் மறுபதிப்பு செய்யப்பட்டது. சொந்த வாழ்க்கை, இறையியல், தத்துவ விசாரம் ஆகியவற்றின் கலவையாக இந்த நூல் அமைந்திருந்தது. பொருட்களின்மீதும் அதிகாரத்தின் மீதுமான அவரது அருவெறுப்பினை வெளிப்படுத்துவதாக, அழகு, கலை, அன்போடு கூடிய மனித உறவு ஆகியவற்றைப் போற்றிப் புகழ்வதாக இந்தக் கட்டுரைகள் இருந்தன.

ரவீந்திரர், அவரது வாழ்க்கையின் பல்வேறு தருணங்களிலும் உறவினர்கள் மட்டுமின்றி, அன்றைய வங்காளத்தின் பல்வேறு துறைகளைச் சேர்ந்த அறிஞர்களுக்கும் கடிதங்கள் எழுதி வந்துள்ளார். இவை அனைத்தும் மொத்தம் 19 தொகுதிகளாக விஸ்வபாரதி பல்கலைக்கழகத்தால் வெளியிடப்பட்டுள்ளன.

குடும்பத்தினரில் மனைவி மிருணாளினி தேவி, மகன் ரதீந்திரநாத், மருமகள் பிரதிமா தேவி, மகள்கள் மாதுரிலதா (பெலா), மீரா தேவி, பேரன் நிதீந்திரநாத், பேத்தி நந்திதா, அண்ணன் சத்யேந்திரநாத், அவரது மனைவி ஞானதநந்தினி தேவி, அண்ணன் ஜோதீந்திரநாத், அண்ணன் மகள் இந்திரா தேவி, அவரது கணவர் பிரமத சவுதரி

(சபுஜ் பத்ரா இதழின் ஆசிரியர்) ஆகியோருக்கு எழுதிய கடிதங்கள் தொகுக்கப்பட்டுள்ளன.

அதைப்போன்றே வங்காள கிராமப்புறத்தில் அவர் வசித்தபோது, தன் சிந்தனைகளைத் தொடர்ந்து கடிதங்கள் மூலம் அண்ணன் மகள் இந்திரா தேவிக்கு அவர் வெளிப்படுத்தி வந்தார். இந்தக் கடிதங்கள் அனைத்தும் 'சின்ன பத்ராவளி' என்ற பெயரிலும், அவரது நண்பர் பி.சி. மகலனாபிஸ் (இந்தியப் புள்ளியியல் துறையின் தந்தை) அவர்களின் மனைவி நிர்மல் குமாரிக்கு எழுதிய கடிதங்கள் 'பாத்தே ஓ பாத்தேர் ப்ராந்த்தே' என்ற தலைப்பிலும், வாரணாசியில் வசித்து வந்த நண்பரின் மகளான ராணு (பின்னாளில் ராணு அதிகாரி) என்ற சிறுமிக்கு எழுதிய கடிதங்கள் 'பானுசிங்கேர் பத்ராவளி' என்ற தலைப்பிலும், தனித்தொகுதிகளாக வெளியாயின. ரவீந்திரருக்கும் காந்திஜிக்கும் இணக்கமான நண்பராக விளங்கிய, இந்த இரு ஆளுமைகளையுமே தன் இரு கண்களாக நேசித்த, தேசபந்து சி.எஃப். ஆண்ட்ரூஸுக்கு 1913 முதல் 1922 வரை அவர் எழுதிய கடிதங்கள் 'லெட்டர்ஸ் டு எ ஃப்ரெண்ட்' என்ற தலைப்பில் 1928ஆம் ஆண்டில் தனி நூலாக ஆங்கிலத்திலேயே வெளியானது.

அவரது கடிதங்களிலேயே மிகச் சிறந்தவை என்று குறிப்பிடத்தக்கது அண்ணன் மகள் இந்திரா தேவிக்கு 1885 முதல் 1895 வரை எழுதி 'சின்னபத்ரா' (கிழிந்துபோன கடிதங்கள்) என்ற தலைப்பில் வெளியானவை ஆகும். வங்காளத்தின் கிராமப் பகுதிகளில் அங்குமிங்குமாக அவர் அலைந்து கொண்டிருந்த அந்த நாட்களில், தான் கண்ட, அனுபவித்த நிகழ்வுகளைப் படம் பிடித்ததுபோல் இக்கடிதங்களில் எழுதியிருந்தார். அவரே வேறு ஒரு தருணத்தில் கூறியதுபோல, கண்ணுக்கு எதிரே நிகழும் நிகழ்ச்சிகளின் மீது உண்மையிலேயே அன்பிருந்தால்தான், அந்த நிகழ்வுகளை 'ஆற்றொழுக்கான வார்த்தைகளில் வடிக்கவும், இலகுவான சிறகுகளை விரித்தபடி வெட்டவெளியில் நடனமாடுவது போன்று விவரிக்கவும் இயலும்.' இந்தக் கடிதங்களில் வங்காள மொழி உரைநடை அதன் உச்சத்தை எட்டியது. அவற்றில் ஓரிரு எடுத்துக்காட்டுகளை இங்கு தருவது பொருத்தமாக இருக்கும்.

> 'கிராமப்புறங்களில் வாழ்க்கை ஓட்டம் மிக வேகமானதாகவோ அல்லது முற்றிலும் மந்தமானதாகவோ அல்லது மூச்சுத்திணறும் வகையிலோ இருப்பதில்லை. வேலையும் ஓய்வும் ஒன்றோடொன்று கைகோர்த்துச் செல்வது போலவேதான் இருக்கும். மக்களை ஏற்றிச் செல்லும் படகுகள் ஒரு

கரையிலிருந்து மறுகரைக்கு மக்களை சுமந்து செல்கின்றன; கரையோரத்தில் கையில் குடையை ஏந்தியபடி சிலர் நடந்து போகின்றனர்; பெண்கள் அரிசிக்கூடையை ஆற்றில் அமிழ்த்தி அரிசியை அலசுகின்றனர்; விவசாயிகள் முறுக்கிய சணல் பண்டல்களைத் தலையில் சுமந்தபடி சந்தையை நோக்கிச் செல்கின்றனர்; வீழ்த்தப்பட்ட ஒரு மரத்தை இருவர் கோடரிகளால் பிளந்து கொண்டிருக்கின்றனர்; தச்சர் ஒருவர் பழுதடைந்த படகினை அரசமர நிழலில் தலைகீழாகக் கவிழ்த்துப் போட்டு, கருவிகளைக் கொண்டு அதை சீரமைத்துக் கொண்டிருக்கிறார்; கிராமத்து நாய்கள் எவ்வித இலக்குமின்றி கால்வாய்க்கரை ஓரமாக சுற்றிக் கொண்டிருக்கின்றன; மழைக்காலத்தில் செழித்து வளர்ந்திருக்கும் புல்லை நன்றாகத் தின்றுவிட்டு, ஒரு சில பசுக்கள் சூரிய ஒளியில் நிச்சலனமாக ஓய்வெடுத்துக் கொண்டிருக்கின்றன; அவற்றின் மேலே மேயும் ஈக்களைக் காதுமடல்களை ஆட்டியோ, அல்லது வாலை ஆட்டியோ அவை விரட்டுகின்றன; விடாப்பிடியாக முதுகின் மேல் அமர்ந்திருக்கும் காக்கைகள் அங்குமிங்குமாக நகர்வதால் எரிச்சலடைந்து தலையைத் திருப்பிப் பார்த்து அவை தங்கள் எரிச்சலை வெளிப்படுத்துகின்றன; எதையோ தட்டுவது, ஏதோ விழுவது போன்ற சத்தத்தையும், குழந்தைகள் கூச்சலிட்டு விளையாடும் சத்தத்தையும் ஆங்காங்கே கேட்க முடிகிறது; தூரத்தில் படகோட்டி குரலெடுத்துப் பாடும் ஓசை, தண்ணீரில் துடுப்பு துழாவும் ஒலி, செக்கிலிருந்து வெளிப்படும் 'நற நற'வென்ற சத்தம் இவை அனைத்திற்கும் இசைந்த வகையில் பறவைகளின் கீச்சொலியும், அசைந்தாடும் இலைகளின் சலசலப்பும் இருக்கின்றன; இவை அனைத்துமே, மிக விரிவான, அமைதியான, அதேநேரத்தில் கனவு போன்ற மென்மையான ஓர் இசைத் தொகுப்பினை வழங்கும் இசை நிகழ்ச்சியைப் போல் தோற்றமளிக்கின்றன.'

இதற்கு நேர் எதிரான மற்றொரு சித்தரிப்பு இதோ:

'இந்த மணற்பகுதி தொடுவானத்தைத் தொட்டுவிடுவதைப் போல நீண்டு கொண்டே போகிறது. அதில் ஒரு வீடோ, அல்லது ஒரு மரமோ கூட இல்லை. அங்கே எந்தவித அசைவோ, உயிர்ப்போ, அடர்ந்த புல்வெளி, சோளக்கதிர், பழங்கள், பறவைகள், விலங்குகள் என்ற எந்தவொரு வகையும் தென்படவில்லை; யாருமில்லாத, இடைவெளியற்ற வெற்றிடம்; அதனருகே பத்மா நதி அமைதியாக ஓடிக்

கொண்டிருக்கிறது; எதிர்க்கரையில் குளிக்குமிடம்; படகு ஒன்று நங்கூரமிட்டு நிற்கிறது; மக்கள் குளித்துக் கொண்டிருக் கிறார்கள்; தென்னந்தோப்பும் மாந்தோப்பும் தென்படுகின்றன; மாலைநேரத்தில் அங்கே சந்தையின் இரைச்சலையும் கேட்க முடிகிறது; தூரத்தில் பாப்னா கரைப்பகுதியில் மரங்கள் வரிசையாக இருப்பதையும் என்னால் காண முடிகிறது; இவ்வாறு நோக்கும்போது ஓரிடத்தில் நதிநீர் கருநீலமாகவும், மற்ற இடங்களில் வெளிறிய நீலமாகவும், பிறகு பச்சை, அதன்பிறகு மண்ணின் பழுப்பு நிறத்தில் தென்படுகிறது; இவற்றுக்கு இடையேதான் ரத்தப்போக்கில்லாத மரணத்தைப் போல, வெளுத்துப்போய், சோகையாய்த் தோன்றும் இந்தப் பகுதி இருக்கிறது. அந்தி சாயும் நேரத்தில் இந்த மணற் பகுதியில்தான் நான் தன்னந்தனியாக இருக்கிறேன்.'

இயற்கையின் இவ்வளவு தெள்ளத்தெளிவான சித்திரத்தை அவரது கவிதைகளிலும்கூட நம்மால் காண முடியாது. இந்தக் கடிதங்களில், அவர் பின்னாளில் எழுதவிருந்த புகழ்பெற்ற பல படைப்புகளின் தொடக்கப் புள்ளிகளை நம்மால் அடையாளம் காணமுடியும்.

அதைப்போன்றே, ரவீந்திரரின் கடிதங்களின் ஏழாவது தொகுதியாக விஸ்வபாரதியால் வெளியிடப்பட்ட நூல் ரவீந்திரர் தன் நண்பரும் அறிவியல் அறிஞருமான ஜகதீஷ் சந்திர போஸிற்கு எழுதிய 36 கடிதங்களையும், போஸின் மனைவி அபலாவிற்கு எழுதிய ஏழு கடிதங்களையும் உள்ளடக்கியதாக அமைந்திருந்தது. இந்தக் கடிதங்கள் அவர்கள் இருவரின் பரஸ்பர அன்பை வெளிப்படுத்துவதாக இருந்தன. அவற்றில் ஓரிரு கடிதங்களைப் பார்ப்போம்.

ஷெலிதஹாவில் இருந்து 1900 செப்டெம்பர் 17 அன்று ரவீந்திரர் இந்தக் கடிதத்தை எழுதியிருந்தார்:

'வெற்றியோடு நீங்கள் வங்காளத்திற்குத் திரும்புகையில், உங்கள் வெற்றியை நாங்கள் பங்கிட்டுக் கொள்வோம். நீங்கள் என்ன சாதனை புரிந்தீர்கள் என்பதை நாங்கள் அறிந்து கொள்ள வேண்டிய அவசியமில்லை. அதைப் பற்றி நாங்கள் கவலைப்படவோ உங்களுக்காகப் பணத்தைச் செலவழிக்கவோ அல்லது நேரத்தை வீணடிக்கவோ அவசியமும் இல்லை. ஆங்கிலேயர்களின் வாயிலிருந்து வெளிவரும் புகழுரைகளை தி டைம்ஸ் நாளிதழ் வார்த்தைகளாக வெளியிடும்போது அவை அனைத்தையும் நாங்கள் எடுத்துக் கொண்டுவிடுவோம். அவ்வளவுதான். அதன்பிறகு நமது நாட்டின் புகழ்பெற்ற ஒரு

பத்திரிக்கையோ அல்லது இதழோ, நாமும் கவனத்திற்கு உரியவர்கள்தான் என்று எழுதும். மற்றொன்று, அறிவியல் உலகில் ஒன்றன்பின் ஒன்றாக நாம் கண்டுபிடிப்புகளை செய்துவருகிறோம் என்று மார் தட்டிக் கொள்ளும். இப்போது யாரும் உங்களைப் பற்றிக் கவலைப்பட மாட்டார்கள். ஆனால் நீங்கள் வெற்றிக்கனியைப் பறித்துத் தாய்நாட்டிற்குத் திரும்பும்போது, அதை எங்களுக்கே ஆனதாக கூறிக் கொள்வோம். உழுவது, விதைப்பது உங்கள் வேலை; உங்கள் உழைப்பின் பலன்களை அனுபவிப்பது நாங்கள் அனைவருமே. எனவே உங்கள் முயற்சியில் நீங்கள் வெற்றி பெற்றால், உங்களை விட அதிகமான பலனை நாங்கள்தான் அடையப் போகிறோம்!'

1901 ஜுன் 4ஆம் தேதியன்று எழுதிய கடிதமோ ஆனந்தக் கூத்தாடும் ரவீந்திரரின் மனநிலையை சித்தரிப்பதாக அமைந்திருந்தது:

'நான் ஆசிர்வதிக்கப்பட்டவனாகிவிட்டேன். வெற்றி எனக்கு மணிமகுடம் சூட்டியுள்ளது! இன்று காலை உங்கள் கடிதம் கிடைத்ததில் இருந்து நான் புதியதோர் உலகிற்குள் சென்று விட்டேன். உங்கள்மூலம் கடவுள் இந்தியாவை அவமானத்தி லிருந்து காத்துவிட்டார். அவரது காலடியில் என் தலை வைத்துத் தொழுகிறேன். நம் நாட்டிற்குப் பெருமை தேடித்தரும் ஒளிமிகுந்த பாதையை என்னால் இப்போது காண முடிகிறது. எனது வந்தனங்களை உங்களுக்குத் தெரிவிக்க விழைகிறேன். என் இனிய நண்பரே! என் மனமுவந்த பாராட்டுதல்களை ஏற்றுக்கொள்ளுங்கள். உங்களுக்கு எப்போதும் வெற்றி கிட்டட்டும்! நம் தாய்நாட்டிற்குப் பேரையும் புகழையும் அள்ளி வருவீராக! இந்தியாவின் பண்டைய முனிவர்களைப் போலவே, இந்த நவீன யுகத்திலும் அறிவு என்ற புனித வேள்வித் தீயை ஏற்றுவீராக!

இன்னும் 10-12 நாட்களில் என் மூத்த மகள் பெலாவிற்குத் திருமணம். உங்களின் வெற்றி இந்தக் கொண்டாட்டங்களின் மகிழ்ச்சியை இரட்டிப்பாக்கிவிட்டது. கண்ணுக்குத் தெரியாத உங்களின் ஒளிக்கதிர்களின் மூலம் இங்கு திரண்டிருப்போருக்கு நீங்கள் மகிழ்ச்சியை வாரி வழங்கியிருக்கிறீர்கள். என் கவலைகள் அனைத்தும் இப்போது பறந்தோடிவிட்டன. நீங்கள் வெற்றி மகுடம் சூட்டும்போது, உங்கள் அருகில் இருந்து, கைகளைக் குலுக்கி, வாழ்த்துத் தெரிவிக்க முடியவில்லை என்பதுதான் எனது ஒரே வருத்தம்.'

அதைப்போன்றே பதின்பருவத்தில் அவர் மேற்கொண்ட உள்நாட்டு, வெளிநாட்டுப் பயணங்களின் அனுபவங்களை 'பாரதி' போன்ற குடும்ப இதழ்களில் அவர் தொடர்ந்து எழுதியதைப் போலவே, நோபல் பரிசுக்குப் பிறகு அவர் மேற்கொண்ட பல்வேறு வெளிநாட்டுப் பயணங்களின் அனுபவங்களையும் எழுதி வந்தார். குறிப்பாக, அவரது ருஷ்யப் பயணம் குறித்த கடிதங்கள் 'ருஷ்யாவிலிருந்து கடிதங்கள்' என்ற தலைப்பில் தனிநூலாக வெளியானது.

ஆங்கிலேய அறிஞரான கில்பெர்ட் முரேவும் ரவீந்திரரும் பண்பாட்டுரீதியான ஒத்துழைப்பு குறித்து ஒருவருக்கொருவர் எழுதிக் கொண்ட கடிதங்கள் பின்னர் லீக் ஆஃப் நேஷன்ஸ் அமைப்பின் ஓர் அங்கமாக பாரீஸில் இருந்து செயல்பட்டு வந்த அறிவார்ந்த ஒத்துழைப்பிற்கான சர்வதேச நிலையத்தின் சார்பில் 'கிழக்கும் மேற்கும்' என்ற தலைப்பில் 1935ஆம் ஆண்டில் வெளியானது.

1912இல் அமெரிக்கா சென்றிருந்தபோது, இல்லினாய்ஸில் யுனிடேரியன் கழகத்தில் அவர் ஆற்றிய உரைகளை அடிப்படையாகக் கொண்டு, ஹார்வார்ட் பல்கலைக்கழகத்தில் எட்டு சொற்பொழிவுகளை நிகழ்த்தினார். இதுவே 1913இல் 'சாதனா: வாழ்வை உணர்தல்' என்ற தலைப்பில் தனிநூலாக ஆங்கிலத்தில் வெளியானது. மேற்குலகில் இந்த நூல் மிகப்பெரும் வரவேற்பைப் பெற்றது. வெளியான ஒரே ஆண்டிற்குள் எட்டு பதிப்புகளைக் கண்ட இந்த நூல் அதிகரித்துக் கொண்டே வந்த அவரது புகழுக்குச் சான்றாக இருந்தது.

இதைத் தொடர்ந்து, 1916ஆம் ஆண்டில் வட அமெரிக்காவில் அவர் ஆற்றிய சொற்பொழிவுகளின் தொகுப்பு 'ஆளுமை' என்ற தலைப்பில் 1917ஆம் ஆண்டு வெளியானது. இதன்மூலம் வெளிப்பட்ட கல்வி, பெண்கள், கலை, ஆளுமை உருவாக்கம், தியானத்தின் முக்கியத்துவம் போன்றவை குறித்த ரவீந்திரரின் சிந்தனைகள் பெருமளவிற்கு அமெரிக்க மக்களைக் கவர்ந்திழுக்க வில்லை. இந்த நூல் சாதனாவைப் போன்ற வரவேற்பினைப் பெறவில்லை.

அதைப்போன்றே அமெரிக்காவிலும் ஜப்பானிலும் நாட்டுப்பற்று என்ற பெயரில் வெளிப்பட்ட தேசிய வெறியுணர்வைக் கண்டித்து அவர் நிகழ்த்திய சொற்பொழிவுகள், அந்தந்த நாட்டு மக்களிடையேயும் அறிஞர்களிடையேயும் கடுமையான

எதிர்ப்பினை எதிர்கொண்டன. இவை 1917இல் 'தேசியவாதம்' என்ற தலைப்பில் தனியொரு நூலாக வெளியானது.

'அனைத்துலக மக்களின் ஆன்மீக ரீதியான ஒற்றுமையை அடையவேண்டுமெனில், தேசியவாதம் என்ற பிரிவினைவாதக் குழுக்களைக் கடந்து வரவேண்டிய அவசியம் உள்ளது' என்று அவர் குறிப்பிட்டார். இந்திய சமூகத்தைப் பொறுத்தவரையில், 'நமது வாழ்க்கை வெளிப்புற அம்சங்களில் எளிமையானதாகவும், ஆழ்மனதில் செறிவான ஒன்றாகவும் இருக்கட்டும். பொருளாதார ரீதியான சுரண்டல், மோதல்கள் என்பவற்றிற்குப் பதிலாக சமூகரீதியான ஒத்துழைப்பின் அடிப்படையில் நமது நாகரீகம் உறுதியோடு நிற்கட்டும்!' என்று அவர் குறிப்பிட்டார்.

மனித குலத்தின் பெயரால் ரவீந்திரர் இத்தகைய வேண்டுகோள்களை விடுத்தபோதிலும், அமெரிக்க, ஜப்பானிய மக்கள் மட்டுமின்றி, இந்தியர்களும் அவற்றை வெறுத்து ஒதுக்கினர். 'அவர் கூறியது மிகச் சரியான முன்னெச்சரிக்கையாக இருந்த போதிலும், அவரது உரைகளுக்கான காலம் பொருத்தமானதாக இருக்கவில்லை' என ரவீந்திரரின் வாழ்க்கை வரலாற்று ஆசிரியரான கிருஷ்ணா கிருபளானி கருத்து தெரிவித்திருந்தார்.

ஜப்பானிய ஆட்சியாளர்கள் எந்த அளவிற்கு ரவீந்திரரின் இந்த உரைகளை வெறுத்தார்கள் என்பதற்கு ஓர் உதாரணம்தான் அவரது சொற்பொழிவுகளை ஜப்பானிய மொழியில் மொழிபெயர்க்க முனைந்த ஒசாகா பல்கலைக்கழகப் பேராசிரியர் மசாகியோ மியாமோட்டோ அவர்கள் சிறையில் அடைக்கப்பட்டதாகும்.

எனினும் தேசியம் என்ற குறுகிய வாதத்தின் அபாயங்கள் குறித்த ரவீந்திரரின் கருத்துக்கள் இன்றும், அவை வெளியிடப்பட்ட நூறாண்டுகளுக்குப் பிறகும் கூட, பொருத்தமுடையதாகவே திகழ்கின்றன. 'இனவாதத்தினால் உருவான பிரிவினை உணர்விற்கு மிகவும் அறிவுபூர்வமான தீர்வு இது' என்று மானுடவியல், தத்துவ இயல் அறிஞரான எட்வர்ட் செய்த் குறிப்பிட்டிருந்தார்.

சிறப்பான மொழிநடையில் 'சிந்தனைகள்' தொகுப்பு இருந்த போதிலும், 1929க்குப் பிறகு அது கண்ணில் படாமல் போனது. அதற்குக் காரணம், 1930ஆம் ஆண்டில் ஆக்ஸ்ஃபோர்ட் பல்கலைக் கழகத்தில் அவர் வழங்கிய ஹிப்பர்ட் நினைவு சொற்பொழிவுகள் 'மனிதனின் மதம்' என்ற தலைப்பில் தனிநூலாக வெளியாகி மிகப்பெரும் வரவேற்பினை மேற்குலகில் பெற்றதே ஆகும்.

இதற்கிடையே 1925இல் 'சீனாவில் உரைகள்' என்ற நூலும் வெளியானது.

ஹிப்பர்ட் நினைவு சொற்பொழிவானது மதம் என்ற நிறுவனம் குறித்த அவரது கருத்துக்கள், முந்தைய எழுத்துகளில் விரவிக் கிடந்த தத்துவார்த்தரீதியான நம்பிக்கைகள் ஆகியவற்றை எடுத்துக் கூறுவதாக இருந்தது. உபநிடதங்கள், வங்காளத்தின் நாட்டுப்புற பாரம்பரியங்கள், கீழைத்தேய தத்துவ ஞானிகளின் அறிவுரைகள் ஆகியவற்றோடு, இயேசு கிறித்து, ஜொராதுஸ்ட்ரா (பார்சி) ஆகியோரின் தத்துவ விசாரணைகள் குறித்தும் இந்தச் சொற்பொழிவு எடுத்துக் கூறியிருந்தது.

இந்த ஆக்ஸ்ஃபோர்ட் சொற்பொழிவுகள் அடங்கிய 'மனிதனின் மதம்' என்ற நூல் மட்டுமே அன்றிலிருந்து இன்றுவரை மேற்கத்திய ஆர்வலர்களால் பெரிதும் போற்றப்பட்டு, பல பதிப்புகளைக் கண்டுள்ளது. ஆங்கிலத்தில் அவர் எழுதிய இறுதி கட்டுரைத் தொடர் என்றே இதைக் கூறலாம்.

எனினும் 1933இல் ஆந்திரா பல்கலைக்கழகத்தில் அவர் ஆற்றிய சொற்பொழிவுகள் 'மனிதன்' என்ற தலைப்பில் 1937இல் தனிநூலாக வெளியானது. அதைப் போன்றே, பல்வேறு நேரங்களில் அவர் மேற்கொண்ட தென்னிந்தியப் பயணங் களின்போது, அன்றைய மதராஸ் நகரில் 'காடுகளின் செய்தி' (1919 மார்ச்), 'நவீன காலத்தின் உணர்வு', 'இந்திய வரலாறு குறித்த பார்வை' (1922 செப்டெம்பர்), 'கல்வியின் நோக்கங்கள்' (1922 அக்டோபர்), 'வங்காள மறுமலர்ச்சியும் நானும்' (1934 அக்டோபர்) ஆகிய தலைப்புகளில் அவர் உரைகளை நிகழ்த்தியிருந்தார். இதைப் போன்றே, இந்தப் பயணங்களின்போது, மைசூர், ஹைதராபாத், கோவை, சேலம், மதுரை, திருச்சி, தஞ்சாவூர், மதனபள்ளி ஆகிய நகரங்களிலும் பல்வேறு தலைப்புகளில் அவர் சொற்பொழிவுகளை நிகழ்த்தியிருந்தார். 1922இல் அவரது இலங்கைப் பயணத்தின்போது கொழும்பு நகரில் 'விஸ்வபாரதியின் முன் உதாரணம்', 'இந்தியாவின் பல்கலைக்கழகங்கள்', 'எனது வாழ்க்கைப் பணியின் வளர்ச்சி' ஆகிய தலைப்புகளில் அவர் சொற்பொழிவுகளை ஆற்றியிருந்தார்.

இறுதியாக, அவரது 80வது ஆண்டு நிறைவினை ஒட்டி சாந்தி நிகேதனில் 1941 ஏப்ரல் 14 அன்று வங்காளி வருடப்பிறப்பினை ஒட்டி நிகழ்த்தவிருந்த உரைக்காக, அவர் சொல்லச்சொல்ல எழுதப்பட்ட 'நாகரிகத்தின் நெருக்கடி' என்ற சொற்பொழிவு

நிகழ்விற்கு வந்திருந்தோர் முன்னிலையில் படிக்கப்பட்டது. ஒன்றுபட்ட ஓர் உலகம் என்ற ரவீந்திரரின் கனவு எப்படி நொறுங்கிப் போனது என்பதை, அப்போது நடைபெற்றுவந்த இரண்டாம் உலகப்போரின் பின்னணியில், மிகுந்த கழிவிரக்கத்துடன் அவர் இந்த உரையில் குறிப்பிட்டிருந்தார். எனினும், மானுடமே இறுதியில் வெல்லும் என்ற தனது அசையாத நம்பிக்கையையும் அவர் உறுதிபடவே கூறியிருந்தார்.

‘சுற்றுமுற்றும் பார்க்கும்போது பெருமைமிக்கதொரு நாகரிகத்தின் நொறுங்கிப்போன இடிபாடுகள் பயனற்றதொரு குவியலாக என்னைச் சுற்றிச் சிதறிக் கிடப்பதைக் கண்டேன். எனினும், மனித இனத்தின் மீதான நம்பிக்கையை இழப்பது என்ற மாபெரும் பாவச்செயலை நான் ஒருபோதும் செய்ய மாட்டேன்’ என்று அவர் குறிப்பிட்டிருந்தார்.

அத்தியாயம் - 6

ரவீந்திரரும் ஓவியக் கலையும்

16ஆம் நூற்றாண்டின் இறுதியில்தான் வங்காளம் முழுமையாக முகலாயர் ஆட்சிக்குள் வந்தது. ஒரு நூற்றாண்டிற்குப் பிறகு வங்காள நவாபாக இருந்த அலிவர்தி கான் ஆட்சிக் காலத்தில்தான் ஓவியக் கலைக்கு அரசின் ஆதரவு கிடைக்கத் தொடங்கியது. இந்தக் காலத்தில் தீட்டப்பட்ட ஓவியங்கள், முகலாய பாரம்பரியத்தைப் பின்பற்றுவதாக இல்லாமல், 'மதுமாதவி ரங்கினி' என்று அழைக்கப்பட்ட, உள்ளூர் பாணியைக் கொண்டதாக அமைந்திருந்தன. இவை முகலாய பாணியிலிருந்து முற்றிலும் மாறுபட்டதாக இருந்தன.

18ஆம் நூற்றாண்டின் நடுப்பகுதியில், வங்காளம் கிழக்கிந்தியக் கம்பெனியின் முக்கிய ஆட்சிப் பகுதியாக மாறிய நிலையில், வங்காள பாணி ஓவியம் ஐரோப்பிய பாணியின் செல்வாக்கிற்கு ஆட்படத் தொடங்கியது. இதனை 19-20ஆம் நூற்றாண்டு ஓவியங்களில் நம்மால் காண முடியும்.

இந்தப் பின்னணியில், மீண்டும் வங்காள வகைப்பட்ட பாணியை ஓவியத்துறையில் மீட்டெடுத்தவராக அபனீந்திரநாத் தாகூர் (1871-1951) விளங்குகிறார். இத்தாலி, பிரிட்டிஷ் ஓவியர்களிடம் பயிற்சி பெற்றபோதிலும், இந்திய வகைப்பட்ட ஓவியப் பாணியிலேயே நாட்டம் கொண்டவராக அவர் இருந்தார். அஜந்தா, ராஜபுதன, பாரசீக, முகலாய, பழங்குடி வகைப்பட்ட

ஓவியங்களோடு கூடவே, ஜப்பானிய பாணி ஓவியங்களும் அவர்மீது செல்வாக்கு செலுத்தின.

இவரது பன்முகத் திறமையைக் கண்டு வியந்த அன்றைய கல்கத்தா கலைக்கல்லூரியின் முதல்வரான ஈ.பி. ஹாவெல் அவரை வரவேற்று கல்லூரியின் உதவி முதல்வராக்கினார். தன் மாணவர்களோடு உற்சாகத்தோடு செயல்பட்ட தருணத்திலேயே, வங்காளி கலைப்பாணி என்றழைக்கப்பட்ட புதியதொரு பாணியை அவர் உருவாக்கினார். இதில் நந்தலால் போஸ் (பின்னாளில் சாந்திநிகேதனில் கலா பவன் முதல்வர்), அசித் ஹல்தார், அப்துர் ரஹ்மான் சுக்தாய், முகுல் டே ஆகியோர் அவரது புகழ்பெற்ற மாணாக்கர்களாகத் திகழ்ந்தனர்.

இவரது அண்ணன் காகனேந்திரநாத் தாகூர் (1867-1938) வங்காளி-ஜப்பானிய கலைஞர்களிடம் பயிற்சி பெற்றவர். எனினும் தன் இளைய சகோதரர் போன்று பழைய இந்தியப் பாணியை அவர் பின்பற்றவில்லை. மாறாக, பிரெஞ்சுப் பாணியில் பெரிதும் நாட்டம் கொண்ட அவர், அன்றைய க்யூபிச இயக்கத்தின் தாக்கம் பெற்றவராகவும் இருந்தார். அதைப் போலவே கேலிச்சித்திரம் (கார்ட்டூன்) வரைவதிலும் தனித்திறன் பெற்றவராகத் திகழ்ந்தார்.

இவர்கள் இருவரின் இளைய சகோதரியான சுனயானி தேவி பாரம்பரிய இந்தியப் பாணியைப் பின்பற்றிய ஓவியராகத் திகழ்ந்தார். இவரது பாணியின் தாக்கத்தைப் பின்னாளில் பெரும்புகழ்பெற்ற ஓவியரான ஜாமினி ராயின் ஓவியங்களில் நம்மால் காண முடியும். சுனயானி தேவியின் மகள் பிரதிமா தேவி ரவீந்திரரின் மருமகளும் ஆவார். அவருடன் இந்தோனேசியா, ஜாவா, சுமத்ரா பயணத்தின்போது எதிர்கொண்ட கலை வடிவத்தைப் பின்பற்றி, ஸ்ரீநிகேதனின் கைத்தொழில் பள்ளி மாணவர்களின் மூலம், இன்று பாட்டிக் என்று நாடுமுழுவதிலும் புகழ்பெற்ற அச்சுவகை ஓவியங்களை அறிமுகப்படுத்தினார். அதைப் போன்றே, சாந்திநிகேதனில் அல்பனா (தமிழ்நாட்டின் மாவுக் கோலம்) ஓவியக்கலையை பெருமளவிற்கு வளர்த்தெடுத்தவரும் அவரே.

1870களில், தாகூரின் குடும்பத்திற்கே உரிய வகையில், உரிய ஆசிரியரைக் கொண்டு அவருக்கு ஓவியம் வரையக் கற்றுக் கொடுத்தபோதிலும், பதின்பருவ வயதில் கவிதையின் மீதிருந்த நாட்டத்தில் ரவீந்திரர் ஓவியத்தின்மீது கவனம் செலுத்தவில்லை. இத்தனைக்கும் அவருக்கு மிக நெருக்கமான அண்ணனான

ஜோதீந்திரநாத் தனிநபர்களை ஓவியமாக வரையும் கலையில் தனித்திறன் பெற்றிருந்தார். எனினும், அந்த வயதிற்கேயுரிய வகையில், நிச்சலனமாக, பென்சில் கொண்டு எதையாவது கிறுக்கிக் கொண்டிருப்பது அவரது வழக்கமாக இருந்தது. ‘அவரது பின்னாளைய ஓவியங்களை ஒப்பிடும்போது, இந்தக் கிறுக்கல்கள் மிகச் சிறந்தவையாகவும், மிக நுணுக்கமான கைத்திறனை வெளிப்படுத்துவதாகவும் இருந்தன’ என்று வங்காளி ஓவிய விமர்சகர் கிட்டிஷ் ராய் ஒரு தருணத்தில் கருத்து தெரிவித்திருந்தார்.

ரவீந்திரரும் கூட 1890களில் இந்திரா தேவிக்கு எழுதிய கடிதத்தில், ‘ஓவியம் என்னைக் கவர்ந்திழுக்கத்தான் செய்கிறது. என்றாலும் அதன் கவனத்தை கவர்ந்திழுக்கும் வயதை நான் கடந்து வந்துவிட்டேன்’ என்று குறிப்பிட்டிருந்தார். 1900இல் தனது நண்பரும் உலகப்புகழ்பெற்ற அறிவியல் அறிஞருமான ஜகதீஷ் சந்திர போஸுக்கு எழுதிய ஒரு கடிதத்தில் ‘ஓவிய குறிப்பேட்டில் நான் இப்போது படம் வரைந்து கொண்டிருக்கிறேன் என்று சொன்னால், உங்களுக்கு ஆச்சரியமாகத்தான் இருக்கும். என்றாலும், எனது ஓவியங்கள், பாரீஸ் நகர ஓவியக் கண்காட்சிக் கூடங்களில் வைக்கத் தகுந்தவை அல்ல’ என்றும் அவர் குறிப்பிட்டிருந்தார்.

ஆனால், அடுத்த 25 ஆண்டுகளில் அவரது கிறுக்கல்கள் படிப்படியாக ஒரு வடிவம் பெறத் தொடங்கி, அடுத்த 30 ஆண்டுகளில் பாரீஸ் நகரின் ஓவியக் கண்காட்சிக் கூடம் ஒன்றில் அவரது ஓவியங்கள் காட்சிக்கும் வைக்கப்பட்டன என்பதே வரலாறு. இந்த இடைக்காலப் பகுதியில் ஓவியம் குறித்த, குறிப்பாக மேற்கத்திய, கீழைத்தேய ஓவியம் குறித்த தரவுகள், அவர் மனதில் படிப்படியாகப் பதியத் தொடங்கின என்பதை அடுத்தடுத்து வந்த நிகழ்வுகள் தெரிவிக்கின்றன.

1913ஆம் ஆண்டில் அமெரிக்கப் பயணத்தின்போது சிகாகோ நகரில் இருந்த கலா மண்டபத்தில் நடைபெற்று வந்த ஆர்மரி கண்காட்சியை அவர் பார்வையிட்டிருந்தார். பாப்லோ பிக்காசோ உள்ளிட்டு, மேற்கத்திய உலகின் நவீனக் கால ஓவியர்களின் படைப்புகளை முதன்முதலாகக் கண்ணுற்ற இந்தியக் கலைஞரும் அவராகத்தான் இருப்பார்.

1916ஆம் ஆண்டில் அவர் ஜப்பானுக்குப் பயணம் மேற்கொண்ட நேரத்தில்தான் கீழைத்தேய கலைகளின் மீதான ஆர்வம் அவருள் முகிழ்க்கத் தொடங்கியது. இயற்கையோடு இயைந்த அவர்களது ஓவியங்கள் அவர்மீது செல்வாக்கு செலுத்தின.

இந்தப் பின்னணியில்தான் சாந்திநிகேதனில் கல்வியோடு கூடவே கலையின்மீதும் மாணவர்கள் கவனம் செலுத்தவேண்டும் என்ற எண்ணத்தோடு, 1919இல் புதியதொரு கலைப்பள்ளியை (கலா பவன்) அவர் தொடங்கியதோடு, வங்காள பாணி ஓவியங்களில் புகழ்பெற்றவரான நந்தலால் போஸை அதன் முதல்வராகவும் நியமித்தார்.

1920இல் லண்டனில் தான் கேட்ட ஒரு சொற்பொழிவிற்குப் பிறகு, வியன்னாவைச் சேர்ந்த கலை வரலாற்று ஆசிரியரான ஸ்டெல்லா க்ராம்ரிச் என்பவரை சாந்திநிகேதனுக்கு வருகை தருமாறு அவர் கோரியிருந்தார். அவரது வேண்டுகோளை ஏற்று, 1921 டிசம்பரில் சாந்திநிகேதன் வந்து சேர்ந்த க்ராம்ரிச், அங்கு மேற்கத்திய கலையின் வரலாற்றை 47 தொடர் சொற்பொழிவுகளில் அங்கிருந்த மாணவர்களுக்கு அறிமுகம் செய்து வைத்தார். இந்த நிகழ்வில் ரவீந்திரரும் மாணவர்களோடு சேர்ந்து கலந்துகொண்டதோடு, க்ராம்ரிச்சின் மொழிபெயர்ப்பாளராகவும் செயல்பட்டார்.

1922ஆம் ஆண்டில் ஜெர்மனியின் பாஹாஸ் கலைக்கூடத்தில் இருந்து பால் க்ளீ, வாசிலி கண்டின்ஸ்கி ஆகியோரின் படைப்புகளையும் உள்ளடக்கிய மேற்கத்திய நவீன ஓவியங்களின் கண்காட்சியும் அவரது முன்முயற்சியில் கல்கத்தாவில் நடைபெற்றது.

அடுத்த 20 வருடங்களில் இந்தியாவின் கலாசார அடையாளத்தை வரையறுக்கும் புதியதோர் இயக்கத்தின் முக்கிய களமாக சாந்திநிகேதன் மாறியது. அங்கிருந்த கலாபவன் ஆசிரியர்களான நந்தலால் போஸ், பினோத் பிஹாரி முகர்ஜி, ராம் கிங்கர் பைஜ் ஆகியோர் ஓவியத் திறனின் வரம்பை நீட்டித்துக் கொண்டே போயினர். வண்ண ஓவியங்களைத் தீட்டும் அறை (ஸ்டுடியோ)யிலிருந்து ம்யூரல் என்று அழைக்கப்படும் நீண்ட சுவர்ச்சித்திரங்கள் உள்ளிட்டு களிமண் சிற்பங்கள், புத்தக வடிவமைப்பு, நெசவு, பீங்கான் பொருட்கள், அறைகலன், நாடக மேடை அலங்காரம், உடைகள், அலங்கார அணிவகுப்பு என ஒரு விரிந்து பரந்த உலகத்திற்கான வடிவமைப்புக் கலையை மேலும் மேலும் விரித்துக் கொண்டே போனது கலாபவன்.

1924 ஜூலையில் பெரு நாட்டின் அழைப்பிற்கிணங்க கல்கத்தாவிலிருந்து புறப்பட்ட ரவீந்திரர், உடல் நலிவின் காரணமாக அர்ஜெண்டினாவில் தங்கி, அங்கு ஒகாம்போவின் விருந்தோம்பலில் தங்கியிருந்த காலத்தில், இந்தக் கிறுக்கல்களின் பரப்பு விரிந்து கொண்டு போனது. கதை, கவிதைகளுக்கான

கையெழுத்துப் பிரதிகளில் மேற்கொண்ட அடித்தல் திருத்தல்களை பேனாவினாலேயே ஓர் ஓவியமாக மாற்றும் முறையை அவர் தொடர்ந்து கையாண்டு வந்தார். இது, மிகச் சிறிய திருத்தம் என்பதிலிருந்து, ஒரு பக்கத்தின் பெரும்பான்மையான பகுதியை அடைத்துக் கொள்ளும்படியான சித்திரமாக வடிவெடுத்தது. ஓகாம்போவும் தனது நினைவலைகளில் ரவீந்திரரின் இந்த மறைமுகமான ஓவியப் பயிற்சியைப் பற்றிக் குறிப்பிட்டிருந்தார்.

தொடக்கத்தில் தனது ஓவியத் திறமையின்மீது ரவீந்திரருக்குப் பெரிதும் நம்பிக்கை ஏற்படவில்லை என்றே தோன்றுகிறது. 1930ஆம் ஆண்டில் தன் ஐரோப்பியப் பயணத்தைத் தொடங்குவதற்கு முன்பாக, தனது நீண்ட நாள் நண்பரும் லண்டன் ராயல் கலைக்கல்லூரியின் முதல்வருமான வில்லியம் ரொதென்ஸ்டீனிடம் அவர் இவ்வாறு கூறியிருந்தார்: ‘எனது ஓவியங்கள் பயிற்சி அளிக்கப்படாத விரல்களால், பயிற்சி பெறாத மனதினால் உருவாக்கப்பட்டவை என்ற வகையில், பார்வையாளர்களிடையே உளவியல் ரீதியான ஓர் ஆர்வத்தை ஏற்படுத்துவதாகவும் இருக்கக்கூடும். இந்தியப் பாணியிலான ஓவியங்கள் என்று அவற்றை வகைப்படுத்திவிட முடியாது என்றுதான் நான் உறுதியாக நம்புகிறேன். ஒருவகையில், எனது அனுபவமின்மை, தனிப்பட்ட வரம்புகள் ஆகியவற்றிலிருந்து உதித்தவை என்ற நிலையில், அவற்றுக்கு என்றே ஒரு தனித்துவமும் அசல் தன்மையும் உள்ளன.’

அவரது ஓவியங்களின் முதல் கண்காட்சி, ஐரோப்பாவின் கலைநகரமாக அனைவராலும் ஏற்றுக் கொள்ளப்பட்ட பாரிஸ் நகரில், ஓகாம்போவின் உதவியுடன், 1930ஆம் ஆண்டு மே 2ஆம் தேதி தொடங்கியது. இதைத் தொடர்ந்து, அடுத்த எட்டு மாதங்களில், பிரிட்டன், ஜெர்மனி, டென்மார்க், சுவிட்சர்லாந்து, ருஷ்யா, அமெரிக்கா ஆகிய நாடுகளில் 12 இடங்களில் இந்த ஓவியங்கள் காட்சிக்கு வைக்கப்பட்டன.

இந்தியாவில், இந்த ஓவியங்கள் முதன்முறையாக 1931 டிசம்பரில்தான் கல்கத்தாவில் காட்சிக்கு வைக்கப்பட்டன. ரவீந்திரர் எதிர்பார்த்ததைப்போலவே, இந்தியாவில் தொடக்கத்தில் இந்த ஓவியங்களுக்குப் பெரிய வரவேற்பு ஏதுமில்லை. அவரது நெருங்கிய நண்பர்களைத் தவிர, இந்த ஓவியங்களைப் பார்த்துப் பெரிதும் வியந்த முதல் இந்திய ஓவியர் அமிர்தா ஷெர் கில் ஆவார். அவரும்கூட பாரீஸ் நகரில் நடைபெற்ற கண்காட்சியில்தான் இந்த ஓவியங்களைப் பார்த்திருந்தார்.

நவீன இந்தியக் கலை என்ற வகையில் ரவீந்திரரின் ஓவியங்களை முதலில் விமர்சனம் செய்தவர் டபிள்யூ. ஜி. ஆர்ச்செர் ஆவார். 'இந்தியாவில் உருவான நவீன ஓவியக் கலையைப் பிரதிபலிப்பதாக இவை அமைகின்றன. அவற்றின் வேர்களின் வலிமை உள்ளுணர்விலிருந்து பெறப்பட்டது' என்று அவர் கூறியிருந்தார். அதிலும் குறிப்பாக, தாகூரின் மிகச்சிறந்த ஓவியங்கள் என்பவை 1928லிருந்து 1930 வரையில் வரையப் பட்டவைதான் என்றும், அவரது முதல் கண்காட்சியைத் தொடர்ந்து உணர்வுபூர்வமாக அவர் வரைந்த ஓவியங்களில் அத்தகைய சிறப்புத்தன்மை வெளிப்படவில்லை என்றும் அவர் குறிப்பிட்டார்.

எனினும், மற்றொரு கலை விமர்சகரான டிமோத்தி ஹைமன் இந்தக் கருத்தை ஏற்கவில்லை. அவரது கருத்துப்படி, முதல் கண்காட்சிக்குப் பிறகு, ரவீந்திரர் ஆற்றொழுக்கான வகையில் ஓவியங்களைக் கையாண்டார் என்றும், ஓவியங்களின் தொனியும் தொடலும் சித்திரத்திற்கு எதிர்பாராத ஒரு தன்மையை வழங்கின என்றும், அவரது படைப்புகள் மேலும் மேலும் சுற்றுப்புறத்தை வெளிப்படுத்துவதாக இருந்ததோடு, அவர் ஒளியைக் கையாண்ட விதம் அவரது சித்திரத்திற்கு புதியதொரு தோற்றத்தைக் கொண்டு வந்து சேர்த்தது என்றும் கூறினார். அதற்கும் மேலாக, 'மனித குலத்தின் பேச்சு வழக்கிற்கு முன்னதாக இருந்த ஓவிய கலாசாரத்தினை (குகை ஓவியங்கள் போன்றவை) நவீனக் காலத்தில் கையாண்டவர்களில் ஒருவராக, 20ஆம் நூற்றாண்டுக் கலையை, தேர்ந்தெடுத்த வகையில் பேச்சற்றதாகச் செய்தவர் ரவீந்திரர்' என்றும் அவர் குறிப்பிட்டார்.

ஓவியத்தில் தன் திறமை குறித்த ஐயம் அவரிடம் தொடர்ந்து நீடித்தபோதிலும், பாரீஸில் நடைபெற்ற அவரது ஓவியக் கண்காட்சியைத் தொடர்ந்து, தொடக்கத்தில் சற்றே தயங்கினாலும், பின்னர் பாராட்டுக்களை தெரிவித்த ரோதென்ஸ்டைன் உள்ளிட்டு, ஐரோப்பிய கலைவிமர்சகர்களிடமிருந்து பாராட்டுக்களை பெற்றபிறகு, அவரே குறிப்பிட்டதுபோல, 'ஓர் ஓவியனாக எனது திறமையின்மீது சற்றே நம்பிக்கை ஏற்பட்டது.' 1931ஆம் ஆண்டு அவர் இந்தியாவிற்குத் திரும்பினார். (அதன்பிறகு அவர் மேற்குலகிற்குப் பயணம் மேற்கொள்ளவில்லை) அவரது ஓவியங்களில் பெரும்பகுதி இந்தக் காலத்திற்குப் பிறகு உருவானவைதான் என்பதும் குறிப்பிடத்தக்கது.

1930ஆம் ஆண்டில் பாரீஸ் நகரில் முதன்முறையாக ரவீந்திரரின் ஓவியக் கண்காட்சி நடைபெற்றபோது, கீதாஞ்சலி உள்ளிட்ட

அவரது எழுத்துகளை, பிரெஞ்சு இலக்கிய உலகத்திற்கு அறிமுகம் செய்த புகழ்பெற்ற அறிஞரான ஆந்த்ரே கிடே, நவீன ஐரோப்பிய ஓவியக் கலையுலகம் தேடிக் கொண்டிருந்த உண்மை ரவீந்திரரின் ஓவியங்களில் அபரிமிதமாகப் பொதிந்து கிடக்கிறது என்று குறிப்பிட்டிருந்தார்.

1933ஆம் ஆண்டில் கலாபவனில் இருந்து இசை, நாடகம், நாட்டியம் ஆகிய கலைகளுக்கென சங்கீத பவனம் என்ற பிரிவு தொடங்கப்பட்டது. ரவீந்திரரின் மூத்த அண்ணன் த்விஜேந்திரநாத் தாகூரின் பேரன் தினேந்திரநாத் தாகூர் இதன் முதல்வராக இருந்தார். இங்குதான் அன்றைய மதராஸ் நகரின் புகழ்பெற்ற முற்போக்குக் குடும்பமான அம்மு சுவாமிநாதனின் இளைய மகள் மிருணாளினி (சாராபாய்) சாந்திநிகேதனில் மாணவராக இருந்தபோது, ரவீந்திரர் கொடுத்த உற்சாகத்தில் சண்டாளிகா நாட்டிய நாடகத்தின் கதைத்தலைவியாக பங்கேற்று, முதன்முதலாக பரதநாட்டியத்தை அங்கு அறிமுகம் செய்தார்.

1934ஆம் ஆண்டு அக்டோபர் 30ஆம் தேதியன்று அன்றைய மதராஸ் நகரில் கலைப்பள்ளி மாணவர்களுடன் நடத்திய ஓர் உரையாடல் நிகழ்ச்சியில் 'கலை என்பது உள்ளிருந்து வெளிப்படும் ஓர் உணர்வே ஆகும். அது ஒருவரது உள்ளுணர்விலேயே வளர்ச்சியை எட்டுகிறது. இவ்வாறு உருவாக்கப்படும் கலை குறித்தும், அதன் குறைபாடுகள் குறித்தும், கலைவிமர்சகர்களின் கருத்து எப்படியிருந்தாலும், என்னைப் பொறுத்தவரையில், கலையில் இரண்டே இரண்டு வகைகள்தான் உண்டு. நல்ல கலை – மோசமான கலை என்பவையே அவை' என்று குறிப்பிட்டிருந்தார்.

1940களில் வெளிப்பட்ட இந்தியக் கலைஞர்கள் அவரைத் தங்கள் முன்னோடியாக வரித்துக் கொண்டனர். அவர்களைப் பொறுத்தவரையில், கலையின் அடிப்படையான பிரச்சனைகளைப் புதிதாகக் கையிலெடுத்ததோடு, தேசியவாதம் என்ற பெயரில் கலாசார ரீதியாக ஒரு வகைப்பாட்டிற்குள் தன்னை அடக்கிக் கொள்ள மறுத்த, புதியதொரு களத்தை உருவாக்கிய நவீனவாதி அவர் என்றே கருதினர்.

ரவீந்திரரின் படைப்புகளில் மனித முகம் நிலையானதோர் இடத்தைப் பெற்றிருந்தது. ஓர் எழுத்தாளர் என்ற வகையில், அதிலும் குறிப்பாக ஒரு சிறுகதை எழுத்தாளர் என்ற வகையில், மனிதர்களின் தோற்றத்தைச் சித்தரிக்கையில், அவர்களின் உள்ளார்ந்த மனிதத் தன்மையுடனேயே அவர் தொடர்பு படுத்தியிருந்தார். இப்போது, ஓவியங்களிலும்கூட, மனித

முகத்தைப் பிரதிநிதித்துவப்படுத்துவதன்மூலம், அதேபோன்ற வாய்ப்பு கிடைப்பதையும் அவர் உணர்ந்தார். தொடக்கக் கால ஓவியங்களில், குறிப்பிட்டதொரு சமூக வகைப்பட்ட முகமொன்றின் முகமூடியைப் போன்று இந்த முகங்கள் தோன்றின. எனினும், அவரது திறமை அதிகரிக்க அதிகரிக்க, அவர் எதிர்கொண்ட முகங்களின் நிழல்கள் அவற்றில் ஆழப்படியத் தொடங்கி, அந்தப் பாத்திரங்களை விரிவுபடுத்தி, ஒளிவிடச் செய்தன.

ரவீந்திரர் தன் ஓவியங்களுக்கு தலைப்பு எதையும் வழங்குவதில்லை. எந்தவோர் இலக்கியத்தோடும் அது தொடர்பு கொள்ளாத வகையில் அவற்றைச் சுதந்திரமாக நடமாடவிட்டு, பார்வையாளர்களே சித்திரங்களைக் கண்டு தங்களுக்கேயான புரிதலை உருவாக்கிக் கொள்ள அவர் விட்டுவிட்டார். ஒரு நாடக ஆசிரியராக, இயக்குநராக, நடிகராக, நாடகத்துறையில் தனக்கிருந்த அனுபவத்தை வெளிக்காட்டுவதாக, அந்தப் பாத்திரங்கள் சித்தரிக்கப்பட்டிருந்தன. அவை, அன்றாடச் செயல்கள் எதையும் குறிக்காத அசைவுகளைக் கொண்டதாக, வியக்கத்தக்கதொரு இருப்பினைத் தனக்கென உருவாக்கிக் கொண்டன. சில நேரங்களில், அவற்றின் அணிகலன்கள், சுற்றியிருந்த பொருட்கள் ஆகியவையும்கூட, சாதாரணமான ஒன்றை, வியக்கத்தக்கதொரு மையக் கருத்தாக மாற்றி அமைத்தன. அவரது ஓவியங்களில் வெளிப்பட்ட சூழ்நிலைகளையும் உணர்வுகளையும் புரிந்து கொள்வதற்குப் பதிலாக, அதை வைத்துக் கொண்டு நாமே ஒரு கதையை உருவாக்குமாறு நம்மைத் தூண்டுவதாக அவை இருந்தன.

புகழ்பெற்ற திரைப்பட இயக்குநரும், தன்னளவில் வரைகலை நிபுணரும், ரவீந்திரநாத் தாகூரின் எழுத்துக்களை, நவீன உலகத்திற்கு ஏற்றவகையில், திரைப்பட மொழியில் விளக்கிக் கூறியவருமான சத்யஜித் ரே, ‘ரவீந்திரரின் ஓவியங்களின் எண்ணிக்கை 2,000க்கும் மேலானவை ஆகும். வாழ்க்கையின் முதுமைக் காலத்தில்தான் அவர் வரையத் தொடங்கினார் என்பதைப் பார்க்கும்போது, இந்த எண்ணிக்கை அபரிமிதமானது தான். இதில் குறிப்பிடத்தக்கது என்னவெனில், கீழைத்தேய, மேற்கத்திய ஓவியர் எவரது தாக்கமும் அவரிடம் இல்லை. அவரது படைப்புகள் எந்தவித பாரம்பரியத்தில் இருந்தும் வரவில்லை. உண்மையிலேயே அவை அச்சு அசலான ஒன்றாகும். நாம் அதை விரும்புகிறோமோ, இல்லையோ, அவரது ஓவியங்களின் தனித்தன்மையை நாம் ஒப்புக் கொள்ளத்தான் வேண்டும். பாடல்கள், கவிதைகள், நாவல்கள், சிறுகதைகள், நாடகங்கள்,

கட்டுரைகள், கடிதங்கள் என அவரது பிரம்மாண்டமான படைப்புலகில், அவரது ஓவியங்களும் மிக முக்கியமானதொரு இடத்தை பிடித்திருக்கின்றன' என்று குறிப்பிட்டிருந்தார்.

கலாபவனின் முதல்வராக இருந்த நந்தலால் போஸ், அவரைத் தொடர்ந்து பினோத் பிகாரி முகர்ஜி (பின்னாளில், பார்வையிழந்த இவரைப் பற்றி சத்யஜித் ரே ஓர் ஆவணப்படத்தை உருவாக்கினார்), ராம்கிங்கர் பைஜ், தமிழ்நாட்டைச் சேர்ந்த கே. சுப்ரமணியன், மதுரையைச் சேர்ந்த பெருமாள், ஆர். சிவகுமார் ஆகிய பலரும் கலாபவனின் ஓவிய, சிற்பக் கலையை புதிய உச்சத்திற்குக் கொண்டு சென்றனர். இந்திய கலையுலகிற்குப் புதியதொரு உந்துசக்தியை வழங்கி, பெரும் ஆளுமைகளையும் உருவாக்கும் களமாக கலாபவன் தொடர்ந்து திகழ்கிறது.

அத்தியாயம் - 7

ரவீந்திரரும் திரைப்படக்கலையும்

ரவீந்திரர் வங்காள இலக்கியத்தைப் புதிய பாதைக்கு இட்டுச் சென்றவர் என்பது மட்டுமின்றி, இசை, நாடகம், ஓவியம் ஆகிய துறைகளிலும் 19-20ஆம் நூற்றாண்டுகளில் வெளிப்பட்ட நவீனத்துவத்தை மேலும் வளர்க்கும் வகையில் செயல்பட்டவர் என்று ஏற்கெனவே பார்த்தோம். இவை போக, அன்றைய நாட்களில் உருப்பெற்று வந்த திரைப்படம் என்ற கலையையும் அவர் புறக்கணிக்கவில்லை. இந்தியத் திரைப்படத்தின் வளர்ச்சி மற்றும் அதன் மேம்பாடு ஆகியவற்றில், அவரது பங்களிப்பு குறித்தும், அவரது ஈடுபாடு குறித்தும், பெரிய அளவில் எழுதப்படவில்லை என்பது சற்று விசித்திரமான ஒன்றுதான்.

அன்றைய வங்காள நாடக முன்னோடியான சிசிர் பாதுரியின் இளைய சகோதரர் முராரி மோகனுக்கு ரவீந்திரர் எழுதிய ஒரு கடிதத்தின் மூலம் இந்தப் புதிய ஊடகத்தின் உள்ளார்ந்த தன்மையை அவர் எவ்வாறு சிறப்பாக உள்வாங்கியிருந்தார் என்பதை நம்மால் உணர முடிகிறது. 'தனித்ததொரு கலைவடிவமாக திரைப்படம் உருவாகும் என்ற நமது எதிர்பார்ப்பு, இன்னும் முற்றிலுமாக நிறைவேறவில்லை என்றே நான் நம்புகிறேன். அரசியலைப் போலவே, கலையின் நோக்கமும்கூட அதன் சுதந்திரத்தை நோக்கியதே ஆகும். இதுவரையில், திரைப்படமானது இலக்கியத்தை அடியொற்றியே செயல்பட்டு வரும் நிலையில், தன்

அறிவுக்கூர்மையைக் கொண்டு, இந்த அடிமைத்தனத்திலிருந்து அதை விடுவிக்கும் திறன் படைத்த கலைஞர் எவரும் இதுவரையில் வெளிப்படவில்லை. இந்த அசையும் சித்திரத்தின் (சலனப் படம்) மையமான அம்சம் என்பது சித்திரத்தில் அது உருவாக்கும் மாற்றங்கள்தான். அசைந்தாடும் இந்த வடிவத்தின் அழகும் பிரம்மாண்டமும் வார்த்தைகளைப் பயன்படுத்தாமல், சுயச்சார்பான ரீதியில் வளர்த்தெடுக்கப்பட வேண்டும். தன் உள்ளார்ந்த தன்மையை விவரிக்க, அதற்கு வேறு ஒரு மொழி தேவைப்படுகிறது என்று சொன்னால், அத்தகையதொரு நிலை அதன் தகுதியின்மையைத்தான் குறிக்கிறது.'

அவர் சுட்டிக்காட்டிய இந்த முரண், இன்றளவும் பொருத்த மானதாக, விவாதத்திற்குரிய ஒன்றாகத் திரை ஊடகத்தில் இருந்து வருகிறது. திரைப்படம் இந்தியாவிற்குள் நுழையும்போது ரவீந்திரரின் வயது 30களின் நடுப்பகுதியாக இருந்தது. பேசும் படங்கள் வெளிவரத்தொடங்கியபோது அவர் தன் வாழ்க்கையின் இறுதிக் கட்டத்தில் இருந்தார். மவுனப் படங்கள் நிலவிய காலத்திலேயே, ரவீந்திரர் அந்த வடிவத்தில் தன் முத்திரையை பதிக்கும் முயற்சியில் ஈடுபட்டார் என்பதும் இங்கு குறிப்பிடத்தக்கது. இப்போது செவ்வியல் தன்மை கொண்ட திரைப்படங்களாகக் கருதப்படும் பல படங்களுக்கு முன்னோடியாக, அவற்றின்மீது செல்வாக்கு செலுத்துவதாக இருந்த, அவரது எழுத்துக்களின் மூலம் உந்துதல் பெற்ற, ஒரு சில மவுனப் படங்களைப் பற்றிப் பார்க்கலாம்.

மன்பாஞ்சன் (1923): நரேஷ் மித்ராவின் இயக்கத்தில் வெளியான இந்தப் படமே ரவீந்திரரின் சிறுகதையின் அடிப்படையில் உருவான முதல் திரைப்படமாகும். பின்னாளில் இயக்குநர் நரேஷ் மித்ரா சரத் சந்திரரின் புகழ்பெற்ற நாவலான தேவதாஸ் கதையை ஒரு மவுனப்படமாக உருவாக்கினார். இந்தக் காலத்தில் நரேஷ் மித்ராவும், சிசிர் குமார் பாதுரியும் இணைந்து ரவீந்திரரின் எழுத்துகளைக் கொண்டு பல படங்களை உருவாக்கினர்.

க்ரிஹபாலா (1929): மது போஸின் இயக்கத்தில் வந்த இத்திரைப் படம் மனிதர்களின் போலித்தனத்தை ஒரு முக்கோணக் காதலின் மூலம் தோலுரிக்கிறது. ரவீந்திரரின் கதைகளைக் கொண்டு போஸ் இரண்டு மவுனப் படங்களை எடுத்தார். இந்தப் படத்தின் திரைக்கதை வடிவாக்கத்திலும் ரவீந்திரர் உதவி செய்தார்.

பலிதான் (1927): நவால் காந்தியின் இயக்கத்தில் உருவான இத்திரைப்படம் ரவீந்திரரின் நாடகம் ஒன்றை அடிப்படையாகக்

கொண்டது. 1887ஆம் ஆண்டில் எழுதப்பட்ட இந்த நாடகம் கற்பனையாக உருவகம் செய்யப்பட்ட ஒரு நாட்டின் முற்போக்கு எண்ணங்கொண்ட அரசனுக்கும் பாரம்பரியத்தையே உயர்த்திப் பிடிக்கும் அவரது குருவிற்கும் இடையிலான மோதல்களைச் சித்தரிப்பதாக அமைந்திருந்தது.

இந்திய தேசிய திரைப்பட ஆவணக் காப்பகத்தின் நிறுவனரும் இயக்குநருமான பி.கே. நாயர் இந்திய சினிமாவில் நாம் இழந்த முக்கியமான பத்து படங்களில் 'பலிதான்' ஒன்று என குறிப்பிட்டிருந்தார். 'மேற்கத்திய தரத்திற்கு இணையாக தீவிரமான ஓர் இந்திய சினிமா எவ்வாறு உருவாக முடியும் என்பதற்கு பலிதானை உதாரணமாக எடுத்துக்காட்டியது 1927-28ஆம் ஆண்டின் இந்தியத் திரைப்படக் குழு (இந்திய சினிமாவின் பேரகராதி – அஷிஷ் ராஜாதிக்ஷ்யா, பால் வில்மன்).

முக்தி (1935): இத்திரைப்படத்தின் இயக்குநர் பி.சி. பரூவா ரவீந்திரரை முதன்முதலில் ஐரோப்பாவில் எதேச்சையாகச் சந்தித்தார். சினிமாவின் மீது பரூவாவுக்கு இருந்த ஆர்வத்தைக் கண்டு மகிழ்ந்த அவர், பாரீஸ் நகரில் இருந்த புகழ்பெற்ற காக்ஸ் ஸ்டூடியோவில் கல்வி பெறுவதற்காக அந்த நிர்வாகத்திற்கு பரிந்துரைக் கடிதம் ஒன்றையும் வழங்கினார். இதைத் தொடர்ந்து அவர் உருவாக்கிய முக்தி என்ற படத்தின் தலைப்பும்கூட அவர் வழங்கியதுதான். ரவீந்திர சங்கீதத்தினை பயிற்றுவிப்பதில் நீண்ட அனுபவம் பெற்றவரும், தன்னளவில் தலைசிறந்த ரவீந்திர சங்கீத பாடகருமான பங்கஜ் மல்லிக் இந்தத் திரைப்படத்தில்தான் ரவீந்திரரின் அனுமதியோடு அவரது பாடல் ஒன்றுக்கு இசை அமைத்திருந்தார். அதைப் போன்றே ரவீந்திர சங்கீதத்தில் இடம்பெற்றுள்ள ஒரு பாடலை திரைப்படத்தில் பயன்படுத்திக் கொள்ளவும் அவர் அனுமதி அளித்தார். இந்தப் படத்துக்குப் பிறகுதான் பங்கஜ் மல்லிக்கைத் தொடர்ந்து பலரும் ரவீந்திர சங்கீதப் பாடல்களை திரைப்படங்களில் பெருமளவில் பயன்படுத்தத் தொடங்கினர். வங்காள திரைப்பட உலகத்தைப் போன்றே மும்பை திரைப்பட உலகமும் இதில் முன்னின்றது. பங்கஜ் மல்லிக் அதில் முக்கிய பங்கு வகித்தார்.

ரவீந்திரரின் படைப்புகளைப் பயன்படுத்தி வெளியான திரைப்படங்களின் விவரம்:

பலிதான் (1927), கிரிபாலா (1929), ரவீந்திரரின் இயக்கத்தில் நாதிர் பூஜா (1932), சோக்கேர் பாலி (1938), கோரா (1938), சோத்புத் (1942), மிலான் (1946), (ரவீந்திரரின் நவ்கதூபி என்ற நாவலை

அடிப்படையாகக் கொண்டு நிதின் போஸால் முதலில் இந்தியில் மிலான் என்ற பெயரில் எடுக்கப்பட்டு, பின்னால் 1947இல் வங்காளியில் நவ்கதூபி என்ற பெயரில் தயாரிக்கப்பட்டது.) பிமல் ராயின் தோ பிகா ஜமீன், 1953 (கவிதையை அடிப்படையாகக் கொண்டது), நவ்க தூபி நாவலைக் கொண்டு தமிழில் மாதர் குல மாணிக்கம், தெலுங்கில் சரண தாசி என்ற பெயரில் டி. பிரகாஷ் ராவ் இயக்கினார் (1956). காபூலி வாலா (1957) நவ்க தூபி நாவலைக் கொண்டு ராமானந்த சாகர் இயக்கத்தில் இந்தியில் குன்கட் (1960), தபன் சின்ஹாவின் வங்காளி திரைப்படங்கள் ஷுதிதா பாஷான், கொகாபாபுவின் மறுவரவு (1960), சத்யஜித் ரேயின் தீன் கன்யா (ரவீந்திரரின் போஸ்ட் மாஸ்டர், மொனி ஹரா, சமாப்தி ஆகிய மூன்று கதைகளைக் கொண்டு வெளிவந்தது) (1961) பிமல் ராயின் காபூலிவாலா (1961), சத்யஜித் ரேயின் சாருலதா (1964) ஜுல் வெலானியின் அஞ்சலகம் (இந்தி- 1964), (அதே படம் வங்காளியிலும் வெளியானது) தபன் சின்ஹாவின் அதிதி (1965), அருந்ததி தேவியின் மேக் ஓ ரவுத்ரா (1969), மிருணாள் சென் – இச்சா பூரண் (1970), சுபேந்து ராயின் உப்ஹார் (1971), அஜய் கார் இயக்கத்தில் மால்யாதான் (1971), பூர்ணேந்து பாத்ரி இயக்கத்தில் ஸ்திரீர் பத்ரா (1972), ஹிரேன் நாக்-இன் கீத் ஹாதா சல் (இந்தி) (1975), சத்யஜித் ரேயின் கரே பாய்ரே (1985), குல்ஸார் இயக்கத்தில் லெகின் (1991), குமார் சஹானியின் சார் அத்யாய் (1997), முத்தியாலா சுப்பையாவின் ஒக்க சின்ன மாதா (தெலுங்கு – 1997), ரிது பர்ணா கோஷ்-இன் சோக்கேர் பாலி (2003), சாஷி நஸ்ருல் இஸ்லாமின் சஷ்டி (தண்டனை) (2004), அதே இயக்குநரின் ஷுவா (2006), சதுரங்க – சுமன் முகர்ஜி – 1916 நாவலை அடிப்படையாகக் கொண்டது, அபுஜ் பௌ (அசட்டு மாட்டுப்பெண்) (2010)– நர்கீஸ் அக்தார் – வங்கதேசம், நவ்கதூபி – ரிதுபர்ண கோஷ் – (2011) – இதே பெயரிலான நாவலை அடிப்படையாகக் கொண்டது, சாருலதா 2011 (2011) அக்னிதேவ் சாட்டர்ஜி- 1901 நாவல், எலார் சார் அத்யாய் (2012)- பப்பாதித்ய பந்தோபாத்யாய் – 1934 நாவல், தாஷேர் தேஷ் – (2011) கௌசிக் முகர்ஜி- இதே பெயரிலான 1933 நாடகம், சித்ராங்கதா – ரிதுபர்ண கோஷ் – 1913 சித்ரா நாடகம், முக்தி(2011) – இந்தி – புத்ததேவ் தாஸ்குப்தா – தாகூர் கவிதை, பத்ரலேகா – (2011) – புத்ததேவ் தாஸ்குப்தா – தாகூர் கவிதை, அப்சலீட் அல்டார் (2013)- மிருகாங்க சேகர் கங்குலி – ஹியாஸ் தன்மய் – 1912 அச்சல்யதான் நாடகம், தேகா நா தேகே – அர்ணப் கோஷால் – அபரிச்சிதா சிறுகதை, சேஷேர் கவிதா (2014) – சுமன் முகோபாத்யாயா – 1929 நாவல், தப்தபதி (2014) – சச்சின் பல்ராம் நாஅகர் கோகே – மராத்தி, ஜோகோஜோக் (2015) – சேகர் தாஸ் – 1929 நாவல், கோரா (2015) –

சுக்லா மித்ரா – 1909 நாவல், போஸ்ட் மாஸ்டர் (2016) – ஸ்ரீஜன் பர்தன் – 1891 சிறுகதை, திருஷ்டி (2016) – ப்ரொத்யுத்குமார் தேகா – அசாமி, டிடெக்டிவ் (2017)- ப்ரொத்யுத் குமார் தேகா – வங்காளி, பயாஸ்கோப் வாலா (2017) – தேவ் மேதாகர் – இந்தி – காபூலிவாலா (1892) சிறுகதை, லேப்ரடரி (2018) – சவ்மிக் சட்டோபாத்யாய்- அதே பெயரிலான சிறுகதை, டிடெக்டிவ் (2020) – ஜெய்தீப் முகர்ஜி , தர்வான் (2020) பிபின் நட்கர்னி – இந்தி – 1918 சிறுகதை.

இங்கு குறிப்பாகச் சுட்டிக் காட்டப்பட வேண்டிய ஒரு திரைப்படம், 2018ஆம் ஆண்டில் ஸ்பானிஷ் மொழியிலும் ஆங்கிலத்திலுமாக வெளியான, பாப்லோ சீசர் இயக்கத்தில் உருவான ‘திங்கிங் ஆஃப் ஹிம்’ என்ற திரைப்படம் ஆகும். 1920களில் ரவீந்திரர் அர்ஜெண்டினாவில் தங்கியிருந்தபோது, அவர் அங்கு தங்கி ஓய்வெடுப்பதற்கான ஏற்பாடுகளைச் செய்த அர்ஜெண்டினா எழுத்தாளர் விக்டோரியா ஓகாம்போவிற்கும் ரவீந்திரருக்கும் இடையிலான உணர்வுகள், உறவுகள் குறித்த பல்வேறு எழுத்து களையும் அடிப்படையாகக் கொண்டு உருவான இத்திரைப்படம் மிகவும் தனித்துவமானதாக அமைந்திருந்தது. ரவீந்திரரின் ‘கரே பாயிரே’ கதையைக் கொண்டு அதே பெயரில் சத்யஜித் ரே எடுத்த திரைப்படத்தில் நடித்த விக்டர் பேனர்ஜி இதில் ரவீந்திரராக நடித்திருந்தார். சமீபத்தில் பாலிவுட் திரைப்பட நடிகர் அனுபம் கெர் ஒரு திரைப்படத்தில் தான் ரவீந்திரநாத் தாகூராக நடிக்கவிருப்பதாக செய்தி வெளியிட்டபோது, வங்காளத்தில் இருந்து கடுமையான எதிர்ப்பு எழுந்தது. வங்காளிகளைத் தவிர வேறு எவரும் அவரைச் சித்தரிக்க முடியாது என்ற கருத்து அங்கு வலுவாக நிலவுவதையே இது சுட்டிக் காட்டுகிறது.

2002இல் ரவீந்திரரது படைப்புகளின் காப்புரிமை விஸ்வபாரதியிட மிருந்து அதிகாரபூர்வமாக விலக்கிக் கொள்ளப்பட்ட பிறகு, பல்வேறு ஊடகங்களும், கலைஞர்களும் அவரது படைப்புகளை புதிய தலைமுறையினருக்கு ஏற்ற வகையில் புதிய வடிவங்களைப் பயன்படுத்தி அறிமுகம் செய்ய முன்வந்தனர். அதில் குறிப்பாக தொலைக்காட்சி மூலம் வெளியான படைப்புகளின் விவரம்: 2012ஆம் ஆண்டில் கார்கி சென் தயாரிப்பில் சோம்நாத் சென்னின் இயக்கத்தில் தூர்தர்ஷன் தொலைக்காட்சியின் இந்திப் பதிப்பு அவரது கோரா (1909) நாவலை 26 பகுதிகளைக் கொண்ட தொடராக ஒளிபரப்பியது.

2015இல் எபிக் தொலைக்காட்சியில் அனுராக் பாசு இயக்கத்தில் ரவீந்திரரின் சிறுகதைகள் பலவும் ரவீந்திரநாத் தாகூரின் சிறுகதைகள் என்ற தலைப்பில் ஒரு தொடர்நிகழ்வாக

ஒளிபரப்பானது. அவரது இயக்கத்திலேயே அவரது புகழ்பெற்ற சிறுகதைகளான காபூலிவாலா, நஷ்டனீர், சோக்கேர் பால, அதிதி போன்றவையும் ஒரு தனித்தொடராக ஒளிபரப்பானது.

2015 நவம்பர் 15 லிருந்து கலர்ஸ் தொலைக்காட்சியின் வங்காளப் பிரிவு ரவீந்திரநாத் தாகூரின் சிறுகதைகள் என்ற தலைப்பில் அபிஜித் குஹா, சுதேஷ்னா ராய் ஆகியோர் இயக்கத்தில் தொடர் நிகழ்வுகளை ஒளிபரப்பியது. இதில் கையாளப்பட்ட ஒவ்வொரு சிறுகதையும் மூன்று பகுதிகளாக ஒளிபரப்பப்பட்டன. இத்தொடரில் பத்துக்கும் மேற்பட்ட சிறுகதைகள் எடுத்துக் கொள்ளப்பட்டன.

1929ஆம் ஆண்டில் ரவீந்திரரின் ஜெர்மனி பயணத்தின்போது மியூனிச் நகரில் அவர் பார்த்த இயேசு கிறித்துவைப் பற்றிய ஒரு நாடகத்தினால் உந்தப்பட்டு, குழந்தை என்ற பெயரில் ஒரு திரைக்கதையை உருவாக்கியிருந்தார். அது ஒரு சோதனை முயற்சியாகவும் தனித்தன்மை கொண்டதாகவும் இருந்தது. அந்தத் திரைக்கதையை எந்தவொரு திரைப்பட இயக்குநரும் திரைப்படமாக முயற்சிக்கவில்லை. எனினும், நீண்ட நாட்களுக்குப் பிறகு, புகழ்பெற்ற வங்காள இயக்குநர் ரித்விக் கட்டாக் இத்திரைக்கதையின் முதல் இரண்டு வரிகளை மட்டும் தனது சுபர்ணரேகா என்ற திரைப்படத்தில் முற்றிலும் மாறுபட்டதொரு பின்னணியில் பயன்படுத்திக்கொண்டார்.

1930ஆம் ஆண்டில் ரவீந்திரர் சோவியத் யூனியனில் பயணம் செய்தபோது, உலகின் தலைசிறந்த திரைப்படங்களில் ஒன்றென இன்றளவும் கருதப்படும் பேட்டில்ஷிப் பொட்டம்கின் திரைப்படத்தைக் கண்டு களித்தார். அத்தருணத்தில் பல்வேறு திரைப்பட ஸ்டூடியோக்களையும் அவர் சுற்றிப் பார்த்து, இயக்குநர்கள், தொழில்நுட்ப வல்லுநர்களோடு விவாதித்தார். இத்தகைய உரையாடலின்போது ரஷ்ய தயாரிப்பில் மனித குலத்தின் வரலாறு பற்றிய ஒரு திரைப்படத்தை உருவாக்குவது குறித்தும் அவர் விவாதித்தார். எனினும் அவரது விருப்பம் நிறைவேறவில்லை.

ரவீந்திரரின் தொடக்க கால நண்பரும் அவரது வாழ்க்கை வரலாற்றை எழுதியவருமான எட்வர்ட் தாம்சன், ரவீந்திரர் ருஷ்யப் பயணம் மேற்கொண்ட ஐந்தாண்டுகளுக்குப் பிறகு, ஹாலிவுட் திரைப்பட தயாரிப்பாளரான அலெக்சாண்டர் கோர்டாவுடன் தாகூரின் படைப்புகளைக் கொண்ட திரைப்படங்களை

உருவாக்குவது குறித்துப் பேச்சுவார்த்தை நடத்தினார். எனினும் ஏதோ காரணத்தினால் இந்த முயற்சியும் கைகூடவில்லை.

ரவீந்திரரின் படைப்புகளைப் பொறுத்தவரையில், வங்கத் திரைப்பட உலகத்தின் மும்மூர்த்திகளாக விளங்கிய சத்யஜித் ரே, ரித்விக் கட்டாக், மிருணாள் சென் ஆகியோர் முற்றிலும் மாறுபட்ட அணுகுமுறையை கடைப்பிடித்ததை நம்மால் காண முடிகிறது. வங்கத் திரையுலகில் சூறாவளியாக வெளிப்பட்டு, உலகப் புகழ்பெற்றவரான சத்யஜித் ரே, இந்திய அரசின் வேண்டுகோளுக்கிணங்க, ரவீந்திரரின் நூற்றாண்டை ஒட்டி, 1961ஆம் ஆண்டில் ரவீந்திரநாத் தாகூர் என்ற ஆவணப்படத்தை உருவாக்கினார். இதே தருணத்தில் மூன்று வெவ்வேறு காலத்திய ரவீந்திரரின் சிறுகதைகளை மையமாகக் கொண்டு தீன் கன்யா என்ற திரைப்படத்தையும் அவர் இயக்கியிருந்தார். சத்யஜித் ரேயின் இந்த முயற்சிகளில் ரவீந்திரரின் படைப்புகளுக்கான காப்புரிமையை வைத்திருந்த விஸ்வபாரதி வழக்கமான வகையில் தலையீடு எதுவும் செய்யவில்லை என்பது குறிப்பிடத்தக்கது. ரேயின் உலகளாவிய புகழ், அதுபோக அவரது முன்னோர்களுக்கும் ரவீந்திரரின் குடும்பத்தினருக்கும் இருந்து வந்த நீண்ட கால உறவு ஆகியவை விஸ்வபாரதியின் அமைதிக்குக் காரணமாக இருக்கக்கூடும். இதைத் தொடர்ந்து, ரவீந்திரரின் நஷ்டனீர் கதையைக் கொண்டு சாருலதா, கரே பாயிரே ஆகிய படங்களை அவர் எடுத்தபோதும் எவ்வித தலையீட்டையும் எதிர்கொள்ளவில்லை.

ஆனால் ரித்விக் கட்டாக், மிருணாள் சென் ஆகிய இருவரும் நேரடியாக ரவீந்திரரின் படைப்பு எதையும் நேரடியாகத் திரைப்படமாகும் முயற்சியில் ஈடுபடவேயில்லை. மேலே குறிப்பிட்ட ரவீந்திரரின் திரைக்கதையின் முதல் இரண்டு வரிகளை மட்டுமே தனது சுபர்ணரேகா திரைப்படத்தில் கட்டாக் பயன்படுத்திக் கொண்டது போலவே, வேறு ஒரு சில திரைப்படங்களில் ரவீந்திர சங்கீத பாடல்களையும் அவர் பயன்படுத்திக் கொண்டார். அதைத்தாண்டி, அவரது எழுத்துக்களைத் திரைவடிவமாக்கும் முயற்சியில் அவர் ஈடுபடவில்லை. கோமள் காந்தார் திரைப்படத்தில் ரவீந்திரரின் ஒரு பாடல் பின்னணியில் ஒலிக்கும் ஒரு காட்சியில் சாந்திநிகேதனையும் கோவாய் நதிப் படுகையையும் அவர் பயன்படுத்திக் கொண்டார். அதேநேரத்தில் ரவீந்திரரின் நாடகங்கள் பலவற்றையும் பயன்படுத்தி புதிய வடிவில் நாடகங்களை அவர் உருவாக்கியிருக்கிறார் என்பது குறிப்பிடத்தக்கது.

மிருணாள் சென்னைப் பொறுத்தவரையில், அவரது மிகவும் புகழ்பெற்ற, வங்கப் பஞ்சத்தைப் பற்றிய திரைப்படமான பைஷே ஷ்ராவண் (1960) என்ற தலைப்பு அன்றைய வங்காள அறிவுஜீவிகளிடையே பெரும் எதிர்ப்பை உருவாக்கியது. பைஷே ஷ்ராவண் (ஷ்ராவண மாதத்தின் 22வது நாள்) என்பது ரவீந்திரரின் மறைவு தினத்தைக் குறிக்கும் ஒன்றாக வங்காளிகளின் மனதில் ஆழப் பதிந்து போயிருந்த தருணம் அது. இந்நிலையில் அன்றைய தணிக்கைக் குழு உறுப்பினரான அபூர்வகுமார் சந்தா கடும் எதிர்ப்பைப் பதிவு செய்தார். பைஷே ஷ்ராவணுக்கு முந்தைய நாள் அல்லது பிந்தைய நாள் என்று தலைப்பினை மாற்றுமாறு அவர் வற்புறுத்தினார். ஆனால் மிருணாள் சென் அதற்கு ஒப்புக் கொள்ளவில்லை. அந்தக் குறிப்பிட்ட நாளானது கதாநாயகியின் திருமண நாள். வங்கப் பஞ்சத்தின் பின்னணியில், தன் திருமண நாளிலேயே அவள் தற்கொலை செய்து கொள்கிறாள் என்ற வகையில், அந்தப் பெயர் மிகுந்த முக்கியத்துவமானது. அதற்கும் ரவீந்திரருக்கும் எவ்வித தொடர்பும் இல்லை என்ற நிலையில், திரைப்படத்தின் தலைப்பை மாற்ற முடியாது என்று சென் உறுதியோடு இருந்தார். இறுதியில் டெல்லியில் இருந்துதான் அவர் தணிக்கைச் சான்றிதழைப் பெறவேண்டியிருந்தது.

இவ்வாறு ரவீந்திரரின் படைப்புகளின் காப்புரிமையும், விஸ்வபாரதி நிர்வாகம் அதைக் கையாண்ட முறையும், பல திறமைமிக்க படைப்பாளிகளை நெருங்கவிடாமல் செய்துவிட்டது என்றே கூறலாம். அது விலக்கிக் கொள்ளப்பட்ட பிறகு, திரைப்படமாக, நாடகமாக, தொலைக்காட்சித் தொடராக என பல்வேறு வடிவங்களில் இன்றும் பரவலாக புதியதொரு பார்வையோடு, கையாளப்பட்டு வருவதைக் காணும்போது, அவரது படைப்புகள் வரவிருக்கும் காலத்திலும் தொடர்ந்து செல்வாக்கு செலுத்தும் என்பதில் சந்தேகமில்லை.

அத்தியாயம் - 8

ரவீந்திரரும் கல்விப்புலமும்

இந்த இயலை எழுதத் தொடங்கியபோது மகிழ்ச்சியூட்டும் ஒரு செய்தி வந்தது. உலகப் பாரம்பரியச் சின்னங்களில் ஒன்றாக சாந்திநிகேதன் அடையாளப்படுத்தப்பட்டுள்ள செய்தியை யுனெஸ்கோ நிறுவனம் அறிவித்துள்ளது. 'மகரிஷி' தாகூர் ஒரு தியான மையமாகத் தொடங்கிய சாந்திநிகேதனை, 1901ஆம் ஆண்டில், அடுத்த தலைமுறையினருக்கான கல்வியை வழங்கும் ஒரு குருகுலமாக ரவீந்திரர் மாற்றியமைத்தார். அன்றிலிருந்து, சாந்திநிகேதன் படிப்படியாக வளர்ச்சிபெற்று, 1921இல் விஸ்வபாரதி என்ற பல்கலைக்கழகமாகத் தோற்றம் பெற்று, பல்வேறு துறைகளில் கல்வியை வழங்கும் நிறுவனமாக உருப்பெற்றது.

தொடக்கத்தில் நியமித்த மூன்று ஆசிரியர்களோடு கூடவே, தானும் ஓர் ஆசிரியராகச் செயல்பட்டதோடு, மாணவர்களின் கல்விக்கான பாடத்திட்டத்தையும் தேவைப்படும் பாடநூல்களை உருவாக்கும் பணியிலும் ரவீந்திரர் ஈடுபட்டார். ஒரு குழந்தையை முழுமையானதொரு மனிதனாக மாறுவதற்கு நல்வழிப்படுத்தும் ஒரு கருவியாக அவர் கல்வியைக் கையிலெடுத்தார்.

'உங்களின் முதல் கேள்வி இப்படியும்கூட இருக்கலாம்: 'கல்விப் புலத்தில் செயல்பட உங்களைத் தூண்டியது எது?' கிட்டத்தட்ட எனது 40வது வயதுவரை பெரும்பாலான நேரத்தை நான்

இலக்கியப் பணிகளில்தான் செலவிட்டுக் கொண்டிருந்தேன். நேரடிச் செயல்பாடு எதிலும் பங்கெடுப்பதற்கான விருப்பமும் எனக்கு ஒருபோதும் இருந்ததில்லை. ஏனெனில் அத்தகைய 'திறமை' ஏதும் எனக்கு இல்லை என்ற எண்ணம் என் மனதில் ஏற்கனவே ஆழமாகப் பதிந்திருந்தது... 13வது வயதிலேயே நான் பள்ளிக்குச் செல்வதை நிறுத்திவிட்டேன். இதையொன்றும் பெருமைக்காக நான் சொல்லவில்லை. வரலாற்றுப் பூர்வமான ஓர் உண்மையைத்தான் உங்களிடம் குறிப்பிடுகிறேன். கல்வி முறையில் அப்போது நிலவிய இயற்கைக்கு மாறான அழுத்தம்தான் என்னை அவ்வாறு (பள்ளிப்படிப்பை நிறுத்துவது) செய்யத் தூண்டியிருக்கும் என்று நீண்ட நாட்களுக்குப் பின்பே என்னால் உணர முடிந்தது. அப்போது இந்த நிலை எங்கு பார்த்தாலும் நிலவியது என்பதே உண்மை.' (எனது பள்ளி (1925) என்ற நூலில் ரவீந்திரர்)

அவரது மூத்த மகன் உள்ளிட்டு, ஆறு மாணவர்களுடன் ஓர் உறைவிடப் பள்ளியாகத் தொடங்கி, அன்றைய இந்தியாவில் வேறெந்த கல்விநிலையமும் வழங்க முன்வராத வகையில் பவுத்தம், சமணம் உள்ளிட்ட இறையியல் கல்வி, ஜப்பானிய, சீன, ஜெர்மன், ஃப்ரெஞ்சு மொழிகளுக்கான கல்வி, இந்தி, தமிழ் உள்ளிட்ட இந்திய மொழிகளுக்கான கல்வி, இவை அனைத்திற்கும் மேலாக, கலா பவன் மூலம் ஓவியம், சிற்பம், சங்கீத பவன் மூலமாக இசை, நாட்டியம், நாடகம் என கவின் கலைகளுக்கான கல்வி என இவை அனைத்தையுமே தாய்மொழி வாயிலாகக் கற்பிப்பது என்ற வகையில், சாந்திநிகேதன் அனைத்து வகையிலும் ஒரு முன்னோடியாக அன்றைய கல்விப் புலனில் உருவெடுத்தது. இந்த முன்னெடுப்புகள் அனைத்திற்கும் பின்னே, ரவீந்திரரின் ஆழ்ந்த தொலைநோக்கு இருந்தது.

இத்தருணத்தில் இந்தியாவின் மீது அன்பு கொண்டவர்கள், ரவீந்திரருடன் நட்பு பூண்டவர்கள் என பலரும் சாந்திநிகேதனில் வருகைதரு பேராசிரியர்களாக பணியாற்றி, தங்கள் அறிவுச் செல்வத்தை மாணவர்களோடு பகிர்ந்து கொண்டனர். இவர்களில் வின்செங்க் லெவி, வில்லியம் பியர்சன், டான் யுன் ஷான், சூ பெய் ஹாங், சில்வெய்ன் லெவி, அலெக்ஸ் ஆரன்சன், க்யூலா ஜெர்மானஸ் போன்றோர் குறிப்பிடத்தக்கவர்கள். ரவீந்திரரின் நெருங்கிய நண்பரான 'தீனபந்து' ஆண்ட்ரூஸ் சாந்திநிகேதன் நிர்வாகத்தில் தன்னை ஈடுபடுத்திக் கொண்டார்.

1922ஆம் ஆண்டில் நண்பர் பாட்ரிக் கெடேவிற்கு எழுதிய ஒரு கடிதத்தில் அவர் இவ்வாறு கூறியிருந்தார்: 'எக்காரணத்தைக்

கொண்டும், கல்வியை வாழ்க்கையிலிருந்து பிரித்துவிடக் கூடாது என்ற மிக எளிமையான கருத்துடன்தான் நான் இந்தப் பள்ளியைத் தொடங்கினேன். கற்பிப்பதற்கான பயிற்சியெதையும் பெற்றவனல்ல; ஓர் அமைப்பினை மேலாண்மை செய்வதற்கான சிறப்பான திறமை ஏதும் என்னிடமில்லை; மக்களிடையே எதை முன்வைக்க வேண்டும் என்ற திட்டம் ஏதும் என்னிடமில்லை. என் சொந்த மனமும் வாழ்க்கையும், படிப்படியாக வளர்ச்சி பெற்றதைப் போலவே, இந்தக் கல்வி நிறுவனமும் என் கூடவே வளர்ந்தது.'

கல்விக்கான செயல்பாட்டாளர்களில் மிகவும் தனித்துவமானவராக வும் ரவீந்திரர் திகழ்கிறார். சர்வதேச அளவில் புகழ்பெற்ற கவிஞராகவும், கலைஞராகவும் இருந்த அதே நேரத்தில், தனிச்சிறப்புமிக்க கல்வி அமைப்பொன்றினை உருவாக்கியவர் அவர் ஒருவரே ஆவார். இயற்கை குறித்த ஆழமான நுண்ணுணர்வு, படைப்புக்கலைகளோடு அவருக்கிருந்த தனித்துவமான உறவு, சர்வதேச அளவில் ஒத்துழைப்பினை வளர்த்தெடுப்பதற்கான அவரது செயல்திட்டங்கள் ஆகியவை கல்விக்கான கொள்கையில் அவருக்குச் சிறப்பானதோர் இடத்தைப் பெற்றுத் தந்தன. சர்வதேச கல்வியின் வரலாற்றில், அவரது பங்கு அளவிடற்கரியதாகும். சாந்திநிகேதனில் இயற்கையோடியைந்த வகையிலான திறந்த வகுப்பறைகளின் மூலம், மாணவர்களிடையே படைப்பூக்கத்தை யும், சுற்றுச்சூழல் குறித்த விழிப்புணர்வையும் அவர் ஏற்படுத்திய தோடு, இசை, நாடகம், நாட்டிய நாடகம், பருவகால விழாக்கள், மாணவர்களின் படைப்புகளை பதிப்பித்தல், சர்வதேச அளவிலான தொடர்புகளை நிலைநிறுத்தல் போன்ற அவரது முயற்சிகள், உலக அளவில் புதியதொரு கல்விக்கான மரபை தோற்றுவித்தது.

1892ஆம் ஆண்டில் கல்வி குறித்து அவர் நிகழ்த்திய 'கல்வியின் பொருத்தமற்ற நிலை' என்ற சொற்பொழிவுதான் அப்போது இந்தியாவில் நிலவிவந்த ஆங்கில வழிக் கல்வியை முழுமையான அளவில் விமர்சித்த ஒன்றாக இருந்தது. ஒரு குழந்தை எந்த மொழி வழி கற்க வேண்டும் என்பது, அதன் சமூக-கலாசாரச் சூழலைப் பொறுத்தது இருக்கவேண்டும் என்று அவர் வாதிட்டார். 'பல்வேறு நிறங்களில், பல்வேறு வடிவங்களில், பல்வேறு மணங்களில், பல்வேறு வகையான அசைவுகள், பாடல்களின் மூலம், நேசம், மகிழ்ச்சி ஆகிய உணர்வுகளின் தொடர்ச்சியான பங்களிப்பின் மூலமே மனித இனம் வளர்ச்சி பெறுகிறது' என்று குறிப்பிட்ட அவர், உடல்வளர்ச்சி, மனநலம் ஆகியவற்றை மாணவர்கள்

பெறவும், தங்கள் படைப்பூக்க ரீதியான, விமர்சனபூர்வமான தகுதிகளை வளர்த்தெடுக்கவுமான ஒரு கல்விக் கட்டமைப்பு உருவாக்கப்பட வேண்டும் என்றும் முன்னுரைத்தார்.

1912ஆம் ஆண்டில் அவர் மேற்கொண்ட இங்கிலாந்து-அமெரிக்கப் பயணமும் 1913ஆம் ஆண்டில் இலக்கியத்திற்கான நோபல் பரிசு அவருக்கு வழங்கப்பட்டதும், உலக அளவிலான அங்கீகாரத்தை அவருக்குப் பெற்றுத் தந்தது. இதன் விளைவாக, அவரது வாழ்க்கையே தலைகீழாக மாறியது. உலகின் பல நாடுகளுக்கும் மேற்கொண்ட பயணங்களின்போது, கல்விக்கான மாற்று முன்மாதிரிகளை அவர் தேடிக்கொண்டே இருந்தார். இதன்மூலம் பெற்ற கல்விக்கான உதவி சாதனங்களைச் சேகரித்து, சாந்திநிகேதன் ஆசிரியர்களுக்கு அவர் தொடர்ந்து அனுப்பி வந்தார். இத்தாலி நாட்டின் மரியா மாண்டிசோரியின் கல்வி முறைகளைப் பற்றி அவர் அறிந்து கொண்டதோடு, தான் ஆசிரியராக இருந்த தத்துவபோதினி பத்ரிகாவில் அதுகுறித்து விரிவானதொரு கட்டுரையையும் அவர் எழுதினார்.

அன்று மதராஸ் நகரில் இருந்து செயல்பட்டு வந்த தியோசாஃபிகல் சொசைட்டியில் 1919ஆம் ஆண்டில் 'இந்திய கலாசாரத்திற்கான மையம்' என்ற தலைப்பில் அவர் ஆற்றிய சொற்பொழிவில், ஒரு கல்வி மையத்தின் நீடித்த தன்மை, கலாசார ரீதியான ஒத்துழைப்பு ஆகியவற்றுக்கான திட்ட வரைபடம் ஒன்றையும் அவர் முன்வைத்தார். 'நமது வாழ்க்கையின் பொருளாதார, அறிவார்ந்த, அழகியல் தன்மைகொண்ட, சமூகரீதியான, ஆன்மீகரீதியான அம்சங்கள் அனைத்தோடும் முழுமையான தொடர்பு கொண்டதாக நமது கல்வி இருக்க வேண்டும்' என்று குறிப்பிட்டார். மேலும் 'நமது பயிற்சியும் அறிவும் நமது சுற்றுச்சூழலோடு உள்ளார்ந்த நட்பு கொண்டிருப்பதை ஒவ்வொரு முறையும் நம்மை உணரச் செய்வதாக இருப்பதே உண்மையான கல்வி' என்றும் அவர் கூறினார்.

ஜப்பானிய பயணத்தின்போது ஆற்றிய சொற்பொழிவு ஒன்றில், 'தற்போதைய யுகத்தைப் போல பல்வேறு இனங்களும் ஒன்றாகச் சேரும்போது, கூட்டம் சேரும்படியான ஒன்றாக, அது இருந்துவிடக் கூடாது. ஓர் உறவுத் தொடர்பு அவர்களுக்குள் இருக்க வேண்டும். இல்லையெனில், அவர்கள் ஒருவரோடு ஒருவர் மோதிக் கொள்வதாகவே நேரிடும். இந்த யுகத்தின் நோக்கத்தை ஒவ்வொரு குழந்தையும் உணர்ந்து, அதை நிறைவேற்ற

உதவுவதாக கல்வி இருக்க வேண்டுமே தவிர, பிளவுகளை உருவாக்குவது, தேசிய ரீதியான ஒவ்வாமைகளை பின்பற்றுவது என்பதுபோன்ற பழக்கத்தை உருவாக்கிக் கொண்டு, இந்த யுகத்தின் நோக்கத்தைத் தோற்கடிப்பதாக அது ஆகிவிடக் கூடாது' என்றும் அவர் குறிப்பிட்டார்.

அவரது கல்வி குறித்த சிந்தனைகள் எவ்வாறு பரிணாமம் பெற்றன என்பதை, அவரது எழுத்துகள், உரைகள், செயல்கள் ஆகியவற்றின் அடிப்படையில், நான்கு கட்டங்களாகப் பிரிக்கலாம் என விஸ்வபாரதியின் முன்னாள் துணைவேந்தரும், ஜவாகர்லால் நேரு பல்கலைக்கழக வரலாற்றுத்துறை பேராசிரியருமான சவ்யசாச்சி பட்டாச்சார்யா குறிப்பிடுகிறார். 1892முதல் 1904வரையிலான முதல் கட்டத்தில் அறிவுப் பரவலும் அதனை ஏற்கும் தன்மையும் தாய்மொழி வழிக் கல்வியினால்தான் மேம்படும் என்பதே இந்தக் கட்டத்தில் அவரது முக்கிய கருதுகோளாக இருந்தது.

1905முதல் 1915 வரையிலான இரண்டாவது கட்டத்தில், காலனிய கல்வி முறையின் 'மேற்கைப் பின்பற்றுவது' என்ற போக்கிலிருந்து விடுபட்டு, இந்திய மக்களின் இயல்பிற்கு உண்மையாக இருப்பதன் மூலம், தேசிய கல்வி நிறுவனங்கள் நாட்டை விடுவிப்பதாக அமையும் என்ற நம்பிக்கையை உருவாக்கும்படியான முயற்சிகளை அவர் மேற்கொண்டார். 1916முதல் 1932 வரையிலான மூன்றாவது கட்டத்தில், ஆங்கிலக் கல்வி, தேசியக் கல்வி ஆகிய இரண்டு முறைகளின் மீதும் அவருக்கு ஏற்பட்டிருந்த அதிருப்தியை காண முடிந்தது. 1919ஆம் ஆண்டில் சாந்திநிகேதன் பத்திரிக்கையில் அவர் எழுதிய 'அதிருப்தியின் காரணி' என்ற கட்டுரை புதியதொரு மாற்றை முன்வைப்பதாக இருந்தது. குறிப்பாக, பள்ளி-கல்லூரி வளாகங்களுக்கு வெளியே எழுத்தறிவையும் கல்வியையும் பரப்ப முக்கியத்துவம் தரவேண்டும். இந்த சிந்தனை 1930களின் மத்தியிலிருந்து 'லோக சிட்சை' – அதாவது அனைவருக்கும் கல்வி -என்பதாக அவரது பட்டியலில் முக்கிய இடத்தைப் பெற்றது.

அனைவருக்கும் கல்வி என்ற இந்தச் சிந்தனையை அவருக்குள் தூண்டிவிட்ட நிகழ்வாக 1930ஆம் ஆண்டில் அவர் மேற்கொண்ட ரஷ்யப் பயணம் அமைந்திருந்தது. பயணத்தின்போது தன் மகன் ரதீந்திரநாத்திற்கு அவர் எழுதிய கடிதத்தில் இவ்வாறு குறிப்பிட்டிருந்தார்:

> 'நமது எல்லாப் பிரச்சனைகளையும் தீர்ப்பதற்கான மிகப்பெரிய வழி கல்வி. இவ்வளவு காலம்வரை மனித சமூகத்தில் பெரும்

பான்மையானோர் இவ்வசதி மறுக்கப்பட்டவர்கள். அநேகமாக இந்தியர் எல்லோருமே இவ்வாறு மறுக்கப்பட்டவர்கள்தாம். இந்த ரஷ்ய நாட்டில் சமூகம் முழுவதும் கல்வியைப் பரப்பச் செய்யப்படும் முயற்சியைப் பார்க்க வியப்பு ஏற்படுகிறது. வெள்ளை ரஷ்யாவில் மட்டுமல்ல, நாகரிகத்தில் குறைந்த மத்திய ஆசிய மக்களிடையேயும் இவர்கள் வெள்ளத்தின் வேகத்தில் கல்வியைப் பரப்பிக் கொண்டிருக்கிறார்கள். எல்லோரும் அறிவியலின் இறுதிப் பலன்களை பெற வேண்டுமென்று ஓய்வின்றி முயல்கிறார்கள். நாம் ஸ்ரீநிகேதனில் என்ன செய்ய விரும்புகிறோமோ அதை இவர்கள் நாடு முழுவதிலும் சிறந்த முறையில் செய்து கொண்டிருக் கிறார்கள். இப்போது நம் நிலை எப்படி இருக்கிறது, அது எப்படி ஆகியிருக்கலாம் என்று ஒவ்வொரு நாளும் நான் இந்தியாவையும் இந்த நாட்டையும் ஒப்பிட்டுப் பார்த்து நினைத்துக் கொள்கிறேன்.

'இவர்களது நிர்வாகத்தில் தவறேதுமில்லை என்று நான் சொல்லவில்லை. பெரிய தவறு இருக்கிறது. இந்தத் தவறால் ஒருநாள் ஆபத்து நேரும். சுருக்கமாகச் சொல்வதானால், கல்வி முறையை ஒரே அச்சில் வார்த்திருப்பதுதான் இந்தத் தவறு. வார்ப்பில் வார்க்கப்பட்ட மனிதத்தன்மை நிலைத்திராது. கல்வியின் தன்மை உள்ளத்தின் உயிர்த்துடிப்பிற்கு இசைவாக அமைந்திராவிட்டால், அந்த வார்ப்பு ஒருநாள் நொறுங்கித் தூள்தூளாகிவிடும்; அல்லது மனிதனின் உள்ளம் மரத்துப் போய்விடும், அல்லது ஓர் இயந்திரப் பதுமையாகிவிடும்.'

இந்தப் பயணத்தின்போது தனது நண்பர் பி.சி. மகலனாபிஸுக்கு எழுதிய கடிதத்தில், 'இங்குள்ள கல்வி முறையில் காணப்படும் சோர்வில்லா முயற்சி, துணிவு, அறிவுத்திறன், தியாக உணர்வு இவற்றில் ஒரு சிறு பகுதி நம் நாட்டில் செயல்பட்டாலும் நாம் பேறு பெற்றவர்களாவோம்' என்று குறிப்பிட்டிருந்தார். (ரவீந்திரரின் ரஷியக் கடிதங்கள் – வங்காளியிலிருந்து தமிழில்: சு. கிருஷ்ணமூர்த்தி).

நான்காவது கட்டத்தின் தொடக்கத்தினை 1932இல் அவர் கல்கத்தா பல்கலைக்கழகத்தில் ஆற்றிய தொடர் சொற்பொழிவிலும் 1935இல் வெளியான இரண்டு கட்டுரைகளிலும் காணமுடியும். காலனிய ஆட்சியில் தொடக்கக் கல்வியும், அடிப்படையான எழுத்தறிவும் சரிந்துவிட்டன என்றும் அவர் குறிப்பிட்டார். 1936ஆம் ஆண்டில் 'புதிய கல்விக்கான கூட்டமைப்பு' என்ற சர்வதேச அமைப்பின்

இந்தியப் பிரிவின் தொடக்க மாநாட்டில் பேசுகையில், 'சமூகத்தில் மேல்தட்டுக்கு மட்டும் கல்வியைத் தந்துவிட்டு, அதற்குக் கீழேயுள்ள அடுக்குகளை தொடாமலேயே விடுவது என்பதை எந்தவொரு நாகரிகச் சமூகமும் ஏற்றுக் கொள்ளாது. அத்தகையதொரு சமத்துவமின்மை அவர்களிடையே அந்நியப் படுதலை உருவாக்கி, மக்களின் ஒற்றுமைக்குக் குறுக்கே நிற்கும்' என்றும் சுட்டிக் காட்டினார்.

இன்றைய 'திறந்தவெளிக் கல்வி' போன்ற ஒரு கருத்தாக்கத்தை, அதிலும் குறிப்பாக, வீட்டில் அடைபட்டுக் கிடக்கும் பெண்களிடையே கல்வியை கொண்டு செல்லும் நோக்கத்தோடு, அவர் முன்வைத்தபோதிலும், அன்றைய கல்விப்புலம் அதன் வலிமையை உணர்ந்து ஏற்க முன்வரவில்லை. எனினும், தன்னளவில், அனைவருக்குமான கல்வி என்ற தன் கருத்துக்கு வலுசேர்க்கும் வகையில் 'மக்கள் கல்விக்கான புத்தகத் தொடர்கள்' (லோக சிக்ஷா கிரந்தமாலா) என்பதை அவர் கையிலெடுத்தார். இதற்கான முதல் முயற்சிதான் 'பேரண்டத்தின் அறிமுகம்' (விஸ்வ பரிச்சய்) என்ற தெள்ளிய நடையில் உருவான வானியல் அறிவியல் நூலாகும். விஸ்வபாரதியின் தொடக்க நாட்களில் இசையும் நுண்கலைகளும் கவர்ந்த அதே ஈர்ப்பினை, இப்போது அறிவியல் பெறத் தொடங்கியிருந்தது. தன் வாழ்நாளின் இறுதிநாட்களில் கல்வியறிவின் முக்கிய அங்கமாக அறிவியல் இருக்க வேண்டும் என்பதை அவர் ஆழமாக வலியுறுத்தினார்.

அறிவியல் உணர்வின் அவசியத்தைப் பற்றிக் குறிப்பிடுகையில் 'பெருங்காடுகளில் மரங்களிலிருந்து உதிரும் இலைகளே அந்தக் காட்டின் மண்ணை வளப்படுத்துகின்றன. அறிவியலை வளர்க்கும் நாடுகளில், அதன் துண்டுச்சிதறல்கள் உதிர்ந்து, சமூகத்தில் பரவுகின்றன. அவை, மனித மனங்களின் அறிவியல் உணர்வுக்கு உரமேற்றுகின்றன. இத்தகையதொரு வாய்ப்பு கிடைக்காமல்தான், நமது மனம் அறிவியல் உணர்வற்று இருந்தது. அதற்கான காரணம், அறிவுப்புலத்தில் மட்டுமின்றி, நடைமுறை வாழ்க்கையிலும் நாம் அடைந்த தோல்வியே ஆகும்' என்று கூறியிருந்தார்.

தன் வாழ்க்கையின் இறுதிக்கட்டத்தில், கல்வியில் சமத்துவம் நிலவ வேண்டியதன் அவசியத்தை அவர் சுட்டிக் காட்டினார். 1940ஆம் ஆண்டு பிப்ரவரி 6ஆம் தேதியன்று ஸ்ரீநிகேதன் ஆண்டுவிழாவில் உரை நிகழ்த்துகையில், 'அனைத்து மக்களுக்கும் கல்வி கிடைப்பதற்கான பாதைகளை உருவாக்க வேண்டும்.

அறிவியல்ரீதியான ஒரு பண்பாட்டை உள்வாங்கி, அதையே பரந்துபட்ட மக்களின் கலாசாரமாக மாற்ற வேண்டும்' என்று குறிப்பிட்டார். இந்தியாவின் கல்விப் பிரச்சனைக்கு அவர் வெளியிட்ட கடைசி கருத்து இதுவாகவே இருந்தது.

ரவீந்திரரின் இந்த இறுதிக் கருத்தை மேலும் ஆழமாக எடுத்துக் கூறும் வகையில்தான் விஸ்வபாரதியின் முன்னாள் துணை வேந்தரான சவ்யசாச்சி பட்டாச்சார்யா இவ்வாறு குறிப்பிட்டிருந்தார்:

> 'கல்வி என்பது எல்லா சமூகங்களிலும் கடும் போட்டிகள் நடைபெறும் ஒரு களமாகவே இருந்து வந்துள்ளது. ஏனெனில், மக்கள் மனங்களை வார்த்தெடுக்கும் ஒரு கருவியாக கல்வி இருக்கும் நிலையில், இப்போட்டி உருவாகிறது. வரலாற்றின் பெரும்பகுதியான போராட்டம் என்பது தன் நலன்களைக் காத்துக் கொள்வதற்காக மட்டுமன்று; தத்துவார்த்த தளத்தில், இப்போராட்டம் மனித மனத்தை தன் கட்டுப்பாட்டில் வைக்க முயலும் சக்திகளுக்கும், அதற்கு விடுதலை அளிக்க முயல்வோருக்கும் இடையில் நடைபெறுவதாகும். மேலோட்டமாகப் பார்த்தால், கல்வி என்பது இருவேறு சக்திகளுக்கு இடையேயான போராட்டக்களமாக உள்ளது. வர்க்கம், சாதி, ஆணாதிக்கம் ஆகியவற்றைக் காக்கவல்ல கலாசாரத்தையும் கருத்துகளையும் மனோநிலையையும் மீண்டும் உருவாக்கச் செய்யும் முயற்சிகள் ஒருபுறம் நடக்கின்றன. அதற்கெதிராக, இத்தகைய மேலாதிக்கத்திற்கு ஆட்பட்டவர்கள், தாம் மேலாதிக்கம் செய்யப்படுவதைத் தடுத்துநிறுத்தும் முகமாக, இன்றைய சமூக அமைப்பு இப்போது இருப்பதைப் போலவே தொடர்ந்து நீடிப்பதற்கு எதிரான உணர்வுகளை, கல்வி என்ற கருவியின் மூலமாக, எழுப்புகின்றனர். மேலும் இந்த ஆளும் அமைப்பின் அங்கமாக விளங்கும் அறிவுஜீவிகளில் சிலர், சமூக அமைப்பு இப்படியே நீடிப்பதைக் கேள்விக்குள்ளாக்கி, வர்க்க, சாதிய, பாலின வகைப்பட்ட மேலாதிக்கத்தை ஆழமாக விமர்சிக்கின்றனர். எனவேதான், கல்வித்துறையில் அறிவுப் பரவலைக் கட்டுப்படுத்த, தொடர்ந்து பல்வேறு வடிவங்களில், இன்றுவரை நடைபெற்றுவரும் முயற்சிகள் ஒரு பக்கமும், மறுபக்கத்தில், அதற்கு எதிராக, இந்த மேலாதிக்கத்திற்கு ஆட்பட்டோரை விடுவிப்பதற்கான முயற்சிகள் ஆகியவற்றுக்கு இடையே இடையறாத போராட்டங்கள் தொடர்ந்து நிகழ்ந்து வருகின்றன.'

1932 டிசம்பரில் கல்கத்தா பல்கலைக்கழகத்தில் அவர் ஆற்றிய தொடர் சொற்பொழிவில் அனைவருக்குமான கல்வியின் அவசியம் குறித்து வலியுறுத்தியிருந்தார். மிக எளிமையாக, அதேநேரத்தில் மிக வலுவாக அமைந்த, அவரது வார்த்தைகளிலேயே அவற்றைத் தருவதுதான் பொருத்தமாக இருக்கும்.

'ஆங்கிலேயர் மேஜை எதிரே அமர்ந்து உண்ணும்போது பலவகைப்பட்ட உணவுகளையும் உண்பதற்கு ஏற்ப கத்தியையும், முள் கரண்டியையும், ஸ்பூனையும் பயன்படுத்துவார்கள். நம்மவரில் இம்மாதிரி உண்டு பழக்கம் இல்லாதவர்கள் வெளிநாட்டிற்குச் செல்லும்போது, ஏராளமான தின்பண்டங்களைத் தட்டில் வைத்து உபசரித்தாலும்கூட, அந்தக் கருவிகளைப் பயன்படுத்தத் தெரியாமல் விழிக்கின்றனர். இதனால், பசி இருந்தும், வயிறார உண்ண முடிவதில்லை. நம் நாட்டில் இப்போது வழங்கும் கல்வி முறையும் இந்த நிலையிலேதான் இருக்கிறது. எல்லாம்தான் இருக்கிறது. ஆனால் கற்றதில் பெரும்பகுதி வீணாகிவிடுகிறது. இங்கே நான் கல்லூரிப் படிப்பைப் பற்றிச் சொல்லவில்லை. பொது மக்களுக்குக் கற்பிப்பது எப்படி என்பதைப் பற்றித்தான் சொல்கிறேன். குழாய்த் தண்ணீர் போல விநியோகமாகும் கல்வி முறையைப் பற்றிய பேச்சு இங்கில்லை. துளியும் தண்ணீர் வசதி இல்லாதவர்களுக்கு அதை எப்படி வழங்குவது என்று ஆராய்ந்து ஒரு வழி கண்டுபிடிக்க வேண்டியிருப்பதைப் போல, சாதாரண மக்களுக்கு கல்வியறிவை எப்படிப் புகட்டுவது என்பதைப் பற்றித்தான் சொல்ல வந்தேன். தாய்மொழி மூலம் கல்வியறிவை வழங்க ஏற்பாடு செய்யாவிட்டால், அவர்களின் கதி என்ன ஆகும் என்று சற்றே யோசித்துப் பாருங்கள். சிந்தனை வறட்சிதான் மிச்சமாகும்.

அத்தகைய பொதுமக்களின் சார்பில், வங்காள மொழியைத் தாய்மொழியாகக் கொண்டு, அதிலேயே பழக்கப்பட்டவர்களின் பிரதிநிதியாக, நான் இந்தப் பல்கலைக் கழகத்தாரிடம் அன்றில் பறவை போல் வேதனையுடன் வேண்டிக் கொள்வது இதுதான். உங்கள் வானளாவும் கலைக்கோயிலின் மேல் கருநீல மேகம் திரண்டு பொழிவது போல் வங்கத்தாய் அருள்மாரி பொழியட்டும். அதனால் இந்தப் பூமியெங்கும் நற்பயன் விளையட்டும். பூவும் தளிருமாக நம் இலக்கியப் பூங்கா விளங்கட்டும். வங்காள மொழிக்கு நேர்ந்த இழுக்கு நீங்கட்டும். இந்தக் காலத்துக்குரிய கல்விப் பெருக்கு

வங்க மக்களின் வறண்ட உள்ளத்தில் பாய்ந்து இரு கரைகளும் பொங்கி வழியட்டும். எங்கும் மகிழ்ச்சியொலி கேட்கட்டும். மன நிறைவும் ஏற்படட்டும்.'

ரவீந்திரரின் இந்த இயற்கையோடு இயைந்த கல்வியின் பெருமையை உணர்ந்து நாட்டின் பல பகுதிகளில் இருந்தும் வந்த பலரும், சாந்திநிகேதனுக்கு மேலும் உரம் சேர்த்தனர் என்றே கூற வேண்டும். அன்றைய மதராஸ் நகரைச் சேர்ந்த அம்மு சுவாமிநாதனின் இளைய மகள் மிருணாளினி (பின்னாளில் மிருணாளினி சாராபாய்), பாலக்காட்டிலிருந்து பால கங்காதர மேனன், ஆந்திராவின் நெல்லூரிலிருந்து கோபால ரெட்டி, அலகாபாத் நகரிலிருந்து இந்திரா காந்தி ஆகியோர் சாந்திநிகேதனில் சேர்ந்து புதியதொரு வாழ்க்கைக் கல்வியைப் பெற்றனர்.

இத்தருணத்தில் தமிழ்நாட்டைச் சேர்ந்த ஒருவரைப் பற்றியும் சொல்லியாக வேண்டும். அன்றைய கோயம்புத்தூர் மாவட்டத்தைச் சேர்ந்த கே.வி. முத்துசாமி தொடக்கத்தில் ஹோம்ரூல் இயக்கத்தின் நிறுவனர் அன்னி பெசண்ட் மதனபள்ளியில் நடத்தி வந்த பள்ளியில் படித்து வந்தார். அன்னி பெசண்ட் கைதுசெய்யப்பட்ட பிறகு, அந்தப் பள்ளி மூடப்பட்டது. சில ஆண்டுகளுக்குப் பிறகு, அவரது தந்தை, முத்துசாமியை, சாந்திநிகேதனில் கல்வி கற்க அனுப்பி வைத்தார். அங்கு 1938 முதல் 1944 வரை கலாபவனில் மாணவராக இருந்த அவர், படிப்பை முடித்து விட்டு, ருக்மிணி தேவியின் கலாஷேத்ராவில் கலை ஆசிரியராக பணிபுரிந்தார். ஓராண்டிற்குப் பிறகு தன் வேலையை விட்ட அவர், மீண்டும் வேறெந்த வேலையிலும் சேரவில்லை. சாந்திநிகேதனில் பெற்ற கல்வி, அவரை பெயர், பணம், புகழ் போன்றவற்றில் ஆசையற்ற ஒருவராக மாற்றியிருந்தது. சொந்த ஊருக்கே திரும்பி, தன் வீட்டுப் பண்ணையிலேயே வாழ்நாள் இறுதிவரை அமைதியானதொரு வாழ்க்கையை அவர் வாழ்ந்தார். இத்தகையதொரு மனநிலையை ரவீந்திரரின் கல்விப்புலமே தனக்குத் தந்தது என்றும், தான் வாழ்ந்த வாழ்க்கையில் எவ்வித அதிருப்தியும் இல்லை என்றும் அவர் குறிப்பிட்டிருந்தார்.

இத்தருணத்தில், தனது சாந்திநிகேதன் அனுபவம் குறித்து திருமதி. இந்திரா காந்தி பின்னாளில் குறிப்பிட்ட சில கருத்துகளும் இங்கு கவனம் கொள்ளத்தக்கவை என்று கருதுகிறேன். 'சாந்திநிகேதனில் நான் கற்றுக் கொண்ட விஷயங்களில் முக்கியமானது என்று நான்

கருதுவது, வெளியே எத்தகையதொரு சலசலப்பு ஏற்பட்டாலும், அதன் பாதிப்பு ஏதுமின்றி, அமைதியாக வாழ்வதற்கான முனைப்பாகும். நான் பிழைத்துக் கிடப்பதற்கு இது எப்போதும் உதவியுள்ளது. எனது தாத்தா (மோதிலால் நேரு) விவேகானந்தரின் பொன்மொழி ஒன்றை மிகுந்த விருப்பத்தோடு எப்போதும் கூறுவார்: 'நீ என்ன அறிந்து கொண்டாய் என்பதை விட, நீ எதுவாக மாறினாய் என்பதுதான் வாழ்க்கையில் மிக முக்கியமானது.' இதைத்தான் சாந்திநிகேதனில் நான் உணர்ந்தேன்.'

அவ்வகையில் ரவீந்திரரின் கல்வி முயற்சிகள் ஒரு புதிய மனிதனைப் படைப்பதில் வெற்றி பெற்றது என்பதை, சாந்திநிகேதனின் முன்னாள் மாணவர்களான மேலே குறிப்பிட்ட நபர்களோடு, சத்யஜித் ரே, அமர்த்யா சென், மகாஸ்வேதா தேவி ஆகியோரும் நமக்கு நிரூபிக்கின்றனர்.

அத்தியாயம் - 9

உயிராய் நேசித்த ஊரக வளர்ச்சி

குடும்ப நிலங்களை மேலாண்மை செய்ய ரவீந்திரர் வங்காளத்தின் கிராமப்பகுதிக்கு 'மகரிஷி'யால் அனுப்பி வைக்கப்பட்டபோது, இந்த இடமாற்றம் அவரை, அவரது வாழ்க்கையை எந்த அளவிற்கு மாற்றி அமைக்கப்போகிறது என்று அவருக்குத் தெரிந்திருக்க வாய்ப்பில்லை. அவரது தந்தைக்குமே கூட அத்தகைய தொலைநோக்கு இருந்திருக்குமா என்று தெரியவில்லை. 1890களில் தொடங்கிய இந்த வாழ்க்கையை ரவீந்திரர் காலமெல்லாம் நினைவில் வைத்திருந்தார் என்பதை அவரது எழுத்துகளில் இருந்தும் செயல்பாடுகளில் இருந்தும் நம்மால் உணர முடிகிறது.

கல்கத்தாவிலேயே பிறந்து வளர்ந்து, அகமதாபாத், பம்பாய், லண்டன் என இதர பெருநகரங்களில் மட்டுமே வாழ்ந்த அனுபவம் பெற்றிருந்த ரவீந்திரர், முதன்முறையாக வங்காளத்தின் உள் பகுதிகளுக்குச் சென்று, அங்கிருந்த கிராமப்பகுதிகளில் சுமார் பத்தாண்டுகள் வாழ்ந்து, அங்கிருந்த விவசாயிகளின் வறிய வாழ்க்கையை நேரடியாகக் கண்டபோது, புதியதொரு உலகத்திற்குள் நுழைந்தார் என்றே சொல்ல வேண்டும்.

இந்த உலகம் கொடுத்த அனுபவம் அவரைத் தலைசிறந்த சிறுகதை எழுத்தாளராக, நாவலாசிரியராக, இயற்கையோடு நெருங்கிய உறவாடும் கவிஞராக மாற்றியதோடு, விவசாயிகளின், கிராமப்புற மக்களின் வாழ்க்கையைப் பற்றியும், அவர்களைக்

கடைத்தேற்றுவதற்கான வழிகளைப் பற்றியும் சிந்திப்பவராகவும் மாற்றியது.

1939ஆம் ஆண்டு கடைசியாக அவர் ஸ்ரீநிகேதனுக்குச் சென்று அங்குள்ள ஊழியர்களிடையே உரையாற்றும்போது இந்த எண்ணம் எவ்வாறு தனக்குள் உருவானது என்பதைக் கீழ்கண்டவாறு விவரித்திருந்தார்:

> ‘நகரத்திலேயே வளர்ந்தவன் என்பதால், தொடக்கத்தில் கிராமப்புறத்தின் வயல்களும் தோட்டங்களும் சிறு ஆறுகளும் எனப் பசுமைபூத்த இயற்கை எழில் என்னைப் பெரிதும் மகிழ்ச்சி கொள்ளச் செய்தது. மெதுவாக அங்கு வசிக்கும் மக்களின் துயரத்தையும் வறுமையையும் நான் உணரத் தொடங்கினேன். அவர்களுக்கு ஏதாவது செய்ய வேண்டும் என்ற எண்ணம் என்னை ஆட்டிப் படைத்தது. ஒரு நிலப்பிரபுவாக, எனது வரவு-செலவைப் பற்றி மட்டுமே கவலைப்படுபவனாக, அங்கே என் நாட்களைக் கடத்துவதை நினைத்து, நான் பெரிதும் அவமானம் அடைந்தேன். அந்த நேரத்திலிருந்துதான், அந்தக் கிராம மக்கள் சொந்த வாழ்க்கைக்கான பொறுப்பைத் தாங்களே ஏற்றுக் கொள்ளும் வகையில், அவர்களின் மனதை எவ்வாறு தூண்டிவிடுவது என்று தொடர்ந்து முயற்சித்து வருகிறேன். வெளியிலிருந்துகொண்டு அவர்களுக்கு ஏதாவது உதவி செய்வது என்பது அவர்களுக்கு மேலும் ஊறுவிளைவிப்ப தாகவே இருக்கும். எவ்வாறு அவர்களை உயிர்ப்போடு இருக்கச் செய்வது என்பதுதான் இதில் மிக முக்கியமான கேள்வியாகும். இத்தகையதொரு சிந்தனைக்கு ஆட்பட்டுத்தான் நான் செயலில் இறங்குவது என்று முடிவெடுத்தேன்.’

அப்போது அங்கிருந்த விவசாயிகளின் நிலை எப்படி இருந்தது என்பதற்கு ஓர் எடுத்துக்காட்டைப் பார்ப்போம். அவர் சிலாய்திஹா பகுதியில் இருந்தபோது, அந்தப் பகுதியில் இருந்த விவசாயிகளுக்கும் வணிகர்களுக்கும் 20 சதவீத வட்டிக்குக் கடன் கொடுத்து அவர்களைக் கசக்கிப் பிழிந்து வந்த ஒரு ஜோட்டேதார் தான் தினு கோஷால் என்பவர். (ஜோட்டேதார் என்போர் ஒரு தரகரைப் போல, கல்கத்தாவில் வாழ்ந்து வரும் பெரும் நிலப்பிரபுக்களின் நிலங்களைக் குத்தகைக்கு எடுத்து, அதை உள்ளூரில் உள்ள விவசாயிகளிடம் உள்குத்தகைக்கு விட்டு அதிகமான வருவாயை ஈட்டுபவர்கள். கிராமப்புறத்தின் வளத்தையே சுரண்டித் தின்று, பெரு நிலப்பிரபுக்களின், ராஜாக்களின், ஜமீன்தார்களின் அடியாட்களாய் செயல்பட்டு வந்தவர்கள்) ‘சொன்னபடி கேட்காவிட்டால், தூக்கில் தொங்க

விடுவேன்!', 'நல்தங்கா மார்க்கெட்டைத் தீயிட்டு நாசமாக்கி விடுவேன்' என்று கொக்கரித்து ஆட்டம் போட்டு வந்தவரும்கூட. ஒரு முறை வணிகர்களுடன் ஏற்பட்ட சச்சரவில் இரவு நேரத்தில் அவரது அடியாட்கள் மார்க்கெட்டிற்குத் தீவைத்துவிட்டனர். கொழுந்துவிட்டெறிந்த தீயிற்கிடையே மக்களின் கூக்குரல்கள் எழுந்தன.

அத்தருணத்தில் அந்தப் பக்கமாக பல்லக்கில் வந்துகொண்டிருந்த ரவீந்திரர் சத்தம் கேட்டு அதிலிருந்து இறங்கி என்னாயிற்று என்று மக்களிடம் வினவினார். பின்பு இந்தக் கொடூரக் காட்சியை மிகுந்த மகிழ்ச்சியோடும் இறுமாப்போடும் பார்த்துக் கொண்டிருந்த தினு கோஷாலின் அருகே சென்று அவர் சொன்னார்: 'இதுவரை எத்தனை பேரின் வயிற்றில் அடித்திருக்கிறாய் என்று உனக்கே நன்றாகத் தெரியும். இப்போது மார்க்கெட்டையும் கொளுத்திவிட்டு, மேலும் பலரின் சாபத்திற்கு ஆளாகியிருக்கிறாய். உனக்கான தண்டனை நிச்சயம் காத்திருக்கிறது' என்று சொல்லிவிட்டு, பாதிக்கப் பட்டவர்களுக்கு உதவச் சென்றுவிட்டார்.

அதன்பிறகு இந்தச் சம்பவம் தொடர்பாக, கிருஷ்ணநகர் நீதிமன்றத்தில் தினு கோஷால்மீது அவர் ஒரு வழக்கையும் தொடுத்தார். நல்தங்கா பகுதி ராஜாவிலிருந்து தொடங்கி, அந்தப் பகுதியிலிருந்த நிலப்பிரபுக்கள், ஜமீன்தார்கள் அனைவருமே கோஷாலின் பக்கமே நின்றனர். குஸ்திஹா நீதிபதியும்கூட அவர் பக்கம்தான். அதுவும் போதாதென்று கல்கத்தாவிலிருந்து பல வழக்கறிஞர்களையும் அவர் தனக்காக வாதாட அழைத்து வந்தார். என்றாலும், இறுதியில் ரவீந்திரருக்கே இந்த வழக்கில் வெற்றி கிடைத்தது. நஷ்ட ஈடாக, தினு கோஷாலிடமிருந்து 40 பிகா நிலத்தைப் பறிமுதல் செய்து, பாதிக்கப்பட்டவர்களுக்கு இழப்பீடாக வழங்கவேண்டும் என்று நீதிமன்றம் தீர்ப்பு வழங்கியது. ஏழைகளின்மீது கரிசனம் காட்டுவது மட்டுமின்றி, அவர்களுக்கு ஆதரவாகச் செயலில் இறங்குவதிலும் ரவீந்திரர் முன்கையெடுத்துச் செயல்பட்ட பல நிகழ்வுகளில் இதுவும் ஒன்றாகும்.

1916ஆம் ஆண்டில் கல்கத்தாவில் வெளியிடப்பட்ட ராஜ்ஷாஹி மாவட்ட கெஜட்டியர் ஒரு ஜமீன்தார் என்ற வகையில் ரவீந்திரரின் செயல்பாடு எவ்வாறு இருந்தது என்பதை அதிகாரபூர்வமாகவே பதிவு செய்திருந்தது. வலிமைமிக்க ஒரு நிலப்பிரபு எப்போதுமே தன் கீழ் இருப்பவர்களை அடக்கியொடுக்குபவராகவும் இரக்கமற்றவராகவும் இருப்பது வழக்கமான ஒன்றுதான். அதை நாம் கற்பனை செய்து பார்க்கவேண்டிய அவசியம் ஏதுமில்லை. ஆனால் ரவீந்திரநாத் தாகூரின் எஸ்டேட் பற்றி ஒரு

செட்டில்மெண்ட் அதிகாரியின் விவரிப்பு இதற்கு முற்றிலும் மாறுபட்டதாக உள்ளது. எஸ்டேட் ஊழியர்களைப் பொறுத்த வரையில் நேர்மையாகவும் நியாயமாகவும் நடந்து கொள்வது கட்டாயமான ஒன்றாக இருந்தது என்பதையும், பொருத்தமான வர்களுக்கு எவ்வாறு குத்தகையிலிருந்து தாராளமனதுடன் விலக்கு அளிக்கப்பட்டது என்பதையும், கல்வி கற்பதற்கு ஊக்கமளிக்கப் பட்டது என்பதையும், அறக்கட்டளையின் சார்பில் மருத்துவ நிலையம் ஒன்று செயல்பட்டு வந்தது என்பதையும், அந்த செட்டில்மெண்ட் அதிகாரி தனது அறிக்கையில் சுட்டிக் காட்டியிருந்தார்.

1893-94இல் தனது பட்டிசார் எஸ்டேட்டில் விவசாய வங்கி ஒன்றையும் அவர் நிறுவினார். இந்த வங்கி ஒப்புதல் அளிக்கப்பட்ட வட்டி விகிதத்தில் குத்தகை விவசாயிகளுக்கு கடன் வழங்கத் தொடங்கியது. (1913ஆம் ஆண்டில் நோபல் பரிசின் மூலம் கிடைத்த பணத்தை இந்த வங்கியில்தான் அவர் முதலீடு செய்திருந்தார். அத்தொகையிலிருந்து பெறப்படும் வட்டி மட்டுமே சாந்திநிகேதனுக்குக் கிடைக்கும் வகையில் அவர் ஏற்பாடு செய்திருந்தார்) இதன்மூலம் மகாஜன் என்று அழைக்கப்படும் கந்துவட்டிக்காரர்களின் பிடியிலிருந்து அவர்களை மீட்க முடிந்தது. வேறு சில நிலத்தொகுதிகளில் உருளைக்கிழங்கு போன்ற புதிய பணப்பயிர்கள் அறிமுகமாயின. அதைப்போன்றே சணல், நெசவு, செங்கல்சூளை, சர்க்கரை ஆலை ஆகியவையும் தொடங்கப் பட்டது. செலிதஹாவிற்கு அருகே ஒரு நெசவுப் பள்ளியும் தொடங்கப்பட்டது. அதனோடு கூடவே கல்வியைப் பரப்பு வதற்கும் அதிகக் கவனம் செலுத்தப்பட்டது. ரவீந்திரரின் குடும்ப நிலங்கள் இருந்த பகுதிகளில் மூன்று பள்ளிகளும், பெண்களுக்கென தனியாக ஒரு பள்ளியும் உருவாயின. இவை அனைத்துமே அவரது குடும்ப நிதியிலிருந்தே முன்னெடுக்கப்பட்ட முயற்சிகள் ஆகும்.

அவரது மற்றொரு கனவான சாந்திநிகேதன் ஓரளவிற்கு நிலைகொள்ளத் தொடங்கியபிறகு, அங்கிருந்து சுமார் 6 கிலோமீட்டர் தூரத்திலுள்ள சுருல் என்ற கிராமத்தில் 12 ஏக்கர் நிலத்தையும் அங்கிருந்த ஒரு பழைய பங்களா, அதனைச் சுற்றிய நிலப்பகுதிகள் ஆகியவற்றையும் விலைக்கு வாங்கிய ரவீந்திரர் அந்தக் கிராமத்தில் கிராமப்புற வளர்ச்சிக்கென புதியதொரு நிறுவனத்தை உருவாக்கும் முயற்சியில் ஈடுபடத் தொடங்கினார். இதற்கு முன்பாகவே தனது மூத்த மகன் ரதீந்திரநாத், நண்பரின் மகன் சந்தோஷ் சந்திர மஜூம்தார் ஆகிய இருவரையும் தன் சொந்த

செலவில் வேளாண்மை அறிவியல் படிப்பினை மேற்கொள்ள அமெரிக்காவிற்கு அனுப்பி வைத்தார். (அந்நாட்களில் பிள்ளைகளை மேற்படிப்பிற்கு லண்டன், பாரீஸ் போன்றவற்றுக்கு அனுப்புவதுதான் பொதுவான வழக்கமாக வசதியுள்ளவர் களிடையே இருந்தது. அப்போது அமெரிக்கா அந்த அளவிற்கு உலக அரங்கில் நிலைகொள்ளாத நேரமது). அவர்கள் இருவரும் இல்லினாய் பல்கலைக்கழகத்தில் பயின்று பட்டம் பெற்றனர்.

1921ஆம் ஆண்டு அதே இல்லினாய் பல்கலைக்கழகத்தில் வேளாண்மை பொறியியல் பயின்றுவந்த ஆங்கிலேயரான லியனார்ட் எல்மிர்ஸ்ட்டைச் சந்தித்து, தனது முயற்சிகளுக்கு உதவ முன்வருமாறு ரவீந்திரர் கேட்டுக் கொண்டார். கிராமப்புறத்தில் அந்த மக்களின் பொருளாதாரம், சமூகச் சமநிலை, அவர்களின் படைப்பூக்கத்திறன் ஆகியவற்றை மீண்டும் நிலைநிறுத்தத் தேவையான கருவிகள், அதற்குரிய கருத்தாக்கங்கள் ஆகியவற்றை திரட்டிக் கொண்டு வருமாறும் ரவீந்திரர் அவரை வேண்டிக் கொண்டார்.

இதன்படி எல்மிர்ஸ்ட் அமெரிக்காவில் தன் படிப்பை முடித்துக் கொண்டு, குடும்பத்தினரின் எதிர்ப்பையும் மீறி, 1921 நவம்பரில் சாந்திநிகேதனுக்கு வந்து சேர்ந்தார். அங்கு இருந்தவர்களுக்கு அவரை அறிமுகம் செய்தபோது, ‘நம் நாட்டில் விவசாயம் எதிர்கொள்ளும் பிரச்சனைகளை நேரடியாக எதிர்கொள்ள வேண்டும் என்பதே எனது நீண்ட நாள் கனவாக இருந்து வந்துள்ளது’ என்று ரவீந்திரர் குறிப்பிட்டார்.

1921 டிசம்பரில் சாந்திநிகேதன் பள்ளியானது அதிகாரபூர்வமாக விஸ்வபாரதி என்ற பெயரில் பல்கலைக்கழகமாக உருவெடுத்தது. இதன்பிறகு, தன் அடுத்த கனவை நனவாக்கும் முயற்சியில் ரவீந்திரர் ஈடுபட்டார். அமெரிக்காவில் வேளாண்மை பொறியியலில் பட்டம் பெற்றுத் திரும்பியிருந்த ரதீந்திரநாத், சந்தோஷ் சந்திர மஜூம்தார் ஆகியோருடன் காளிமோகன் கோஷ், கவுர்கோபால் கோஷ், சந்தோஷ் மித்ரா ஆகியோரை உள்ளடக்கி ஒரு நிர்வாகக் குழு உருவானது. இதன் செயல்பாட்டுக் களமாக அமைந்த கிராமப்புற மறுசீரமைப்பிற்கான நிலையம் என்ற ஸ்ரீநிகேதனுக்கு எல்மிர்ஸ்ட் இயக்குநராக நியமிக்கப்பட்டார். ஒரு மாற்று வாழ்க்கையை முன்வைக்கும் இயக்கமான ஸ்ரீநிகேதன் 1922 பிப்ரவரி 6 அன்று தனது செயல்பாட்டை சுருல் கிராமத்தில் தொடங்கியது. ரவீந்திரர் அங்கு வாங்கியிருந்த பழைய பங்களாவிலிருந்து எல்மிர்ஸ்ட் செயல்படத் தொடங்கினார்.

1922 ஜூலை 28 அன்று எல்மிர்ஸ்ட் கல்கத்தாவில் 'மண்வளக் கொள்ளை' என்ற தலைப்பில் ஒரு சொற்பொழிவை நிகழ்த்தினார். அச்சிடப்பட்டு முன்னரே விநியோகிக்கப்பட்ட இந்தச் சொற்பொழிவுக்கு ரவீந்திரர் ஒரு முன்னுரை எழுதியிருந்தார். குறிப்பாக, இந்தியாவின் பசுமைப் புரட்சிக்குப் பிறகு, நம்மில் பலரின் மனதிலும் ஊடாடிக் கொண்டிருக்கும் ஓர் உண்மையை சுட்டிக் காட்டுவதாகவே, எல்மிர்ஸ்ட்டின் சொற்பொழிவும் ரவீந்திரரின் முன்னுரையும் இருந்தன.

நவீன நாகரீகத்தின் துயரங்கள் பலவற்றுக்கும் காரணமாக இருப்பது, எவரும் ஏற்கத்தக்கதாக இல்லாத அளவிற்கு சமூகரீதியாகவும், பொருளாதார ரீதியாகவும் சமூகத்தில் நிலவும் ஏற்றத்தாழ்வுகளே என அவர்கள் இருவருமே சுட்டிக் காட்டியிருந்தனர். கிராமங்களைப் புறமொதுக்கிவிட்டு, ஒழுங்கற்ற வகையில் உருவாகியுள்ள நகரங்களின் வளர்ச்சியில் இது பிரதிபலிக்கிறது. மனித வாழ்க்கை தொடரவேண்டுமெனில், இயற்கை அதற்கு மிக இன்றியமையாத ஒன்றாக இருக்கிறது என்பதை எல்மிர்ஸ்ட் வலியுறுத்தினார். மண்ணின் வளமானது போற்றிப் பாதுகாக்கப்பட வேண்டிய ஒன்றாகும். அதற்குப் பதிலாக, அதை நாம் நமது பேராசைகளுக்கு இரையாக்கி, கொள்ளையடிப்போமெனில், இயற்கை, நீண்ட நாட்களுக்குப் பிறகல்ல; மிக விரைவிலேயே நம்மைப் பழிதீர்த்துக் கொள்ளும் என்றும் அவர் குறிப்பிட்டார்.

கிராமப்புற வளர்ச்சியை அடிநாதமாகக் கொண்ட ஸ்ரீநிகேதன் தொடக்கத்தில் விவசாயக் கல்வி, சுகாதாரம், சமூக விழிப்புணர்வு ஆகியவற்றைத் தனது செயற்களங்களாக மேற்கொண்டு செயல்படத் தொடங்கியது. அது செயல்பட்டு வந்த சுருல் கிராமத்தில் உள்ள நிலங்களில் சோளம், சணல் ஆகியவை பயிரிடப்பட்டன. செயற்கை உரங்களை படிப்படியாகக் கைவிட்டு, இயற்கை உரங்களை பயன்படுத்துவதற்கான சோதனை முயற்சிகள் மேற்கொள்ளப்பட்டன.

அதைப்போன்றே சுற்றியுள்ள கிராமங்களைச் சேர்ந்த சிறுவர்களுக்கு பயிற்சித்திட்டம், கல்வி பயிற்சி முகாம்கள் ஆகியவற்றையும் ஸ்ரீநிகேதன் மேற்கொண்டது. 1924ஆம் ஆண்டில் 22 கிராமங்களைச் சேர்ந்த 34 பயிற்சி மாணவர்களுக்கு மூன்று பயிற்சி முகாம்களில் பயிற்சி அளிக்கப்பட்டது.

அந்தப் பகுதியில் இருந்துவந்த மலேரியா நோய்ப்பரவலைத் தடுப்பதற்கும் தீவிர முயற்சிகள் மேற்கொள்ளப்பட்டன. 1923இல்

அங்கு ஒரு மருந்தகம் உருவானது. இதன் விரிவாக்கமாக, 1932இலிருந்து சுகாதாரக் கூட்டுறவு அமைப்புகள் உருவாக்கப்பட்டன. இவை ஸ்ரீநிகேதனின் வரம்பிற்குள் வரும் கிராமங்கள் மட்டுமின்றி, அருகமை கிராமங்களுக்கும் எடுத்துச் செல்லப்பட்டன. கிராமங்களிலிருந்தே பெறப்பட்ட தன்னார்வத் தொண்டர்கள் மூலமே இவை மேற்கொள்ளப்பட்டன. இதன்மூலம் பிரச்சனைகளை தாங்களாகவே எதிர்கொண்டு வெற்றிபெறுவதற்கான மனவலிமையை கிராம மக்களிடையே வளர்க்கவும் முடிந்தது.

ஸ்ரீநிகேதன் செயல்பட்டு வந்த சுருல் கிராமத்தைச் சுற்றியிருந்த 84 கிராமங்களில் சுமார் 66,000 பேருக்கு இந்தக் கூட்டுறவு அமைப்புகளின் மூலம் சுகாதார உதவி வழங்கப்பட்டது. அருகருகேயுள்ள 12 கூட்டுறவு சங்கங்களை இணைத்த ஒரு சுகாதார ஒன்றியம் இவற்றின் மைய அமைப்பாகச் செயல்பட்டது. 1922இல் இந்தப் பகுதியில் 30 சதவீதமாக இருந்த மலேரியா பிரச்சனை இத்தகைய முனைப்பான செயல்பாடுகளின் மூலம் 1.9 சதவீதமாகக் குறைந்தது.

தொடக்கத்திலிருந்தே கைவினைப்பொருட்களுக்கான பிரிவு கிராமப்புற மறுகட்டமைப்பிற்கான ஸ்ரீநிகேதன் மேற்கொண்டு வந்த சோதனை முயற்சிகளின் அடித்தளமாக விளங்கியது. ஸ்ரீநிகேதனின் அழகிய கைவினைப் பொருட்கள் வங்காளம் மட்டுமின்றி, இந்தியாவின் இதர பகுதிகளிலும் நிலவி வந்த கலையுணர்வை முற்றிலுமாக மாற்றியமைத்தன. அதுமட்டுமின்றி, 1940களின் தொடக்கத்திலிருந்தே வங்காளத்தில் தலையெடுத்து வந்த மிகமோசமான வறட்சி, பஞ்சம் ஆகிய சூழ்நிலைகளில் வேலைகேட்டு வந்தவர்களுக்கு ஸ்ரீநிகேதன் தன் கதவுகளை அகலத் திறந்து வைத்திருந்தது. அதுவும் போக, நெசவு, தோல் போன்ற கைவினைத் தொழில்களில் பரம்பரையாக ஈடுபட்டு வந்த சாதியினர் மட்டுமின்றி, இதர சாதியினரையும் இத்தொழில்களில் ஈடுபட ஊக்குவித்து, அதில் வெற்றியும் கண்டது.

இரண்டாம் உலகப்பெரும்போர் உலகை ஆட்டிப்படைத்துக் கொண்டிருந்த சூழலில், 1939 டிசம்பர் 27 அன்று எல்மிர்ஸ்ட்டுக்கு எழுதிய கடிதத்தில் ரவீந்திரர் இவ்வாறு கூறியிருந்தார்: ‘உலகம் முழுவதும் கவலையும் துயரமும் அதிகரித்துக் கொண்டுவரும் வேளையில், 30 கோடி மக்கள் எதிர்நோக்கும் பிரச்சனைகளுக்கு மத்தியில், சாந்திநிகேதனிலும் ஸ்ரீநிகேதனிலும் நான் மேற்கொண்ட வேலையில் மட்டுமே கண்ணும் கருத்துமாயிருக்கிறேன். எனது

முயற்சிகள் அருகமை கிராமங்களில் உள்ள மக்களின் மனங்களை வென்றெடுக்கும் என்றும், புதியதொரு சமூக அமைப்பிற்காக தங்களை தயார்ப்படுத்திக் கொள்ள அவர்களுக்கு உதவும் என்றும் நான் உளப்பூர்வமாக நம்புகிறேன். ஒரு சில கிராமங்களிலாவது இதனை நம்மால் தொடங்கி வைக்க முடியுமானால், அதுவே மற்றவர்களுக்கும் ஓர் உத்வேகத்தைக் கொண்டுவரும். அதன் மூலம் எனது வாழ்நாள் பணியை நிறைவேற்றியவனாவேன்.' ஆனால் இந்த 'வாழ்நாள் பணி' என்பது 1890களில் இருந்து தொடங்கி அவரது வாழ்க்கையில் 50ஆண்டுகளை எடுத்துக் கொண்டிருந்தது. கண்ணுக்கு முன்னால் நிகழ்ந்துவரும் கிராமப்புறப் பணிகளையும் கூட அப்போது பலரும் சந்தேகக்கண்ணோடுதான் பார்த்து வந்தனர்.

கிராமவாசிகளின் மனப்போக்கினை மாற்றுவதும் மிகவும் கடினமான ஒன்றாகவே இருந்தது. ஸ்ரீநிகேதனின் ஆறாவது ஆண்டுவிழாவின்போது 'நகரமும் கிராமமும்' என்ற தலைப்பில் அவர் உரையாற்றியபோது, கிராம மக்களின் மனப்போக்கு குறித்த ஒரு சம்பவத்தை எடுத்துக் கூறியிருந்தார்:

> 'எனது எஸ்டேட்டில் ஆறு வெகு தூரத்தில் இருந்தது. எனவே நீரின் பற்றாக்குறை தொடர்ந்து நீடித்து வந்தது. இந்நிலையில் எனது குத்தகைதாரர்களிடம், 'நீங்கள் கிணறு வெட்டினால், அதை சிமெண்ட் வைத்து ஒரு கட்டமைப்பாக நான் மாற்றித் தருகிறேன்' என்றேன். அதற்கு அவர்களின் பிரதிபலிப்பு மிகவும் வெளிப்படையான ஒன்றாக இருந்தது. 'மீன் எண்ணெயிலேயே மீனை பொறிக்க வேண்டுமென்று நீங்கள் விரும்புகிறீர்கள். நீங்கள் இப்படியாக (எங்கள் உழைப்பில்) கிணற்றை உருவாக்கி, மக்களின் தாகத்தைத் தீர்த்தமைக்காக சொர்க்கத்திற்குப் போய்விடுவீர்கள்.' இந்த முயற்சியால் அவர்களுக்குக் கிடைக்கவிருப்பதோ ஏதோ கொஞ்சம் தண்ணீராக இருக்க, எனக்கோ நான் ஈட்டிய புண்ணியத்திற்காக, சொர்க்கம் கிடைக்கும் என்பதாகவே அவர்களின் எண்ணம் இருந்தது.'

கிராமவாசிகள் இத்தகைய மனநிலை கொண்டவர்களாக, தங்களின் மீதே நம்பிக்கை அற்றவர்களாக, மற்றவர்களை நம்பாதவர்களாக, எப்படியாயினும் நமக்கு நல்லது ஏதும் நடக்காது என்பதில் ஆழ்ந்த நம்பிக்கை கொண்டவர்களாக இருந்தனர். இருந்தபோதிலும், கிராம மறுகட்டமைப்பின்மீது ஆழ்ந்த நம்பிக்கை கொண்டவர்களின் முன்முயற்சிகள்தான் இந்நிலையில் பெரும் மாற்றத்தைக் கொண்டுவந்தன.

இந்தக் கிராமப்புற மறுகட்டமைப்பு நாட்டின் பொருளாதார, சமூகக் கட்டமைப்பில் புரட்சிகரமானதொரு மாற்றத்தைக் கொண்டுவருவதை நோக்கியதாக இருக்கவில்லை. எனினும் இத்தகைய சிந்தனைப் போக்கு சமூகத்திற்கு உள்ளிருந்தே உருவாவதற்கு வழிசமைப்பதாக இந்த முன்னோடியான முயற்சி இருந்தது. மக்கள் வழக்கமான தங்கள் போக்கினை மாற்றிக் கொள்வதற்கே அழுத்தம் தரப்பட்டது. ஒவ்வொரு தனிநபருக்கு உள்ளிருந்தும், சமூகத்திற்கு உள்ளிருந்தும் வெளிப்படும் மாற்றமாக அது அமைய வேண்டும் என்ற நோக்கம் கொண்டதாக அது அமைந்திருந்தது.

சமூகவியல் ஆய்வாளரான சுகதா தாஸ்குப்தா ஸ்ரீநிகேதன் மூலம் மேற்கொள்ளப்பட்ட பரிசோதனைகள் குறித்த ஆய்வினை அதன் தொடக்க நாட்களிலிருந்தே மேற்கொண்டு வந்தார். அவரது ஆய்வின் மூலம் 1930களில் கிராம மறுகட்டமைப்பு குறித்த கருத்தாக்கங்கள் எவ்வாறு வடிவம் பெற்றன; அடுத்த 20 ஆண்டுகளில் அவை எவ்வாறு செயல்பட்டன என்பதை நம்மால் அறிந்துகொள்ள முடிகிறது. 1950களின் இறுதியில் அவர் மேற்கொண்ட ஆய்வினை 1962ஆம் ஆண்டில் ‘ஒரு கவிஞரும் ஒரு திட்டமும்’ என்ற தலைப்பில் ஒரு நூலாக அவர் வெளியிட்டார். இந்நூலில் அவர் குறிப்பிட்டிருந்தார்:

> ‘ஸ்ரீநிகேதனில் இருந்து 13 மைல் தூரத்தில் உள்ளது லால்தஹா கிராமம். இங்குள்ள மக்களின் தனிநபர் வருமானம் 1000 சதவீதம் அதிகரித்துள்ளது. இங்குள்ள ஒவ்வொரு தனிநபருக்கும் 1.1 வேலைவாய்ப்பு உள்ளது. கடந்த ஆறாண்டு காலத்தில் பிறந்த குழந்தைகளின் இறப்பு என்பதே நிகழவில்லை. இங்குள்ளவர்களின் நுகர்வும் கணிசமாக அதிகரித்துள்ளது. ஸ்ரீநிகேதன் செயல்பட்டு வரும் கிராமங்களுக்கு அப்பாலுள்ள மற்ற கிராமங்களை ஒப்பிடும்போது, 20 ஆண்டுகளுக்கு முன்பு இருந்ததைவிட, அதிகமான துணி, அறைகலன்கள், பாத்திரங்கள், டார்ச்கள், இதர கருவிகள் ஆகியவற்றை இவர்கள் பயன்படுத்தி வருகின்றனர்.
>
> இங்குள்ள ஆண்-பெண் இருபாலினத்தவருமே நூறு சதவீதம் கல்வியறிவு பெற்றுள்ளனர். பள்ளிக்குப் போகும் வயதுடைய அனைத்துக் குழந்தைகளும் பள்ளிக்குச் செல்கின்றனர். இந்தக் கிராமத்தின் பொழுதுபோக்கு-கேளிக்கை தேவைகளைக் கிராமத்து மக்களே நிறைவேற்றிக் கொள்கின்றனர். (அதாவது ஆடல்-பாடல்களை அவர்களே நிகழ்த்திக் கொள்கின்றனர்)

கடந்த சில தசாப்தங்களில் இப்பகுதிக்கான வளர்ச்சிப் பணிகளில் ஈடுபடும் வயது வந்தோரின் எண்ணிக்கை கணிசமாக அதிகரித்துள்ளது.

1930ஆம் ஆண்டில் ஸ்ரீநிகேதன் இந்த கிராமத்து மக்களிடையே செயல்படத் தொடங்கியபோது, அவர்கள் மிக மோசமான கடன் சுமையில் ஆழ்ந்திருந்தனர். கந்துவட்டிக் காரர்கள்தான் அவர்களை சமூகரீதியாகவும், அரசியல்ரீதியாகவும் ஆட்டிப்படைத்து வந்தனர். ஆனால் இன்று இந்தக் கிராமத்தில் உள்ள கிராமக் கூட்டுறவுக் கடன் கழகம் மிகச் சிறப்பாகச் செயல்பட்டு வருகிறது. கிராமத்து மக்கள் இந்தக் கடன் கழகத்திற்கு மட்டுமே கடன்பட்டவர்களாக உள்ளனர். கடந்த 10 ஆண்டுகளில் ஒரே ஒரு சச்சரவு கூட தீர்விற்காக நீதிமன்றப் படிகளை ஏறவில்லை. தலையெடுக்கும் மோதல்கள் அனைத்தையும் கிராமக் கவுன்சிலே கையாண்டு தீர்த்து வைத்து வருகிறது.

மேலே குறிப்பிட்ட வெற்றிக்கதைகள் என்பது ஸ்ரீநிகேதன் செயல்பட்டு வரும் குறிப்பிட்ட சில சிறந்த கிராமங்களிலிருந்து மட்டுமே தேர்ந்தெடுக்கப்பட்டவை அல்ல. அது செயல்படும் பகுதிகள் அனைத்திலும் இந்த நிகழ்வுகள் அன்றாட நிகழ்வுகளாகவே உள்ளன. ஒரே மாதிரியான வளர்ச்சியை நிலைநிறுத்துவது சாத்தியமில்லை என்பதோடு, ஒவ்வொரு பகுதியுமே பாதுகாப்பான ஒரு நிலையை அடைந்துள்ளது என்பதையும் கூற வேண்டும்.' (ஒரு கவிஞரும், ஒரு திட்டமும் – பக். 123-24)

'இந்தியாவின் ஆன்மா கிராமங்களில்தான் உள்ளது' என்றார் மகாத்மா காந்தி. அவரது கருத்துக்கள் பலவற்றிலும் மாறுபட்ட கருத்தைக் கொண்டிருந்த ரவீந்திரர், தனது நேரடிச் செயல்பாட்டின் மூலம், கிராம மக்களின் மனதில் தன்னம்பிக்கையை உருவாக்கி, கிராமத்தை சுயச்சார்பு நிலைக்குக் கொண்டு வருவதன் மூலமே உண்மையான விடுதலையைப் பெறமுடியும். இந்த கிராமங்களின் வளத்தின் மூலம் பெறவிருக்கும் வலிமையே மேற்கத்திய உலகத்தை சம உரிமையோடு நாம் எதிர்கொள்ள வழிவகுக்கும் என்பதில் ஆழ்ந்த நம்பிக்கை கொண்டு செயல்பட்டார்.

கிராம மக்களின் மனங்களை 'விழித்தெழச்' செய்யவேண்டும் என்று அவர் விழைந்தார். மக்களின் மனப்போக்கை மாற்ற வேண்டுமானால், ஆரம்ப நாட்களில் இருந்தே சிறுவர்-சிறுமியரிடையே விழிப்புணர்வை ஏற்படுத்தாத வரையில், இதில்

எவ்வித முன்னேற்றமும் இருக்காது என்பதை நன்கு உணர்ந்தவராகவும் அவர் இருந்ததால், கல்வியின்மீது உரிய கவனம் செலுத்தினார். அவரது விழைவு அனைத்திற்கும் அடிநாதமாகத் திகழ்வது மனித குல முன்னேற்றமே. அவரே சொன்னதைப் போல 'மனிதன் தொடர்பான எந்தவொரு கல்வியும் மனித இயல்பைத் தனது மைய அம்சமாகக் கொண்டிருக்க வேண்டும். மனித இயல்புடன் அது எந்த அளவிற்கு இயைகிறது என்பதை காலம்தான் நிர்ணயிக்கும்.'

1908ஆம் ஆண்டில் எழுதிய 'வழியும் முறையும்' என்ற கட்டுரையில் அவர் கூறியிருந்தார்:

> 'ஒட்டுமொத்த இந்தியாவிற்கும் நான் மட்டுமே பொறுப்பேற்க முடியாது. என்றாலும் கையாலாகாத்தனம், அறியாமை என்ற தளைகளிலிருந்து இரண்டு அல்லது மூன்று கிராமங்களை மட்டுமாவது விடுவிக்க முடிந்தால், இந்தியா முழுவதற்கும் பொருத்தமான ஒரு தொலைநோக்கு உருவாக்கப்பட்டுவிடும்.
>
> இந்தத் தொலைநோக்கினை ஒரு சில கிராமங்களில் மட்டுமே இட்டு நிரப்புவதன் மூலம் அந்த ஒரு சில கிராமங்களே எனது இந்தியாவாக மாறிவிடுகின்றன. அதை மட்டும் செய்ய முடியுமானால், உண்மையிலேயே இந்தியா நமக்கு மட்டுமே சொந்தமானதாக மாறிவிடும்.
>
> நமது முயற்சியின் அளவு எப்போதுமே நமக்குப் பெருமிதத்திற்குரிய ஒரு விஷயமாக இருக்காது. ஆனால் அதில் பொதிந்துள்ள உண்மை நமக்குப் பெருமிதத்தை வழங்கும் என்று நம்புவோமாக!'

அத்தியாயம் - 10

ரவீந்திரர் – உலக மனிதனுக்காக ஓங்கி ஒலித்த குரல்

'விரிவான, புரட்சிகரமான ஒரு தத்துவத்தை நாட்டு மக்களிடையே ஆவேசமாகக் கொண்டு சென்று, ஒரே ஓர் இலக்கு அல்லது ஒரு தனிமனிதன் அல்லது ஒரு தனிக் கட்சியின்கீழ் அனைத்தையும் எளிதாக மையப்படுத்துவதன்மூலம் நாட்டை முன்னேற்றிவிட முடியும் என்று பிரசாரம் செய்வது மிகவும் எளிதான ஒன்றுதான். கடந்துபோன காலமே நமது பொற்காலம்; அதற்கே திரும்பவும் செல்வோம் என்றும், அந்நிய விஷயங்களை புறமொதுக்குங்கள் என்றும், இருக்கும் ஆதார வளங்களைக் கொண்டே பெருமை யோடும் சுதந்திரமாகவும் எதைப்பற்றியும் கவலைப்படாமலும் வாழ வேண்டும் என்றும் மக்களிடையே எளிதாகப் பிரசாரம் செய்யவும் முடியும். இத்தகைய குரல்களை இந்தியா ஏற்கனவே கேட்டிருக்கிறது. தாகூர் இதை உணர்ந்திருந்தார்; அதற்கு உரிய மரியாதையும் அளித்தார்; ஆனால் அதை எதிர்த்தும் அவர் போராடினார்.' – ருஷ்ய-பிரிட்டிஷ் தத்துவாசிரியர் ஐசயா பெர்லின், 1961ஆம் ஆண்டில் தாகூரின் நூற்றாண்டு விழா தருணத்தில் கூறியது.

'நம்முடைய அனைத்து பந்தங்களுமே மற்றவர்களுக்குச் செய்ய வேண்டிய கடமையாகவே உள்ளது என்ற வகையில், சக மனிதர்களிடம் இருந்து தன்னை விடுவித்துக் கொள்வதில் வெற்றிபெறும் ஒரு தனிமனிதனே உண்மையான விடுதலையைப்

பெறுகிறான் என்று எவரொருவரும் நினைத்துக் கொள்ளக் கூடும். ஆனால், ஒரு வகையில் அதற்கு முரணாகத் தோன்றியபோதிலும், நமக்கு நன்றாகத் தெரிந்த உண்மை என்னவெனில், ஒருவரை யொருவர் சார்ந்திருக்கும் இந்த ஏற்பாடுதான் மனித குலத்தின் விடுதலைக்கு வழிவகுக்கிறது என்பதே உண்மை. விடுதலையின் வளர்ச்சி குறித்த வரலாறு என்பது மனித உறவுகளை மேலும் சிறப்பாக ஆக்குவதன் வரலாறே ஆகும்' என்று சுவாமி விவேகானந்தர் தனிநபர் சுதந்திரம் குறித்தும் சமூக நல்லிணக்கம் குறித்தும் தன் பார்வையை வெளியிட்டிருந்தார்.

அவரது இந்த விசாலமான பார்வையை மகான் அரவிந்தர், மகாத்மா காந்தி ஆகியோர் இந்திய சமூகத்துடன் பொருத்திப் பார்க்க முயன்றனர். இந்த முயற்சிகளை ரவீந்திரரும் வரவேற்றார். ஆனால் இந்தக் கருத்தை வேறொரு திசையை நோக்கி எடுத்துச் சென்று வளர்த்தெடுக்க வேண்டும் என்பதே அவரது கருத்தாக இருந்தது. அவரது காலத்தில் உலகமெங்கும் தலையெடுத்து, நவீன இந்திய அரசியலில் மேலாதிக்கம் செலுத்திய தேசியவாதம் என்ற கருத்தை மறுதலிக்கும் உரத்த குரலாகவும் அது மாறியது.

1912ஆம் ஆண்டில் அவர் எழுதிய கீதாஞ்சலியில் விடுதலைக்கான ஒரு யுகம் குறித்த தன் ஏக்கத்தை வெளிப்படுத்திய பாடலில் ('எங்கே மனம் அச்சமற்று இருக்கிறதோ' என்ற பாடல்) 'குறுகிய உள்நாட்டு சுவர்களால் பிளவுபடாத ஓர் உலகத்தை' அவர் கனவு கண்டிருந்தார். முதல் உலகப் பெரும்போர் காலத்தில் உலகம் முழுவதிலும் தேசப்பற்று என்ற பெயரில் வெடித்தெழுந்த தேசிய வாதம், மனித குலத்திற்கு மிகப் பெரியதோர் அபாயம் என்ற கருத்து அவருள் ஆழமாய் பதிந்தது. இதன் விளைவாகவே, பின்னாளில் சீனாவிலும், ஜப்பானிலும், அமெரிக்காவிலும் மேற்கொண்ட பயணங்களின்போது அவர் ஆற்றிய உரைகளில் எல்லாம், இந்தக் குறுகிய எல்லைகளைக் கடந்து, உலக மனிதனாய் உயருவதற்கான வழிகளைத் தேட வேண்டும் என்ற கருத்தை, அழுத்தம் திருத்தமாக, எவ்வித ஊசலாட்டமும் இன்றி, கடுமையான எதிர்ப்புகளுக்கு இடையிலும், அவர் வெளியிட்டார். பொது நீரோட்டத்திற்கு எதிராக இருந்த அவரது இந்தக் கருத்துக்கு, உள்நாட்டிலும் வெளிநாட்டிலும் பலத்த எதிர்ப்பு இருந்தது என்பதே உண்மை. எனினும் அவர் தன் கருத்தை இறுதிவரை மாற்றிக் கொள்ளவே இல்லை.

இந்தப் பின்னணியில்தான் 1916ஆம் ஆண்டில், 'மேற்குலகில் தேசியவாதம்', 'ஜப்பானில் தேசியவாதம்', 'இந்தியாவில்

தேசியவாதம்' என்ற தலைப்பில் தேசியவாதம் குறித்து மூன்று உரைகளை அவர் நிகழ்த்தினார். தேசியவாதம் என்ற பெயரில் தனிநபர் சுதந்திரம் ஒடுக்கப்படும் முயற்சி தீவிரமாகி வருகிறது என்பதே இந்த உரைகளின் அடிநாதமாக இருந்தது. அதுவே அவரது பெரும் கவலையாகவும் இருந்தது. முதல் உலகப்பெரும் போரின் பின்னணியில், மேற்குலகில் தலையெடுக்கத் தொடங்கிய தேசியவாதம், மேற்குலக நாடுகளின்கீழ் அடிமைப்பட்டுக் கிடந்த காலனி நாடுகளிலும் பரவத் தொடங்கியதைக் கண்டு அவர் அச்சமுற்றார். இந்திய மண்ணிற்கே உரிய வகையில் பங்கிம் சந்திரா, சுவாமி விவேகானந்தா, பிபின் சந்திர பால், மகான் அரவிந்தர் என எழுந்த இந்திய தேசியவாதத்தின் முதல் குரல் களையும் அவர் செவிமடுத்தார்.

நாட்டின் அடிப்படையான தேவைகளில் இருந்து கவனத்தைத் திசை திருப்புவதாக தேசியவாதம் இந்தியாவிற்கு மாபெரும் தீங்கினை விளைவித்துள்ளது என்றும் அவர் வாதிட்டார். 'இந்தியாவின் உண்மையான பிரச்சனை என்பது அரசியல் தன்மை கொண்டதல்ல; அது சமூகத்தன்மை கொண்டதாகும்.' இந்த சமூகத்தின் அவசரத் தேவைகளை புறக்கணித்து விட்டு, (விடுதலை என்ற) அரசியல் இலக்கினை மட்டுமே பின்பற்றிச் செல்வதாக இந்தத் தேசியவாதம் உள்ளது என்பதே அவரது குற்றச்சாட்டாக இருந்தது.

அன்றைய காங்கிரஸில் இருந்த மிதவாதிகளோ, தீவிரவாதிகளோ, இந்த சமூகத்தேவைகளை உணர்ந்தவர்களாக இருக்கவில்லை. மிதவாதிகளிடம் ஆக்கப்பூர்வமான திட்டம் எதுவும் இல்லை. உள்ளிருந்து வெளிப்படும் ஆக்கப்பூர்வமான செயல்தான் இப்போது பெரிதும் தேவைப்படுகிறது என்பதை உணர்ந்தவர் களாகவும் அவர்கள் இருக்கவில்லை. அவர்களது அரைகுறையான கொள்கை எவ்வளவு வெற்றுத்தன்மையானது என்பதை மக்கள் உணரத் தொடங்கியபோது அவர்கள் (மக்களின்) ஆதரவை இழக்கத் தொடங்கினர். தீவிரவாதிகளோ, பாரம்பரியமான இந்தியக் கருத்தாக்கங்களை அடிப்படையாகக் கொண்டு தங்கள் திட்டத்தை மேற்கொண்டிருந்தனர். உண்மையில் இது மேற்கத்திய தேசியவாதத்தின் நகலைத் தவிர வேறில்லை. அவர்களின் கருத்தாக்கங்கள், மேற்கத்திய வரலாற்றினை அடிப்படையாகக் கொண்டவை. இந்தியாவிற்கே உரிய தனித்துவமான பிரச்சனைகள் குறித்து அவர்கள் கவலைப்படவே இல்லை. நம்மை இறுகப் பிணித்திருக்கும் சமூக அமைப்பு, பாரம்பரியத்தின் அதிகாரத்தை ஏற்று அதைக் குருட்டுத்தனமான பின்பற்றுதல், இன்றைய

காலத்திற்குப் பொருந்தாத வகையில் செயலூக்கமற்ற நம் இயல்பு ஆகிய நமது சமூக அமைப்பில் நிலவும் அம்சங்களே அந்நிய கருத்தாக்கங்களோடு இணைந்து செயல்படுவதற்கு இந்தியாவிற்குத் தடைகளாக உள்ளன என்றும் அவர் வாதிட்டார்.

இந்தியாவிற்கு முன்னால் உள்ள உண்மையான கடமை என்பது உயரிய இயற்கைக்கு மட்டுமே உரித்தான மனிதனின் நெறிசார்ந்த, ஆன்மிகரீதியான தேவைகளை வெளிப்படுத்தும் தன்மை கொண்ட, நல்லதொரு சமூகத்தை உருவாக்குவதே ஆகும். மற்றவற்றை எல்லாம் புறமொதுக்கிவிட்டு, அரசியல் விடுதலையை மட்டுமே இந்தியா பின்தொடருமானால், இறையாண்மைமிக்கதொரு அரசை அதனால் பெறக்கூடும். ஆனால் அதில் பழைய சமூக, நெறிசார்ந்த நோய்கள் துடைத்தெறியப்படாமல் மேலும் பெருகியே இருக்கும் என்பதையும் நம்மால் காண முடியும். அனைத்திற்கும் மேலாக, அரசியல் விடுதலைக்கான குறுகிய வேட்கை என்பது, சமூகத்தில் தனிநபரின் நெறிசார்ந்த, ஆன்மிகரீதியான சுதந்திரமே இந்தியாவின் உண்மையான இலக்காக விளங்குகிறது என்ற உண்மையை நம் கண்களில் இருந்து மறைத்து விடும்.

நமது சமூகத்தின் கருத்தாக்கங்கள்தான் மனித உலகத்தை உருவாக்கியுள்ளது. எனினும், நமது மனம் அந்தக் கருத்தாக்கங்களில் இருந்து விலகிப் போய், அதிகாரப்பசிக்கு ஆளாகி விடும்போது, அத்தகையதொரு மனநிலையில் பிறழ்வானதோர் உலகத்தில்தான் நாம் வாழ்கிறோம். அங்கே நமது வலிமை என்பது நல்வாழ்வாகவோ அல்லது நமது விடுதலை என்பது சுதந்திரமாகவோ இருப்பதில்லை. எனவே, நமது மனம் விடுதலைபெறாத ஒரு நிலையில், அரசியல் விடுதலையானது நமக்கு உண்மையான விடுதலையை அளிப்பதில்லை.

இன்றும்கூட மற்ற நாடுகளில் அரசியல் விடுதலை பெற்றவர்கள் சுதந்திரமானவர்களாக இருக்கவில்லை. அவர்கள் வலிமை கொண்டவர்களாக மட்டுமே இருக்கிறார்கள் என்பதை நாம் மறந்துவிடக் கூடாது. அவர்களிடையே தூண்டிவிடப்பட்டுள்ள பேரார்வமானது விடுதலை என்ற பெயரில் அடிமைத்தனம் மிக்க மாபெரும் அமைப்புகளையே உருவாக்கியிருக்கிறது. பணத்தை ஈட்டுவதையே தங்களின் அதிகபட்ச குறிக்கோளாக மாற்றிக் கொண்டவர்கள் பணக்காரர்களுக்கு அல்லது பணத்தைப் பிரதிநிதிநிதித்துவப் படுத்துவோருக்கு தங்கள் வாழ்க்கையையும் ஆன்மாவையும் தங்களையும் அறியாமலேயே விற்று வருகின்றனர். தங்களின் அரசியல் அதிகாரம் குறித்தும், அந்நிய

இனத்தவரின் மீதான தங்கள் மேலாதிக்கம் குறித்தும் பெருமிதம் கொண்டவர்கள், அதை நீட்டிக்க வேண்டும் என்பதற்காக மற்றவர்களை அடிமைப்படுத்துவதற்குத் தேவையான அமைப்புகளிடம் தங்கள் சுதந்திரத்தையும் மனிதத்தன்மையையும் அடகு வைத்து விடுகின்றனர்.

சுதந்திரமானவை என்று கருதப்படும் நாடுகளிலும்கூட, பெரும்பாலானோர் சுதந்திரமானவர்களாக இல்லை. தங்கள் வாழ்க்கையின் இலக்கு என்ன என்பதைப் பற்றித் தெரியாதவர் களாக, மிகச் சிறுபான்மையினரால் அவர்கள் வழிநடத்தப் படுகின்றனர். நெறிமுறை சார்ந்த, ஆன்மிகரீதியான விடுதலையே தங்கள் இலக்கு என்பதை மக்கள் ஏற்றுக்கொள்ளாமல் இருப்பதாலேயே இது சாத்தியமாகிறது. தங்களின் அதீதமான விருப்பங்களைக் கொண்டு, அவர்கள் மிகப்பெரும் சுழல்களை உருவாக்கிக் கொள்கின்றனர். அவற்றின் அபரிமிதமான சுழற்சியிலிருந்து வெளிப்படும் வேகத்தையே அவர்கள் தங்களின் சுதந்திரம் என்று கருதிக் கொள்கின்றனர். மரணம் எவ்வாறு நிச்சயமான ஒன்றோ, அதைப் போலவே, அவர்களை மூழ்கடிக்க விருக்கும் அழிவும் நிச்சயமான ஒன்றுதான். ஏனெனில், மனிதனுக்கான உண்மை என்பது நெறிமுறை சார்ந்த உண்மைதான். அவனது விடுதலை என்பதும் ஆன்மிகரீதியான வாழ்க்கையில் இருந்துதான் பெறமுடியும்.

சமூகரீதியான அடிமைத்தனம் என்ற புதைகுழியின்மீது, விடுதலை என்ற அரசியல் விந்தையைக் கட்டியெழுப்பதே நமது கடமை என்று நாம் எண்ணுவதற்கு இதுவே காரணமாகும். அரசியல் விடுதலையே நம்மை விடுவிக்கும் என்ற பிரமையில் இன்று ஆழ்ந்திருக்கும் இந்தியர்கள், மேற்குலகின் தவறான பாடங்களை அப்படியே உண்மையென ஏற்றுக் கொண்டு, மனித குலத்தின் மீதான தங்கள் நம்பிக்கையை இழந்து நிற்கின்றனர். நமது சமூகத்தின், நாம் போற்றிக் கொண்டாடும் பலவீனங்களே அரசியலில் அபாயத்தை உருவாக்குவதற்கான ஆதாரங்களாக மாறும் என்பதை நாம் நினைவில் கொள்ள வேண்டும்.

இதே செயலற்ற தன்மைதான் சமூக நிறுவனங்களில் நிலவும் உயிரற்ற வடிவங்களைப் போற்றுதல் என்ற நிலைக்கு நம்மை இட்டுச்சென்று அசைக்கமுடியாத சிறைச்சுவர்களாக நமது அரசியலை மாற்றிவிடும். மனிதகுலத்தின் பெரும்பகுதியான பிரிவினரை தாழ்வு மனப்பான்மை என்ற நுகத்தடியில் பூட்டி வைக்கும் நமது கருணையின் குறுகிய மனப்பாங்கு நமது

அரசியலிலும் அதே அநீதியை நீடிக்கச் செய்வதை உறுதிப்படுத்தி விடும். தேசியவாதத்தை இந்தியா கையிலெடுத்துள்ளது அதன் நெறிசார்ந்த, ஆன்மிகரீதியான விடுதலை என்ற அடிப்படையான ஆர்வத்திற்கு இடையூறு விளைவிப்பதாகவே இருக்கும் என்ற அவரது உறுதியான கருத்து இவ்வகையில் தொடக்கத்திலேயே ரவீந்திரரின் தனித்துவமான பங்களிப்பாக விளங்கியது.

இந்தக் கண்ணோட்டமே தீவிர தேசியவாதியான மகாத்மா காந்தியுடன் தவிர்க்கமுடியாத வகையில் அவர் மோதுவதற்கு வழிவகுத்தது. 'விடுதலை என்ற மகத்தான பரிசு யாருடைய கருணையினாலும் மக்களிடம் வந்தடையாது. அதை நமக்குச் சொந்தமானதாக ஆக்கிக் கொள்வதற்கு முன்பாக, அதனை நாம் வென்றடைய வேண்டியது அவசியமாகும். இந்தியாவின் வாய்ப்புகளைக் கைப்பற்றிய உரிமையை வைத்துக் கொண்டு நம் நாட்டை இப்போது ஆளுவோரைவிட, நெறிமுறையில் நாம் மேம்பட்டவர்கள் என்பதை நிரூபிப்பதன்மூலமே, நாம் அவர்களை வென்றடைய முடியும் என்பதை நான் எப்போதும் உணர்ந்திருந்தேன்' என்றும் அவர் குறிப்பிட்டார்.

சுமார் 14 மாத வெளிநாட்டுப் பயணத்திற்குப் பிறகு 1921 ஜூலையில் ரவீந்திரர் இந்தியாவிற்குத் திரும்பியபோது, விடுதலைப் போராட்டத்தின் ஒத்துழையாமை இயக்கம் உச்சத்தில் இருந்தது. எனவே இந்தப் போக்கிற்கு எதிரான அவரது போராட்டம் உடனடியாகத் தொடங்கியது. 1921 ஆகஸ்ட் 29 அன்று கல்கத்தாவில் 'உண்மையின் அறைகூவல்' என்ற தலைப்பில் அவர் உரைநிகழ்த்தினார். குறிப்பிடத்தக்கதொரு சொற்பொழிவாகவும் அது அமைந்திருந்தது. ஒருபுறத்தில் காந்தியின் தலைமை குறித்த ஆழமான விமர்சனத்தை முன்வைத்த அதேநேரத்தில், அந்நாட்களில் இருந்த தலைவர்கள் அனைவரையும்விடத் தனிநபர் சுதந்திரத்தைப் பாதுகாப்பதில் முன்னோடியாக இருந்த காந்தியின் நிலைபாட்டிற்கு ஆதரவாகவும் அந்தச் சொற்பொழிவு அமைந்திருந்தது.

'தன்னை உணர்ந்து கொள்ள அல்லது ஆன்மிகரீதியான விடுதலைக்காகப் போராடுவது என்பதே மனிதனின் இயற்கையான தன்மையாக அமைகிறது. ஒருதனிநபரின் உயர்ந்தபட்ச நோக்கமாகவும் அது தொடர்ந்து நீடிக்கிறது. தன்னை வெற்றி கொள்வதன் மூலமே இதில் வெற்றிபெற முடியும்' என்ற விவேகானந்தர், அரவிந்தர், காந்தி ஆகியோரின் பொதுவான குறிக்கோளை முன்வைத்து தன் உரையை தொடங்கிய ரவீந்திரர்,

'தனக்கான விடுதலையை வெற்றிகொள்ளத் தவறியவர்கள், வெளியுலகத்தில் அதை அடைவதில் தோல்வியையே எதிர் கொள்வார்கள்' என்று குறிப்பிட்டார்.

அரசியல்ரீதியான விடுதலை என்பது மிகப்பெருமளவில் தீர்மானகரமானதொரு விஷயம்தான். எனினும், சமூகத்தில் உள்ள தனிநபர்களை நெறிமுறைரீதியாக அல்லது ஆன்மிகரீதியாக மாற்றாமல், அது சுயராஜ்யமாக இருக்காது என்பது மட்டுமின்றி, அது சுயராஜ்யத்தை உறுதிப்படுத்துவதாகவும் அமையாது என்றும் அவர் குறிப்பிட்டார்.

ரவீந்திரர் தனது கருத்துகளை உரிய உவமைகளின் மூலம் விளக்க முனைந்தார். இந்த 'உண்மையின் அறைகூவல்' சொற்பொழிவிலும்கூட, அரசியல் சீர்திருத்தம், சமூக மற்றும் நெறிமுறைகளுக்கு இடையிலான உறவு பற்றிய தனது கருத்தை விளக்க இந்த வழியை அவர் பயன்படுத்தினார். இந்த உவமையானது அவருக்கே உரியது எனினும், இந்தக் கருத்தை காந்தியும் அவரோடு பகிர்ந்து கொண்டிருந்தார்.

'மற்ற நாடுகளின் முன்னேற்றத்தின்மீது நம் பார்வையைத் திருப்பும் போது, அவற்றின் அரசியல் குதிரைவண்டி நம் பார்வையில் தெளிவாகத் தென்படுகிறது. வண்டியின் வேகத்தையே அது பெரிதும் நம்பியுள்ளதாகத் தோன்றுகிறது. ஆனால் குதிரைக்குப் பின்னால் உள்ள வண்டியும் குதிரையின் வேகத்திற்கு ஈடு கொடுக்கும் வகையில் செயல்மிக்கதாக இருக்க வேண்டியதன் அவசியத்தை நாம் பொதுவாக மறந்து விடுகிறோம். அதன் சக்கரங்கள் முறையான வகையில் அமைந்திருக்க வேண்டும். அதன் இதர பகுதிகளும் முறையான வகையில் இணைக்கப் பட்டிருக்க வேண்டும்.

'இந்த வண்டி என்பது ரம்பத்தையும் சுத்தியலையும் வைத்துக் கொண்டு செய்யப்பட்ட பொருட்களை மட்டுமே கொண்ட ஒன்றல்ல. அதன் வடிவம் குறித்த சிந்தனை, ஊக்கம், செயல்பாடு ஆகியவையும் அதை உருவாக்கப் பயன்பட்டுள்ளன. வெளிப்புறத்தில் சுதந்திரமாக இருப்பது போல் தோற்றம் அளிக்கும் நாடுகளை நாம் பார்த்திருக்கிறோம். ஆனால், அவற்றின் அரசியல் என்ற குதிரை இழுத்துச் செல்லும் வண்டியானது, சுற்றியிருப்பவர்களை எல்லாம் உறக்கத்திலிருந்து எழுப்புவதோடு, அதன் ஆட்டமானது அதில் பயணிப்பவர்களின் எலும்புகளைக் குலுக்கிப் போடுவதாகவும் இருக்கின்றன. செல்லும் வழியில் அது அடிக்கடி நின்றுபோய்விடுவதோடு, அதை முறையாகச்

செயல்படும் நிலையில் வைத்திருப்பது என்பது மிகப்பெரியதொரு விஷயமாகவும் ஆகி விடுகிறது.

'எப்படியிருந்தபோதிலும், அவற்றையும்கூட வண்டிகள் என்றுதான் கூற வேண்டும். நம்மை வந்தடைந்துள்ள வண்டியின் உறுப்புகள் ஒன்றுக்கொன்று இசைவற்றதாக இருப்பதோடு, ஒன்றுக்கொன்று முரணான பகுதிகளைக் கொண்டதாகவும் இருக்கின்றன. கோபம் அல்லது பேராசை அல்லது வேறு ஏதாவது ஓர் உணர்வு என்பது மிகுந்த சத்தத்தை எழுப்பியபடி, மிகுந்த கஷ்டத்தோடு, அதை இழுத்துச் செல்வதையா நாம் அரசியல் முன்னேற்றம் என்று கூறுகிறோம்? அப்படியான நிலையில் அந்த வண்டியின் வேகம் எவ்வளவு தூரம் நீடித்திருக்கும்? அத்தகைய தொரு நிலையில், குதிரையை இப்போதைக்கு தொழுவத்தில் கட்டி வைத்துவிட்டு, வண்டியை நல்ல நிலைக்கு உருவாக்குவதுதானே நமது முதல் வேலையாக இருக்க வேண்டும்? அதன்பிறகுதானே குதிரையை வண்டியில் பூட்ட வேண்டும்?'

சமூக சீர்திருத்தத்திற்கான காந்தியின் அணுகுமுறையானது 'மனதின் திறப்பிற்கு' தூண்டுதலாக இல்லாமல், அதன் வளர்ச்சியைக் கட்டுப்படுத்தி அதன் சிதைவுக்கே வழிவகுக்கும் என்றும் ரவீந்திரர் வாதிட்டார். தேசிய அளவில் பார்க்கும்போது, இத்தகைய போக்கானது, உலகின் பிற பகுதிகளிடமிருந்து தனிமைப்படுதல் மற்றும் விரோதப் போக்கு ஆகிய இழிவான அணுகுமுறையை உருவாக்குவதாகவும் அமையும். குறுகிய தேசியவாதத்தின் வரம்புகளை எல்லாம் உதறியெறிந்துவிட்டு, 'உலகளாவிய மனிதத்தன்மை' என்ற அவசரமான அறைகூவலுக்கு நாம் செவிசாய்க்க வேண்டும் என்றும், உலகளாவிய பின்னணியில் இந்தியாவின் பரந்து விரிந்த அம்சங்களை நாம் அங்கீகரிக்க வேண்டும் என்ற அறைகூவலோடு இந்த 'உண்மையின் அறைகூவல்' சொற்பொழிவு நிறைவு பெற்றிருந்தது.

ரவீந்திரரின் 'உண்மையின் அறைகூவல்' சொற்பொழிவிற்குப் பதிலளிக்கும் வகையில் காந்திஜி தான் நடத்தி வந்த 'யங் இந்தியா' வார இதழில் எழுதிய கட்டுரையில்தான் அவரை 'நாட்டின் மகத்தான காவலர்' என்று குறிப்பிட்டிருந்தார். 'இந்த இருவரின் கருத்தோட்டங்களுமே உண்மையின் இரண்டு அம்சங்களை குறிப்பிடுவதாக அமைந்திருந்தன. அவை இரண்டையுமே புறமொதுக்கிவிட முடியாது' என்பதுதான் ஜவாகர்லால் நேருவின் அன்றைய பார்வையாக இருந்தது.

கிட்டத்தட்ட ஏழாண்டுகளுக்குப் பிறகு, ரவீந்திரரின் இதே கருத்தை, நேதாஜி சுபாஷ் சந்திர போஸ் வேறு வார்த்தைகளில் வெளிப்படுத்தியிருந்தார். 1928ஆம் ஆண்டில், காங்கிரசின் மராட்டிய பிராந்திய மாநாடு நடந்தபோது நேதாஜி சுபாஷ் சந்திரபோஸ் இவ்வாறு பேசினார்: 'சமூகத்தை ஜனநாயகப் படுத்தாமல், அரசியலில் மட்டும் மக்களாட்சியை நிறுவிட உங்களால் முடியாது. இல்லை நண்பர்களே, அரசியலில் மக்களாட்சியும், சமூகப் பார்வையில் பழமைவாதத்தையும் கொண்டுள்ள விநோதமான கதம்பமாக நாம் ஆகிவிட வேண்டாம்... பிறப்பினால் கிடைக்கும் சாதகங்களும், சாதி அல்லது நம்பிக்கைகளும் அகற்றப்பட வேண்டும்... பெண்களின் நிலை உயர்த்தப்பட வேண்டும்... இந்தியாவின் பல்வேறு சமுதாயங்களிடையே பிரத்தியேக நிலைமைகள் நிலவிடும் சூழல்தான் இப்போது உள்ளது. நல்லிணக்கத்தை உருவாக்க வேண்டுமானால், மதச்சார்பின்மையும், அறிவியல் பயிற்சிகளும் அவசியப்படுகின்றன... மதவெறியை குணப்படுத்துவதில், மதச் சார்பின்மையும், அறிவியல் சிந்தனைகளையும் ஒத்ததாக வேறு எதுவும் இல்லை' என்றார்.

'எனது கல்விப் பணியைத் தொடங்கியதிலிருந்தே அக்கம் பக்கத்தில் உள்ளவர்களுக்குப் பயனுள்ளவர்களாக இருக்க வேண்டும் என்ற உணர்வை பள்ளி மாணவர்களிடையே நாங்கள் வளர்த்தெடுத்து வந்தோம். இதுதான் பின்னாளில் இந்தியா முழுவதற்குமே மிகவும் தனித்துவம் மிக்கதொரு முயற்சியான கிராம மறுகட்டமைப்புக்கான பணியாக (ஸ்ரீநிகேதன்) வளர்ச்சி பெற்றது. சுற்றியிருந்த கிராமங்கள் எங்கள் கல்விப் பணியில் தங்களையும் இணைத்துக் கொண்டன. இயற்கையின் மீதான பரிவு, மனிதர்களுக்கான சேவை ஆகியவையும் அதில் உள்ளடங்கி யிருந்தன. இத்தகைய பரிவு, சேவை போன்றவை விரிவுபடும் போதுதான் நமது மனம் உண்மையானதொரு விடுதலை உணர்வைப் பெறுகிறது...

'இதனோடு கூடவே, அனைத்துவகையான இனரீதியான, தேசிய ரீதியான மாச்சரியங்களிலிருந்து விடுதலை என்ற உயரிய நிலையை அடைய வேண்டும் என்ற உந்துதல் உருவாகிறது... அனைத்து இனங்களின் ஆன்மிக ஒற்றுமையின் மீதுதான் நாம் நமது நிறுவனத்தைக் கட்டமைத்து வருகிறோம். அத்தகையதொரு நிலையில், மனித இனத்தின் மகோன்னதத்தை நம்புகின்ற, அதன்மீது கொடூரமான அவநம்பிக்கையை கொண்டிருந் தமைக்காக பிராயச்சித்தம் செய்ய விரும்புகின்ற, அனைத்து

நாடுகளையும் சேர்ந்த தனிநபர்கள் சந்திக்கும் ஒரு மையமாக அது மாறவிருக்கிறது என்றே நான் நம்புகிறேன். என் மேற்கத்திய நாட்டுப் பயணங்களின்போது இத்தகைய உயரெண்ணம் கொண்ட நபர்களை நான் அடிக்கடி சந்தித்திருக்கிறேன். அவர்கள் அனைவருமே தங்கள் லட்சியத்திற்காகத் துன்பம் துய்க்கவும் போராடவும் முன்வருபவர்களாக, புத்திசாலிகளாலும் வலிமைமிக்கோராலும் பெரும்பாலான நேரங்களில் ஒதுக்கித் தள்ளப்படுபவர்களாக இருப்பதையும் நான் கண்டிருக்கிறேன்.' எனது கல்வி இயக்கம் (1931) நூலில் ரவீந்திரர்.

'சர்வதேச அளவிலான கருத்துப் பரிமாற்றமே உலகத்தின் முன்னால் உள்ள ஒரே தீர்வு' என ஆங்கிலக் கவிஞர் தாமஸ் ஹார்டி குறிப்பிட்டிருந்தார். கீழைத்தேயக் கருத்துகளும் மேற்கத்திய கருத்துகளும் சந்திக்கும் ஒரு மையப்புள்ளியாய் விஸ்வபாரதியை ரவீந்திரர் உருவாக்கியதும் இதே சிந்தனையின் அடிப்படையில் தான். அவரைப் பொறுத்தவரையில் சாந்திநிகேதன் அவரது செய்முறை பயிற்சிக்கான களமாக இருந்தது.

பல்வேறு சமூகங்களிலும் பல்வேறு பின்னணியிலும் அரைகுறையான திரிபுகள் மிகவும் வித்தியாசமான வடிவங்களை எடுக்கின்றன. 'அச்சமில்லா மனதும் நிமிர்ந்த தலையும்' கொண்ட ஓர் உலகிற்காக வாதிட்ட ரவீந்திரர், இத்தகைய தடைக்கற்கள் அனைத்தையும் அகற்ற வேண்டுமென விரும்பினார். அதில் அவர் வெற்றிபெறவில்லை என்பதும்கூட உண்மையே. எனினும், திறந்த மனதுடன், அச்சமற்ற உண்மையுடன், உறுதியோடும் அழகோடும் ரவீந்திரர் முன்வைத்த கருத்துகள், அவரது காலத்தைப் போன்றே இன்றைக்கும் இந்தியாவிற்கு மிகவும் தேவையானதாகவே உள்ளன. மேலும் குறிப்பாகச் சொல்லவேண்டுமெனில், உரையாடல்களையும் விவாதங்களையும் வளர்த்தெடுப்பதன் மூலம்தான் ஜனநாயகம் செழித்தோங்குகிறது.

அத்தியாயம் - 11

குருதேவும் மகாத்மாவும்

இந்திய தேசிய காங்கிரஸின் வருடாந்திர மாநாடு 1901ஆம் ஆண்டு கல்கத்தாவில் நடைபெற்றது. இந்த மாநாட்டில், தென் ஆப்பிரிக்காவில் வசித்து வந்த பல லட்சக்கணக்கான இந்தியர்களின் சார்பில் 'அவர்களின் நலன்களைப் பாதுகாக்கக் கோரி' மோகன்தாஸ் கரம்சந்த் காந்தி ஒரு தீர்மானத்தை முன்மொழிந்தார். இத்தருணத்தில் அவர் ரவீந்திரரின் அண்ணன் ஜோதீந்திரநாத் தாகூரைச் சந்தித்துப் பேசினார். அதைத் தொடர்ந்து, இந்தியாவிலிருந்து தென் ஆப்பிரிக்காவில் குடியேறியிருந்த இந்தியர்களின் நிலை குறித்து காந்தி எழுதிய கட்டுரைகளில் ஒன்று வங்காள மொழியில் மொழிபெயர்க்கப்பட்டு, அப்போது ரவீந்திரர் ஆசிரியராக இருந்து செயல்பட்ட குடும்ப இதழான பாரதியில் வெளியானது. எனினும் அவர்கள் இருவரும் அப்போது சந்தித்துக் கொள்ளவில்லை.

1914ஆம் ஆண்டில் கோபால கிருஷ்ண கோகலேயின் அறிவுரையின்பேரில், தனது தென் ஆப்பிரிக்கச் செயல்பாடுகளை நிறுத்திவிட்டு, 1915ஆம் ஆண்டில் காந்தி இந்தியாவிற்கு வந்தார். அந்த நேரத்தில் ரவீந்திரர் வங்காளத்தையும் தாண்டி, இலக்கியத்திற்கான நோபல் பரிசுபெற்ற முதல் ஆசியர், இந்தியர் என்ற வகையில் உலகப் புகழ்பெற்றவராக உருவாகியிருந்தார். அவரது சாந்திநிகேதன் இன்னமும் 15 ஆண்டுகளை நிறைவு

செய்திருக்கவில்லை. அதேநேரத்தில் அவரைவிட 8 வயது இளையவரான காந்தி, விரிவான தென் ஆப்பிரிக்க அனுபவம் கொண்டவராக, சத்தியாகிரகம் – அகிம்சை என்ற அறப்போராட்டக் கருவிகளை உருவாக்கி, அதன்மூலம் பிரிட்டிஷ் ஆட்சியாளர்களை அடிபணியச் செய்த பெருமையைக் கொண்டவராக இருந்தார். அவரது தென் ஆப்பிரிக்கச் செயல்பாடுகள் இந்தியாவில் நன்கு அறியப்பட்டவையாகவும் இருந்தன.

தென் ஆப்பிரிக்காவில் காந்தி நடத்திவந்த ஃபீனிக்ஸ் காலனி பள்ளி மாணவர்கள் 20 பேரை (இதில் காந்தியின் மகன்களும் அடக்கம்) இந்தியாவிற்கு அனுப்பி வைக்க ஏற்பாடு நடந்தது. இந்தியாவில் உரிய ஏற்பாடு செய்யும்வரை, இந்த மாணவர்கள் சாந்திநிகேதனில் தங்கிப் படிக்க தீனபந்து ஆண்ட்ரூஸ் ஏற்பாடு செய்தார். தாகூரின் மாணவர்கள், அந்தப் பள்ளியின் இயல்பிற்கேற்ப பாடிக்கொண்டும் ஆடிக்கொண்டும் இருக்க, காந்தியின் மாணவர்களோ, அவர்களது வயதிற்கு மீறியவகையில் மிகுந்த ஒழுங்குடனும் கட்டுப் பாட்டுடனும் இருந்தனர். இருப்பினும், இந்த இருவகைப்பட்ட மாணவர்களும் ஒருவருக்கொருவர் நன்றாகவே பழகி வந்தனர்.

காந்தி, 1915ஆம் ஆண்டு பிப்ரவரியில் முதன்முதலாக சாந்திநிகேதன் வந்தபோது, ரவீந்திரர் அங்கு இல்லை. அவரது மூத்த அண்ணன் த்விஜேந்திரநாத் தாகூர்தான் அவரை வரவேற்று உபசரித்தார். (சாந்திநிகேதனில் தீனபந்துக்கு அடுத்தபடியாக காந்தியின்மீது பெரும் விசுவாசமும் மதிப்பும் கொண்டிருந்தவர். ரவீந்திரர் அழைப்பது போலவே பொரோ தாதா (பெரிய அண்ணா) என்றுதான் காந்தி அவரை அழைத்து வந்தார்).

இரண்டாம் முறையாக 1915 மார்ச் மாதம் காந்தி சாந்திநிகேதனுக்கு வந்திருந்தபோதுதான் இருவரும் விரிவாக உரையாடினர். இத்தருணத்தில்தான், காந்தி அவரது வழக்கப்படியே, 'நாம் சுயநிறைவு பெறவேண்டுமெனில், சுய உறுதி மிகவும் முக்கியமானது. எனவே மாணவர்கள் தங்கள் உடலைத் தூய்மை செய்துகொள்வதைப் போலவே பள்ளியை, அதன் சுற்றுச்சூழலை தூய்மையாக வைத்துக் கொள்வதையும் தங்களது பொறுப்பாக ஏற்றுக்கொள்ள வேண்டும். சமைப்பது, பாத்திரங்கள் கழுவுவது ஆகியவையும் அதில் அடங்கும்' என்ற கருத்தை முன்வைத்தார். மாணவர்களும் ஆசிரியர்களும் காந்தியின் இந்தச் சோதனை முயற்சியை ஆதரித்தனர். ரவீந்திரரும் 'இதுவும் நல்லதொரு பரிசோதனை முயற்சிதான். சுயாட்சி பெறுவதற்கு இதுவும் ஒருவழியே' என்று அதற்கு அனுமதியளித்தார்.

மார்ச் 10ஆம் தேதி அன்று இந்தச் சோதனை முயற்சி சாந்திநிகேதனில் தொடங்கப்பட்டது. அனைவரும் மிகுந்த உற்சாகத்தோடு தூய்மைப்பணிகளில் ஈடுபட்டு சாந்திநிகேதனை ஒளிபெறச் செய்தனர். எனினும், இந்த முனைப்பு நீண்டநாள் நீடிக்கவில்லை. காந்தியின் இந்த முயற்சியை நினைவுகூரும் விதமாக, சாந்திநிகேதனில் ஒவ்வோர் ஆண்டும் மார்ச் 10ஆம் தேதியன்று காந்தி தினம் (காந்தி புண்யாஹா) இன்றுவரை கடைப்பிடிக்கப்படுகிறது. அன்றைய தினம் ஊழியர்கள் அனைவருக்கும் விடுமுறை அளிக்கப்படும். ஆசிரியர்களும் மாணவர்களும் இணைந்து, சமையலில் இருந்து அனைத்து வகையான தூய்மைப்பணிகளையும் இன்றளவும் மேற்கொண்டு வருகின்றனர் என்பது இங்கு குறிப்பிடத்தக்கதாகும்.

காந்தி இந்தியாவிற்கு வந்து நிலைபெற்றபிறகு, வடக்கு பீகாரில் உள்ள சம்பரானில் விவசாயிகளுக்கு ஆதரவாகவும், குஜராத்தில் கேடா பகுதியில் இருந்த விவசாயிகளுக்கு ஆதரவாகவும், அகமதாபாத் நகரில் நெசவாலை தொழிலாளர்களுக்கு ஆதரவாகவும் தனக்கே உரிய வகையில் அறப்போராட்டங்களை நடத்தி வெற்றிபெற்றார். 1919 பிப்ரவரியில் பிரிட்டிஷ் காலனிய ஆட்சி ரவ்லட் சட்டம் என்ற கொடிய அடக்குமுறை சட்டத்தைக் கொண்டுவந்தபோதுதான், இந்தச் சட்டத்திற்கு எதிராக ஏப்ரல் 6 அன்று நாடுதழுவிய அளவில் முழு அடைப்பு போராட்டத்தை மேற்கொள்ள வேண்டுமென அறைகூவல் விடுத்த காந்தி, தேசிய அளவில் தனது செயல்பாடுகளைத் தொடங்கினார். இந்தத் தருணத்திலிருந்து, தான் மேற்கொள்ளவிருக்கும் இயக்கம் குறித்து விளக்கி, அதனை வாழ்த்தி, செய்தி அனுப்புமாறு கோரி ரவீந்திரருக்குக் கடிதம் எழுதுவதை காந்தி வழக்கமாகக் கொண்டார். இந்த நாடு தழுவிய இயக்கம் குறித்து அவர் எழுதிய கடிதம் இவ்வாறு இருந்தது:

‘நாட்டின் அரசியல் சூழலை தூய்மைப்படுத்துவதற்கான எனது இந்த முயற்சி குறித்து உங்கள் கருத்தை பெறும்வரை எனக்கு மகிழ்ச்சியிராது. உங்களைப் போன்ற நண்பர்களிடமிருந்து மோசமான கருத்துகள் வந்தாலும் நான் அதனைப் பெரிதும் மதிப்பேன். எனது பயணத் திசையை அவை மாற்றிவிடாது என்றபோதிலும், வாழ்க்கையின் சூறாவளிகள் நிறைந்த பாதைகளில் அடங்கியிருக்கும் அபாயங்களை எனக்கு முன்னறிவிக்கும் கலங்கரை விளக்கங்களாகவே அவை திகழும்.’

காந்தியின் கோரிக்கைக்கு ஏப்ரல் 12 அன்று பதிலளித்த ரவீந்திரர், ‘நல்லவர்களின் உதவியுடன் தீமையை எதிர்த்துப் போராட நீங்கள்

விரும்பியபோதிலும், இந்தப் போராட்டமானது வீர நாயகர்களுக்கு உரியதே தவிர, உணர்ச்சிகளுக்கு ஆட்படுவோருக்கல்ல... ஆட்சியாளர்கள் தங்களின் கோரக்கரங்களை இப்போது வெளிப்படுத்துகின்றனர். நிச்சயமாக இது நம்மில் சிலரை மனக்கசப்பிற்கு ஆளாக்கும். அதேநேரத்தில் மற்றவர்களை நம்பிக்கையற்றவர்களாக ஆக்கவும் வல்லது. இத்தகையதொரு நெருக்கடியான தருணத்தில், மகத்தானதொரு மனிதராக, இந்தியாவின் இலக்கு என்று நீங்கள் கருதும் உங்களின் குறிக்கோளை அறிவித்தபடி எம்மிடையே இருக்கிறீர்கள். பகவான் புத்தரின் எக்காலத்திற்கும் உகந்த உபதேசப்படி, சாந்தத்தின் வலிமை கொண்டு கோபத்தை வெற்றிகொள்வீராக! நன்மையின் வலிமை கொண்டு தீமையை வெற்றி கொள்வீராக!' என்று குறிப்பிட்டிருந்தார்.

ஆனால் அதற்கு அடுத்த நாளே, ஏப்ரல் 13 அன்று பஞ்சாபில் அமிர்தசரஸ் நகரில் ஜாலியன்வாலாபாக் எனும் பூங்கா பகுதியில் அமைதியாகக் கூடி, ரவ்லட் சட்டத்திற்கு எதிர்ப்பு தெரிவித்து வந்த மக்களை 'குண்டுகள் தீரும்வரை' சுட்டுத்தள்ளிய காலனிய ஆட்சி, அதிகாரபூர்வமாகவே 379 பேரின் உயிரைப் பறித்து, ஆயிரத்திற்கும் மேற்பட்டோரைக் காயப்படுத்தியது. அதற்கு முன்பாக ஏப்ரல் 8ஆம் தேதியன்று பஞ்சாபிற்கு செல்ல முற்பட்ட காந்தியை காலனி ஆட்சி தில்லியில் தடுத்து நிறுத்தி, தில்லி-பஞ்சாப் பகுதிக்குள் அவர் நுழையக்கூடாது என்று தடையுத்தரவு பிறப்பித்து, அவரைக் கைது செய்தது.

காந்தி கைது செய்யப்பட்டதும் நாடுமுழுவதிலும் கொந்தளிப்பு ஏற்பட்டபோதிலும், அகமதாபாத் நகரில் நிலைமை வேறுவிதமாக மாறியது. ஏப்ரல் 11 அன்று மக்கள் நேரடியாகக் களத்திலிறங்கி, ஐரோப்பியர்களையும் அரசுக் கட்டடங்களையும் தாக்கி, அதிகாரிகளின் வீடுகளைக் கொள்ளையடித்தனர். அடுத்த நாளும் இந்த வன்முறை தொடர்ந்தபோது, ராணுவப்படை வரவழைக்கப்பட்டன. பின்னர் நடந்த துப்பாக்கிச்சூட்டில் 23 பேர் உயிரிழந்தனர். நூற்றுக்கும் மேற்பட்டோர் காயமுற்றனர். நகரம் முழுவதும் ஊரடங்கு உத்தரவு பிறப்பிக்கப்பட்டது.

இந்த வன்முறையைத் தொடர்ந்து, ஏப்ரல் 13 அன்று காந்தி அகமதாபாத் நகருக்குத் திரும்பினார். சத்தியாக்கிரகம் என்ற அறப்போராட்டத்திற்கு பெரும்பாலான மக்கள் தயாராக இல்லாத நிலையில், அதற்கு அறைகூவல் விடுத்தது தனது 'இமாலயத் தவறு' என்று அறிவித்த காந்தி, தன்னைத் தூய்மைப்படுத்திக் கொள்ளும் வகையில் 72 மணிநேர உண்ணா நோன்பினை தொடங்கினார்.

ஜாலியன் வாலாபாக் படுகொலை வெறியாட்டத்திற்குப் பிறகு, காலனிய ஆட்சி பஞ்சாபில் கடுமையான ராணுவ சட்டத்தினை அமல்படுத்தியதோடு, பத்திரிக்கை மற்றும் தபால் தணிக்கை முறையையும் கடுமையாக்கியது. இதன்விளைவாக, இந்தப் பஞ்சாப் படுகொலை தொடர்பான விவரங்கள் வெளியுலகிற்குத் தெரியவே நீண்ட நாள் ஆனது. இதற்கிடையே, வெளியே சுற்றுப்பயணத்தில் இருந்த ஆண்ட்ரூஸ் மூலமாக மே மாத இறுதியில்தான் ரவீந்திரருக்கு, அவர் கல்கத்தாவில் இருந்த நேரத்தில், விவரங்கள் தெரிய வந்தன.

மிகுந்த மன உளைச்சலுடன் படுத்த படுக்கையான அவர் ஆண்ட்ரூஸை அழைத்து, அவரை காந்தியிடம் தூதனுப்பினார். ‘காந்தி-ரவீந்திரர் இருவரும் தில்லியில் சந்தித்து, அங்கிருந்து பஞ்சாபிற்குள் நுழைய முயற்சிக்க வேண்டும். அப்போது அரசு இருவரையும் கைது செய்யும். அதுவே ஜாலியன் வாலாபாக் படுகொலைக்கு எதிரான கண்டனத்தை மக்களிடையே ஏற்படுத்துவதாக இருக்கும்’ என்பதே ரவீந்திரரின் வேண்டு கோளாக இருந்தது. அதன்படி காந்தியை சந்தித்துத் திரும்பி வந்த ஆண்ட்ரூஸ், ‘இந்தத் தருணத்தில் அரசுக்கு நெருக்கடியைத் தர தான் விரும்பவில்லை’ என்று காந்தி தெரிவித்து விட்டதாகக் குறிப்பிட்டார். இதைக் கேட்டதும் ரவீந்திரர் அமைதியாகி விட்டார்.

பின்பு அவர் அடுத்தகட்ட நடவடிக்கைக்குத் தயாரானார். கல்கத்தாவில் இருந்த காங்கிரஸ் தலைவர் சித்தரஞ்சன் தாஸை நேரில் சந்தித்த ரவீந்திரர், (அநேகமாக 1919 மே 30ஆம் தேதியாக இருக்கலாம்) ஒரு கண்டனக் கூட்டத்தை ஏற்பாடு செய்யுமாறும், தேவையானால், அந்தக் கூட்டத்திற்குத் தான் தலைமை ஏற்கத் தயாராக இருப்பதாகவும் கூறினார். அத்தகைய ஒரு கூட்டத்தில் ரவீந்திரர் மட்டுமே சொற்பொழிவாற்ற முடியும் என்று சி.ஆர். தாஸ் பதிலளித்திருக்கிறார். மேலும் அவர் மட்டுமே பேசவிருக்கின்ற அந்தக் கூட்டத்தை, ரவீந்திரரே அவர் பெயரில் கூட்டலாம் என்றும், சி.ஆர். தாஸ் கூறியிருக்கிறார்.

இத்தகையதொரு கண்டனக் கூட்டத்தை நடத்துவதில் சி.ஆர். தாஸுக்கு உள்ள தயக்கத்தை ரவீந்திரர் இதன்மூலம் உணர்ந்து கொண்டார். இந்த மனவலி அவருக்குள் நீண்ட நாட்கள் இருந்தது. அன்று இரவு முழுவதும் உறக்கமின்றித் தவித்த அவர் மறுநாள் மே 31அன்று வைஸ்ராய்க்கு ஜாலியன் வாலாபாக் சம்பவம் குறித்து எழுதிய கடிதத்தில், தனது கண்டனத்தைத் தெரிவிக்கும் வகையில்

பிரிட்டிஷ் அரசு தனக்களித்திருந்த 'சர்' பட்டத்தைத் துறப்பதாக எழுதியிருந்தார். ஜுன் 2 ஆம் தேதியன்று வைஸ்ராய்க்கு அவர் எழுதிய கடிதம் நாளிதழ்களில் வெளியானது.

அதைப் போன்றே, 1921 ஆம் ஆண்டு காந்திஜி ஒத்துழையாமை இயக்கத்தைத் தொடங்கிய நேரத்தில் ரவீந்திரர் வெளிநாடுகளில் சுற்றுப்பயணம் மேற்கொண்டிருந்தார். தனது கனவுத் திட்டமான சாந்திநிகேதனை விஸ்வபாரதி என்ற பல்கலைக்கழகமாக மாற்றுவதற்குத் தேவையான நிதியைத் திரட்டுவதே இந்தப் பயணத்தின் நோக்கமாகும்.

இத்தகைய சூழலில் இந்தியாவில் ஒத்துழையாமை இயக்கம் தீவிரமாகத் தொடங்கியிருந்தது. 1921 மார்ச் 2ஆம் தேதி ரவீந்திரர் ஆண்ட்ரூஸுக்கு எழுதிய கடிதத்தில், 'மேற்கத்திய நாடுகளுக்கும் கீழைத் தேய நாடுகளுக்கும் இடையே கூட்டுறவு உணர்வை ஏற்படுத்த வேண்டும் என்று நான் இங்கே பிரசாரம் செய்து கொண்டிருக்கையில், மறுபுறத்தில் இந்தியாவில் ஒத்துழையாமை என்ற கோட்பாடு என் நாட்டு மக்கள் மத்தியில் முன்வைக்கப் படுகிறது. நீரோட்டத்திற்கு எதிராக வாழ்க்கைப்படகை ஓட்ட வேண்டுமென்பதே என் விதியாக இருக்கிறது' என்று வருத்தத்துடன் கூறியிருந்தார்.

காந்திஜி முன்வைத்த ஒத்துழையாமை இயக்கத்தின் பல்வேறு அம்சங்கள் குறித்து, ரவீந்திரர் ஆண்ட்ரூஸுக்கு எழுதிய கடிதங்கள், அவரது அனுமதியுடன், மாடர்ன் ரிவ்யூ இதழில் 1921 மே மாதம் வெளியானபோது, அதற்குப் பதிலளிக்கும் வகையில் 'ஆங்கிலக் கல்வி' மற்றும் 'கவியின் கவலை' ஆகிய தலைப்புகளில் காந்தியின் கட்டுரைகள் யங் இந்தியா இதழில் வெளிவந்தன. இதைத் தொடர்ந்து, ஆகஸ்டில் ரவீந்திரரின் சொற்பொழிவான 'உண்மையின் அறைகூவல்' வங்காள மொழியில் பிரபாஸி இதழிலும், பின்னர் ஆங்கிலத்தில் மாடர்ன் ரிவ்யூ இதழிலும் வெளியானது. இதற்குப் பதிலளிக்கும் வகையில், யங் இந்தியாவில் 1921 அக்டோபரில் காந்தியின் 'மகத்தான பாதுகாவலர்' என்ற புகழ்பெற்ற கட்டுரை வெளியானது.

இருவருக்குமிடையே நடைபெற்ற இந்த விவாதத்தில் ரவீந்திரரின் விமர்சனம் கீழ்க்கண்ட அம்சங்களை கொண்டதாக அமைந்திருந்தது: 'மகாத்மா காந்தியின் சத்யாகிரகம் என்ற ஆயுதத்தை மற்ற அரசியல்வாதிகள் ஒரு நடைமுறைத் தந்திரமாக மட்டுமே பயன்படுத்துகின்றனர். நாட்டு மக்களின் அன்பைத் திரட்டுவதற்கான மகாத்மாவின் பேரன்பை அவர்களால்

புரிந்துகொள்ள இயலவில்லை. காந்தியின் செய்தியை வறட்டுத்தனமான ஒரு மந்திரமாகவே அவர்கள் பயன்படுத்துகின்றனர்.

இரண்டாவதாக, அரசுப்பள்ளிகளை மாணவர்கள் புறக்கணிக்க வேண்டும் என்ற அவரது அறைகூவலும் ரவீந்திரரைக் கவலையுறச் செய்தது. சிறந்த கல்வியைத் தரும் வகையில் மாற்றுக் கல்வித்திட்டம் ஏதுமில்லை. தற்போது பிரிட்டிஷார் வழங்கும் கல்வியின் தரம் மோசமானது என்று நானே பலமுறை விமர்சித்து வந்துள்ள நிலையில் ஒரே ஒரு கேள்விதான் எழுகிறது: 'நமது மாணவர்கள் எதற்காகத் தியாகம் செய்யப்போகின்றனர்? முழுமையான கல்விக்காக அல்ல; மாறாக, கல்வியின்மைக்காக!' இத்தகையதொரு திட்டம் நீண்டநாள் நீடிக்கவும் முடியாது.

மூன்றாவதாக, ராட்டையைச் சுற்றுவதும், அந்நியத் துணிகளை எரிப்பதும், இந்தியாவின் பிரச்சனைகளுக்குத் தீர்வாகிவிடாது. இறுதியாக, மேற்கத்திய நாகரீகத்தின் 'பாவங்கள்', குறைபாடுகள் பற்றி மட்டுமே சிந்திப்போமேயானால், நம்மைத் தனிமைப் படுத்திக் கொண்டு மூடநம்பிக்கையில் ஆழ்ந்துவிடும் போக்கு மேலும் வளருமே தவிர, மனித குலம் பற்றிய ஒட்டுமொத்தமான, விரிவான கண்ணோட்டத்தைப் பெற நாம் தவறிவிடுவோம் என்றும் அவர் கவலையுற்றார்.

1926ஆம் ஆண்டிலிருந்து நாட்டின் பல்வேறு பகுதிகளிலும் தலைதூக்கிய வகுப்புவாதம், சாதியவாதம் ஆகியவற்றில் இருவருமே ஒத்த கருத்து கொண்டவர்களாக இருந்தனர் எனலாம். அதிலும் குறிப்பாக, 1926ஆம் ஆண்டில் கல்கத்தாவில் நடைபெற்ற வகுப்புக் கலவரம் ரவீந்திரரின் இல்லமான ஜொரசங்கோ இருந்த பகுதியில் நடந்த ஒரு சம்பவத்தில் இருந்தே தொடங்கியிருந்தது. பின்னர் இத்தகைய சம்பவங்கள் லாகூர், பானிபட், ஹைதராபாத், பாம்பே, ராவல்பிண்டி, அலகாபாத், டாக்கா, டெல்லி போன்ற இடங்களுக்கும் பரவின. இச்சூழ்நிலையில் அவர் எழுதிய ஒரு கவிதை இது:

'கர்ப்பகிருகங்கள் ரத்தத்தில் குளிக்கின்றன
சிலைகள் ஒன்றுமற்றதாக உடைபடுகின்றன
நம்பிக்கை எனும் சிறையைச் சுற்றியுள்ள சுவர்களை
உங்களது வஜ்ராயுதத்தால் உடைத்து நொறுக்குவீராக!
பாவப்பட்ட இப்பூமிக்கு அறிவெனும் வெளிச்சத்தைக்
கொண்டுவருவீராக!'

வேறொரு தருணத்தில் வகுப்புவாதம் பற்றிக் கூறுகையில் 'மதத்தின் பெயரால் நடைபெறும் இந்தக் காட்டுமிராண்டித்

தனத்தைவிட நேரடியான நாத்திகவாதமே ஏற்கத்தக்கது!' என்றும் அவர் கூறியிருந்தார்.

1934ஆம் ஆண்டில் பீகாரில் ஏற்பட்ட நிலநடுக்கத்தால் ஏராளமானோர் உயிரிழந்து, பெரும் சேதம் விளைந்தபோது, 'தீண்டத்தகாதவர்கள் என்று அழைக்கப்படுவோருக்குச் செய்த அட்டூழியங்களுக்கு கடவுள் அளித்த தண்டனையே இது' என்று காந்தி ஓர் அறிக்கையில் குறிப்பிட்டிருந்தார். பகுத்தறிவிற்கு எவ்வகையிலும் ஒவ்வாத இந்த அறிக்கையைக் கண்டு ரவீந்திரர் அதிர்ச்சி அடைந்தார்.

'இயற்கை நிகழ்வுகளோடு நம்முடைய நெறிமுறைகளை இணைக்கக் கூடாது. தொழிற்சாலைகளில் நடைபெறும் சுரண்டல், சிறைச்சாலைகளில் நடைபெறும் ஒடுக்குமுறை உள்ளிட்டு மனிதர்களின் குறைபாடுகள் சமூகத்தின் அடிப்படை நெறிமுறைகளின் மீது பாதிப்பை ஏற்படுத்தக் கூடும். ஆனால் இயற்கையின் விதிகள் முற்றிலும் தனித்துவமானவை' என்று குறிப்பிட்டு ரவீந்திரர் ஓர் அறிக்கையை எழுதி காந்திக்கு அனுப்பி வைத்து, அதை அவர் மூலமாகவே பத்திரிக்கைகளுக்கு அனுப்பி வைக்குமாறும் கேட்டுக் கொண்டார். ரவீந்திரரின் இந்த அறிக்கையைப் பத்திரிக்கைகளுக்கு அனுப்பியதோடு, ஹரிஜன் இதழிலும் காந்தி வெளியிட்டார். மேலும் அதனோடு கூடவே அந்த அறிக்கைக்கான தன்னுடைய பதிலையும் அவர் வெளியிட்டிருந்தார்: 'தொடக்கத்திலேயே குருதேவரும் நானும் மாறுபட்ட கண்ணோட்டம் கொண்டவர்கள் என்பதை நன்கு அறிந்திருந்தோம். என்னைப் பொறுத்தவரையில், இந்த நிலநடுக்கம் கடவுளின் கோபத்தால் வந்ததோ, அல்லது குருட்டுத்தனமான சக்திகளின் வெளிப்பாடோ அல்ல. பீகாரில் நிகழ்ந்த பேரழிவிற்கும் தீண்டாமையை கடைப்பிடிக்கும் பாவத்திற்கும் இடையிலான தொடர்பை என்னால் நிரூபிக்க முடியாது. என்றாலும் உள்ளார்ந்தவகையில் அந்தத் தொடர்பை என்னால் உணர முடியும். எனது நம்பிக்கை தவறான ஒன்றாக இருக்குமானால், அப்போதும், அது எனக்கும் என்னை நம்புவோருக்கும் நன்மையையே செய்திருக்கிறது!' என்பதுதான் காந்தியின் பதிலாக இருந்தது.

ரவீந்திரர் அதன்பிறகு இந்த விவாதத்தை மேலும் தொடராமல் தவிர்த்துவிட்டார்.

1937ஆம் ஆண்டில் விஸ்வபாரதிக்கு நிதி திரட்ட ரவீந்திரர் அகமதாபாத் நகருக்கு வரவிருந்தது குறித்து காந்தி எழுதிய

கடுமையானதொரு கடிதத்திற்கு, ஒரு படைப்பாளியின் கண்ணோட்டத்தில், ரவீந்திரர் தன் நிலையை விளக்கி பதில் எழுதியபிறகு அந்தப் பிரச்சனை தணிந்து போனது.

1940 பிப்ரவரியில் இருவரும் கடைசி முறையாக சாந்திநிகேதனில் சந்தித்து பின் விடைபெறும்போது ரவீந்திரர் காந்தியிடம் ஒரு கடிதத்தைக் கொடுத்தார். 'இந்த நிறுவனத்தை உங்கள் பொறுப்பில் ஏற்றுக் கொள்ளுங்கள். எனது வாழ்க்கையின் மிகச் சிறந்த, மதிப்பிடற்கரிய புதையலை சுமந்து செல்லும் ஒரு கப்பலாக விஸ்வபாரதி திகழ்கிறது. இந்த நிறுவனத்தைப் பாதுகாக்க நாட்டு மக்களின் தனிப்பட்ட கவனம் தேவைப்படுகிறது' என்று அதில் ரவீந்திரர் குறிப்பிட்டிருந்தார்.

திரும்பும் வழியில் ரயிலிலேயே கடிதத்தைப் படித்துவிட்டு, அதற்குப் பதிலெழுதிய காந்தி 'என் இரண்டாவது இல்லமாகத் திகழும் சாந்திநிகேதனைப் பாதுகாப்பதற்கு என்னாலான அனைத்து முயற்சிகளையும் செய்வேன்' என்று கூறியிருந்தார்.

1941 ஏப்ரலில் ரவீந்திரரின் 80வது ஆண்டு நிறைவு சாந்திநிகேதனில் கொண்டாடப்பட்டபோது, காந்தி '80வயது போதாது; நூறாண்டை நிறைவு செய்யுங்கள். என் அன்பு!' என்று ஒரு வாழ்த்துத் தந்தியை அனுப்பியிருந்தார். அதற்கு அனுப்பிய பதில் தந்தியில் '80 வயதென்பதே இயலாத ஒன்று எனும்போது, நூறுவயது என்பது தாங்கவொண்ணாதது!' என்று ரவீந்திரர் பதிலளித்திருந்தார்.

ரவீந்திரர் அடிப்படையில் பல்வேறு விஷயங்களில் தன்னோடு முரண்பட்டவராக இருப்பதை காந்தி நன்கறிந்திருந்த போதிலும் 'வெளிப்படையான விமர்சனம் என்னை மகிழ்ச்சியில் ஆழ்த்துகிறது. எங்கள் கருத்து வேறுபாடுகள்தான் எங்கள் நட்பை மேலும் செழிப்புறச் செய்தன' என்று குறிப்பிட்டிருந்தார்.

ரவீந்திரரின் மறைவிற்குப் பிறகு 1945 டிசம்பரில் காந்தி சாந்தி நிகேதனுக்கு வருகை தந்தபோது, கேள்வி ஒன்றுக்கு பதிலளிக்கையில் 'எங்கள் இருவருக்குமிடையே உண்மையான மோதல் எதுவுமில்லை என்பதை நான் அறிந்து கொண்டேன். எனக்கும் குருதேவருக்கும் இடையே மோதலைக் கண்டுபிடிக்க வேண்டும் என்ற மனநிலையோடுதான் எங்கள் உறவைத் தொடங்கினேன். ஆனால் அப்படியேதுமில்லை என்ற மகத்தான உண்மையை நான் இறுதியில் அறிந்து கொண்டேன்' என்று கூறியிருந்தார்.

தத்துவார்த்த ரீதியிலும் ஆன்மீக ரீதியாகவும் ரவீந்திரரும் காந்தியும் முற்றிலும் மாறுபட்ட கண்ணோட்டங்களைக் கொண்டவர்களாக இருந்தனர். 'அருவமான இறைவன்' என்ற பிரம்ம சமாஜ கருத்தாக்கம், உபநிடதங்களின் தாக்கம் ஆகியவற்றால் நிறுவன வழிப்பட்ட மத வழிபாட்டின்மீது ரவீந்திரர் நம்பிக்கையற்றவராக இருந்த அதேநேரத்தில், அன்றைய இந்து மதத்தில் நிலவிய தீண்டாமை, சாதிக்கொடுமை போன்றவை குறித்துப் பெரிதும் கவலை கொண்டவராக இருந்தபோதிலும், பகவத் கீதையில் கூறியிருப்பதுபோல் தீமை தலைவிரித்தாடும் போதெல்லாம் இறைவன் அவதாரமெடுத்து தர்மத்தை நிலைநாட்ட வருவான் என்பதில் ஆழ்ந்த நம்பிக்கை கொண்டவராக காந்தி இருந்தார்.

எனினும் அடிப்படையான சில விஷயங்களில் இவர்கள் இருவரிடையேயும் முழுமையான கருத்தொற்றுமை நிலவியது என்பதையும் இங்கே வலியுறுத்திக் கூற வேண்டும். அவற்றில் ஒன்றுதான் சகமனிதர்களுக்கான சேவை என்பதாகும். காந்தியின் சேவை குறித்து ஏராளமான நிகழ்வுகள், தகவல்கள் பொது வெளியில் உள்ளன. எனினும் இந்த விஷயத்தில் ரவீந்திரரின் ஆழ்ந்த விருப்பத்தினை அவரது படைப்புகளின்மூலம் நம்மால் காண முடியும். வங்காளத்தின் கிராமப்புறங்களின் வறிய தோற்றத்தை மாற்ற வேண்டும் என்ற அவரது சிந்தனையைச் சிறுகதைகளின்மூலமும், கட்டுரைகளின்மூலமும் அவர் தொடர்ந்து வலியுறுத்தி வந்த அதேநேரத்தில், தனது குடும்ப நிலங்களைக் கொண்டிருந்த கிராமங்களில் நிலவிய வறுமையை, கல்வி யறிவின்மையை, ஊக்கமின்மையை மாற்றியமைக்கும் தொடர் முயற்சிகளில் அவர் தொடர்ந்து ஈடுபட்டு வந்தார். அதன் தொடர்ச்சியே பின்னாளில் சாந்திநிகேதன் ஆகவும், ஸ்ரீநிகேதன் ஆகவும் உருப்பெற்றது.

ஏழைகளின் மீதான இந்த இருவரின் பரிவு என்பதும், அவர்களுக்கான சேவையின் மீதிருந்த ஆழ்ந்த பற்றுதலும் தன்னாட்சி (சுயராஜ்யம்) என்ற அவர்களது தொலைநோக்கோடு இரண்டறக் கலந்த ஒன்றாகவே இருந்தன. இந்த விடுதலை என்பது வெறும் அரசியல் விடுதலை அல்ல; மாறாக, மனிதகுலத்தின் விடுதலையோடு அது தொடர்புடையது. மனிதர்கள் தங்கள் சொந்த வாழ்க்கையை எவ்வித அச்சமுமின்றி, வெளியிலுள்ள 'அரசமைப்பு' போன்ற நிறுவனங்களை எவ்வகையிலும் சாராதவகையில் நடத்தும் திறமை பெற்றவர்களாக உருப்பெற வேண்டும் என்பதே அவர்களின் கருத்தாக இருந்தது. இதனை காந்தி 'அச்சமற்ற' நிலையில் முன்னெடுக்க முனைந்தார் எனில், ரவீந்திரர்

'ஆத்மசக்தி'யோடு அதனை வென்றெடுக்க வேண்டும் என்று வலியுறுத்தினார். இவை இரண்டுமே ஒன்றிலிருந்து மற்றொன்று பிரிக்கமுடியாதவை என்பதோடு, சமூகத்திற்கான சேவை, சமூகத்தின் மீதான பொறுப்பு ஆகியவற்றிலிருந்தே அவை உருப்பெற்றன என்பதையும் இங்கே குறிப்பிடுவது அவசியமாகும்.

அதைப்போன்றே, தன் கருத்தை ஏற்க வேறெவரும் முன்வராத போதிலும், 'தனியாக நடைபோடு!' (ஏக்லா சலோ ரே!) என்பதை முன்னிறுத்திய ரவீந்திரரின் பாடலை காந்தி தன் வாழ்க்கையின் இலக்காகவே மாற்றிக் கொண்டிருந்தார். சவுரிசவ்ரா வன்முறை சம்பவத்தை அடுத்து ஒத்துழையாமை இயக்கத்திலிருந்தும், அவரது வாழ்வின் இறுதிக்கணங்களில் நாட்டைப் பிளவு படுத்துவது குறித்த பேச்சுவார்த்தைகளில் இருந்தும் தன்னை விடுவித்துக் கொண்டவராக, வன்முறை வெடித்தெழுந்த நவகாளி பகுதிக்குச் சென்று தன் அகிம்சை வழியை முன்னிறுத்திப் போராடியவராக, காந்தியின் செயல்பாடுகள் 'தனியாக நடைபோடும்' முயற்சிகளாகவே இருந்தன.

அனைவரையும் உள்ளடக்கிய ஒரு சமூகமாக இந்தியா மாற வேண்டும் என்ற காந்தியின் விருப்பம் இறுதியில் பிரிவினைவாத வன்முறையால் சுக்குநூறாக்கப்பட்டதைப் போலவே, அகில உலக மனிதனைப் பற்றிப் பேசிவந்த ரவீந்திரரின் இறுதிக்காலத்தில் (இரண்டாம்) உலகப்பெரும்போரின் பேரழிவுக் காட்சிகளை அவர் காண வேண்டியிருந்ததும் பேரவலமான ஒன்றே ஆகும்.

கருத்துவேறுபாடுகளை வெளிப்படுத்தும் வகையிலும், ஒருவருக்கொருவர் மீதான மதிப்பைப் போற்றும் வகையிலும், தங்கள் கருத்துக்களை காந்தியும் ரவீந்திரரும் பல்வேறு தருணங்களில் தெளிவுற முன்வைத்தனர். பொதுவிஷயங்கள் குறித்தும், சமூகம் குறித்தும், அரசியல் குறித்துமான விஷயங்களை விவாதிக்கையில் எவ்வாறு நடந்து கொள்ள வேண்டும் என்ற முன் உதாரணத்தை அவர்கள் இருவருமே செயல்படுத்தினர். அவ்வகையில் பொதுவிஷயங்களை அலசி ஆராய்வது என்ற புதியதொரு பாரம்பரியத்தையே அவர்கள் நமக்கு விட்டுச் சென்றுள்ளனர். குரோதமும் வெறுப்பும் அற்ற, அனைவரையும் உள்ளடக்கிய ஒரு சமூகத்தைப் படைக்கும் பணியை நோக்கி இந்தியா நடைபோடத் தொடங்கியபோது, தங்கள் வார்த்தை களாலும் செயல்களாலும் ரவீந்திரரும் காந்தியும் ஒரு கலங்கரை விளக்கமாகத் திகழ்ந்தனர் என்று கூறுவதே பொருத்தமானதாக இருக்கும்.

இந்த இரு ஆளுமைகளோடும் நெருங்கிய தோழமையுணர்வு கொண்டிருந்த ஆங்கிலேயரான தீனபந்து ஆண்ட்ரூஸ் வேறொரு தருணத்தில் அவர்களைப் பற்றியும், அவர்களுடனான தனது உறவைப் பற்றியும் இவ்வாறு கூறியிருந்தார்: 'தாகூருடன் இருப்பதே மிகுந்த உத்வேகத்தைத் தருவதாகும். அவரோடு இணைந்து ஏதாவதொரு படைப்பாக்கப்பணியில் ஈடுபடுவதென்பது மிகப்பெரியதொரு பேறு ஆகும். அதனை வார்த்தைகளால் விவரிக்க இயலாது. உண்மையில் அதை என் வாழ்க்கையில் எனக்குக் கிடைத்த மிகப்பெரும் பேறு எனவே கூறலாம். அதேநேரத்தில் தனிப்பட்ட நட்புறவிலும் கூட நான் மிகுந்த அதிர்ஷ்டசாலியாகவே இருந்தேன். குருதேவ் உடனான நட்புறவோடு கூடவே, மகாத்மா காந்தியுடனும் நட்போடு பழகுவதற்கான மட்டற்ற மகிழ்ச்சியும் எனக்குக் கிடைத்தது. அவரது அற்புதமான ஆன்மீக பலம் முற்றிலும் புதியதொரு வகையில் என்னைக் கவர்ந்திழுத்தது. அவரது ஆளுமையும்கூட தாகூரைப் போலவே மகோன்னதமானது; படைப்பூக்கம் நிரம்பியது. எனினும் அது பெருமளவிற்கு துறவுப் போக்கினை கொண்டதாக அமைந்திருந்தது. ஒருவகையில் கூறுவதானால், அவரது ஆன்மீக உணர்வு என்பது நவீன காலத்திற்குப் பதிலாக, மத்திய காலத்து இறைநம்பிக்கையைப் போன்றதாகும். அடிப்படையாகவே தாகூர் நவீனமானவர் எனில், மகாத்மா காந்தி நம் காலத்திய புனித பிரான்சிஸைப் போன்றவராவார்.'

தாகூரின் வாழ்க்கை வரலாற்று ஆசிரியரும், விஸ்வபாரதி காலாண்டிதழின் ஆசிரியரும், பின்னாளில் சாகித்ய அகாதெமியின் செயலாளரும், ரவீந்திரரின் பேத்தி நந்திதாவின் கணவருமான கிருஷ்ணா கிருபளானிக்கு ரவீந்திரரின் மறைவிற்குப் பின்பு 1941 ஆம் ஆண்டு ஆகஸ்ட் 27 அன்று (சிறையிலிருந்து) எழுதிய ஒரு கடிதத்தில் ஜவாகர்லால் நேரு இவ்வாறு கூறியிருந்தார்:

'உலகத்தின் பல பகுதிகளிலும் இருந்த மிகப்பெரிய மனிதர்கள் பலரையும் நான் சந்தித்துப் பழகியிருக்கிறேன். ஆனால் எனக்குக் கிடைத்த இரண்டு மிகப்பெரும் வாய்ப்புகளாக நான் கருதுவது காந்தியையும் தாகூரையும் சந்தித்துப் பழகுவதற்குக் கிடைத்த வாய்ப்பினைத்தான். கடந்த கால் நூற்றாண்டுக் காலத்தில் உலகின் மிகச் சிறந்த இரு ஆளுமைகளாக அவர்கள் திகழ்ந்தனர் என்றே நான் கருதுகிறேன். காலத்தின் போக்கில், உலகின் மிகப்பெரும் ஜெனரல்களும், ஃபீல்ட் மார்ஷல்களும், சர்வாதிகாரிகளும், ஓயாது குரலெழுப்பும் அரசியல்வாதிகளும் மறைந்து போய்,

பெருமளவிற்கு மக்களால் அவர்கள் மறக்கப்பட்ட பிறகு, உலகம் இதை அங்கீகரிக்கும் என்று நான் உறுதியாக நம்புகிறேன்.

'இன்றைய நிலைமைகளுக்கு இடையிலும்கூட (ஒருவேளை அதனால்தானோ?) ஒரே தலைமுறையில் இரண்டு மகத்தான ஆளுமைகளை இந்தியாவினால் உருவாக்க முடிந்துள்ளது என்பது என்னைப் பெரிதும் வியப்படையச் செய்கிறது. இதுவே இந்தியாவின் உயிரோட்டமான தன்மையின்மீது என்னை மேலும் நம்பிக்கை கொள்ளச் செய்கிறது.

'இதன் மற்றொரு அம்சமும் என்னைத் தொடர்ந்து வியப்பிலாழ்த்தி வருகிறது. குருதேவரும் காந்திஜியும் மேற்கத்திய உலகில் இருந்தும், இதர பல நாடுகளில் இருந்தும், ஏராளமான விஷயங்களைக் கற்று அறிந்தவர்களாக இருந்தனர். எனினும், அவர்கள் இருவருமே குறுகிய தேச எல்லைகளுக்குள் ஆட்படாதவர்களாகவே இருந்தனர். அவர்களது வாழ்க்கையின் செய்தி உலக மக்களுக்கானதாகவே இருந்தது. இருந்தபோதிலும் நூற்றுக்கு நூறு சதவீதம் அவர்கள் இந்தியாவின் குழந்தைகளாக, அதன் காலம்காலமான பண்பாட்டின் வழிவந்தவர்களாக, அதன் பிரதிநிதிகளாக, அதை முன்னெடுத்து விளக்கம் கூறுபவர்களாகவே இருந்தனர். விரிந்த அறிவும் பண்பும் பெற்றவர்களாக இருந்தபோதிலும், அவர்கள் அடிப்படையில் தீவிரமான வகையில் இந்தியத் தன்மை கொண்டவர்களாகவே இருந்தனர். இதில் பெரிதும் வியப்பிற்குரிய அம்சம் என்னவெனில், இந்தியாவின் தெள்ளிய ஞானம், சீரிய சிந்தனை, பண்பாடு ஆகியவற்றிலிருந்து ஊக்கம் பெற்றவர்களாக இருந்தபோதிலும், இவர்கள் இருவரும் ஒருவரிலிருந்து மற்றவர் முற்றிலும் மாறுபட்டவர்களாக இருந்ததுதான்! காந்தியையும் தாகூரையும் போன்று மாறுபட்ட மனிதர்களைக் காண்பது மிகவும் அரிது!

'ஒரே தலைமுறையில் பிறந்த இதுபோன்ற இரண்டு தனிச்சிறப்புமிக்க ஆளுமைகளை, அனைத்து வகையிலும் தன்னைப்போலவே பன்முகத்தன்மை கொண்ட ஆளுமைகளை, நமக்களித்துள்ள இந்தியாவின் காலம் கடந்த பண்பாட்டுச் செறிவினைக் கண்டு நான் பெரிதும் வியப்படைகிறேன்.'

அத்தியாயம் - 12

சமூக முன்னெடுப்புகளில் ரவீந்திரர்

2 பிப்ரவரி 1910 அன்று ரவீந்திரர் தனது மூன்றாவது மருமகனான நாகேந்திரநாத் கங்குலிக்கு இவ்வாறு எழுதியிருந்தார்: 'செய்யவேண்டிய வேலைகளுக்கு முடிவேயில்லை. கூட்டுறவுப் பண்ணையைத் தொடங்குவதற்கு விவசாயிகளைத் திரட்ட வேண்டும்; வங்கிகளை நிறுவ வேண்டும்; அனைத்து வகையிலும் சுகாதாரமான குடியிருப்புகளை அவர்களுக்காகக் கட்ட வேண்டும்; அவர்களைக் கடனிலிருந்து விடுவிக்கவும், அவர்களது குழந்தைகளுக்கான கல்விக்கு ஏற்பாடு செய்யவும், முதிய வயதில் அவர்களுக்கான பாதுகாப்பை உறுதிசெய்யவும், சாலைகளையும் பாசன வசதிகளையும் உருவாக்கி, அவர்களின் தண்ணீர் பிரச்சனையைத் தீர்க்கவும், ஒருவருக்கொருவர் உதவி செய்து கொள்ளும் வகையில் அவர்களை ஒன்றுதிரட்டவும் வேண்டியுள்ளது.'

கூர்ந்து கவனித்துப் பார்த்தோமெனில், இதே காலத்தில்தான் ஆன்மிகக் கருத்துகளை ஆழமாக வெளிப்படுத்தும் கீதாஞ்சலி வகைப்பட்ட கவிதைகளை அவர் எழுதி வந்தார் என்பது தெரிய வரும். அதாவது, அவரது ஆன்மிகச் சிந்தனைகளுக்கு ஒரு சமூக அடிப்படை இருந்ததைப் போலவே, அவரது சமூகச் சிந்தனைக்கு ஒருவித ஆன்மிக உந்துதல் இருந்ததைக் காண முடியும். இவை இரண்டுமே சமநிலையில் ஆனதாக, ஒன்றோடொன்று

இணைந்ததாக, அவரது வாழ்க்கையின் போக்கினை ஒரு மையப்புள்ளியில் கொண்டு வந்து நிறுத்துவதாக இருந்ததையும் காணமுடியும்.

ரவீந்திரரைப் பொறுத்தவரையில் மகத்தான சிந்தனையாளராகவும் தத்துவஞானியாகவும் கல்வியாளராகவும் அதே நேரத்தில் தன்னிகரற்ற சமூகச் சீர்திருத்தவாதியாகவும் திகழ்ந்தார். எனினும், அவரது இந்த அம்சம் மேற்குலகில் மிகக் குறைவான அளவிலேயே தெரிய வந்தது. அங்கு அவர் மகத்தான கவிஞராகவும் ஞானியாகவுமே பெருமளவிற்கு அறியப்பட்டிருந்தார்.

கிராமப்புற மறுகட்டமைப்பு

ஏற்கனவே பல்வேறு தருணங்களில் சுட்டிக் காட்டியிருந்ததைப் போல, கிராமப்புற மக்களின் அதீத வறுமையும் பின் தங்கிய நிலையுமே அவருக்கு என்றென்றும் செயல்படுவதற்கான தூண்டுகோலாக இருந்தன. அவரது ஒவ்வொரு முடிவிற்குப் பின்னாலும் கிராமப்புற வளர்ச்சிக்கு அந்த முடிவு எவ்வாறு உதவி செய்வதாக இருக்கும் என்ற மதிப்பீடே ஆதாரமாக இருந்து வந்துள்ளது. பொது சமூகத்தில் அவர் எதிர்த்துக் குரல் கொடுத்து வந்த சர்க்கா, ஒத்துழையாமை இயக்கம், கல்வி புறக்கணிப்பு போன்ற பல்வேறு பிரச்சனைகளிலும், கிராமப்புற மக்களை மேம்படுத்துவதற்கான வாய்ப்பு ஏதும் இவற்றால் இல்லை என்பதே அவரது எதிர்ப்பின் அடிப்படையாக இருந்தது.

அவரது இறையியல் உணர்வு என்பது அடிப்படையில் மனிதத் தன்மை கொண்டதாக, அதாவது கடவுள், இயற்கை, மனிதன் ஆகிய மூன்று அம்சங்களும் எவ்வித முரண்பாடுகளும் இன்றி ஒன்றோடுஒன்று கலந்ததாக இருந்தது. இதுதான் அவரது தனித்துவமான ஆளுமையாகவும் அமைந்திருந்தது.

1904ஆம் ஆண்டில் அவர் எழுதிய ‘ஸ்வதேசி சமாஜ்’ (சுயாட்சி பெற்ற மக்கள் குழு) என்ற கட்டுரை அதற்கு முந்தைய 14 வருடங்களில் வங்காள கிராமப்புறங்களில் அவர் மேற்கொண்ட பல்வேறு முயற்சிகளில் பெற்ற அனுபவத்தின் அடிப்படையில் அமைந்ததாகும். ரவீந்திரரின் கவனம் எல்லாம் கிராமப்பகுதியில் கூட்டாக புத்துயிர்ப்பினை கொண்டுவருவதில்தான் இருந்ததே தவிர, அந்நிய ஆட்சியை வெறுமனே எதிர்ப்பதில் இல்லை. எனவே, அவரது செயல்திட்டமானது வழக்கமான அரசியல் வழிமுறைகளுக்கு வெளியே இருந்தது.

அரசு என்ற அமைப்பின் இடத்தில் மக்கள் குழுவைப் பொருத்த முயற்சித்தார். கிட்டத்தட்ட அராஜகமான போக்காக இது பார்க்கப் பட்டது. மகாத்மா காந்தி தொடங்கி, அன்றைய அரசியல்வாதிகள் பலரின் அணுகுமுறைகளோடு அவர் அடிக்கடி மோதவேண்டிய சூழலையும் அது ஏற்படுத்தியது. பயனுள்ள கல்வி, செயல்திறன் மிக்க சீர்திருத்தம் ஆகியவற்றின் மூலம் சமூகத்தை உள்ளிருந்து மறுகட்டமைப்பு செய்வதையே அவர் நோக்கமாகக் கொண்டிருந்தார்.

1922 ஜூலையில் 'மண்வளக் கொள்ளை' என்ற தலைப்பில் எல்மிர்ஸ்ட் ஆற்றிய சொற்பொழிவின் நூல்வடிவத்திற்கு வழங்கிய முன்னுரையில் அவர் இவ்வாறு கூறியிருந்தார்: 'வறண்டு போயிருக்கும் கிராமப்புற வாழ்க்கையில் மகிழ்ச்சியெனும் ஓடையை ஓட விடுவதுதான் எங்களது நோக்கம். இதற்கு நமது அறிஞர்களும், கவிஞர்களும், இசைக் கலைஞர்களும், கவின் கலைஞர்களும் அறிவியல் நிபுணர்களும் ஒன்றிணைந்து செயல்பட வேண்டிய அவசியம் உள்ளது.'

சுற்றுச்சூழல் பாதுகாப்பு

1926-1928 காலத்தில் ரவீந்திரர் எழுதிய 'வனவாணி' (கானகத்தின் குரல்) என்ற கவிதைத் தொகுப்பு நம்மிடையே உள்ள இயற்கை வளங்களைப் பாதுகாப்பதன் அவசியத்தை எடுத்துக் கூறியது.

'இயற்கையில் இரண்டுவிதமான அம்சங்கள் உள்ளன. மனிதனால் அணுகத் தக்கவை; அவனால் அணுகத் தகாதவை. இவையிரண்டிற்கும் இடையிலான வேறுபாட்டை மிகுந்த கவனத்துடன் நாம் புரிந்து கொள்வதோடு, சுற்று முற்றும் பார்த்தபடி, மிகுந்த மரியாதையுடன் நாம் இயற்கையை நோக்கி அடியெடுத்து வைக்க வேண்டும். மனிதனின் திறமைகளைக் கொண்டு புரிந்துகொள்ள முடியாத, பிரச்சனைக்குரிய பலவற்றையும் இயற்கை தனக்குள் பொதிந்து வைத்திருக்கிறது.'

நம்மைச் சுற்றியுள்ள இந்த இயற்கையின் அழகை ஏறெடுத்தும் பார்க்காதவர்களாக நாம் இருக்கிறோம் என்பதையும் ரவீந்திரர் சுட்டிக் காட்டியிருந்தார்:

'இந்த வண்ணங்கள் அனைத்தும், இந்த ஒளியும், நிழலும், வானத்தை நிரப்பியிருக்கும் அமைதியான இந்த பிரம்மாண்டமும், இந்த அமைதியும் அழகும், பூமியைச் சொர்க்கமாக நிரப்பியிருக்கின்றன. இவை அனைத்தையும் கொண்டு வருவதற்கு எவ்வளவு முன்தயாரிப்புகளைச் செய்ய வேண்டியிருக்கும்! பரந்து

விரிந்த, மிக அற்புதமான இந்தச் செயல்முறை நமக்கு வெளியே ஒவ்வொரு நொடியும் நிகழ்ந்து கொண்டே இருக்கிறது. அதன் அரவணைப்பில் இருப்பதற்கு நாம் மிக மிக அரிதாகவே முயற்சிக்கிறோம். இந்தப் பேரண்டத்திலிருந்துதான் நாம் எவ்வளவுதூரம் விலகி நிற்கிறோம்! முடிவேயில்லாத இருள் வழியாக பல லட்சக்கணக்கான ஆண்டுகள் பயணம் செய்து இந்தப் பூமியை வந்தடையும் ஒரு நட்சத்திரத்தின் ஒளி நம் இதயத்தைத் தொடுவதில்லை. ஒருவேளை அதையும் தாண்டி பல லட்சக்கணக்கான மைல்களுக்கு அப்பால் அது இருக்கிறதோ, என்னமோ...

'என்னையும் கொண்டுவந்து சேர்த்துள்ள இந்த உலகத்தில் வாழும் மக்கள் மிகவும் விசித்திரமானவர்களாகத்தான் இருக்கின்றனர். எதுவுமே அவர்களின் கண்களில் பட்டுவிடக்கூடாது என்பதற்காக இரவும் பகலும் போராடி எண்ணற்ற விதிகளையும் சுவர்களையும் அவர்கள் உருவாக்கிக் கொண்டே இருக்கின்றனர். நல்ல வேளையாக, பூத்துக் குலுங்கும் செடிகளை நம் கண்ணில் படாமல் மறைக்கும் திரைகளையோ, அல்லது நிலவை மறைத்துவிடும் ஒரு முகாமையோ அவர்கள் இன்னும் உருவாக்கவில்லை என்பதே ஓர் அதிசயம்தான்!'

இயற்கைக்கும் மனிதனுக்கும் உள்ள ஆழ்ந்த உறவை 'பள்ளி பிரகிருதி' (கிராமங்களில் இயற்கை) என்ற தொகுப்பில் அவர் விரிவாக எடுத்துரைத்திருந்தார்.

பெண் விடுதலை

பெண்களின் வாழ்க்கையிலும் பொதுவாக சமூகத்திலும் மாற்றத்தைக் கொண்டுவருவதற்கான பிரம்ம சமாஜத்தின் முயற்சிகளோடு உடன்பாடு கொண்டிருந்தார். அன்றாட வாழ்க்கை குறித்த விமர்சனபூர்வமான பார்வையைக் கொண்டதாக அவரது கதைகள் இருந்தன. ரவீந்திரரைப் பொறுத்தவரையில், விடுதலை என்பது ஆணுக்கும் பெண்ணுக்கும் அரசியல் தன்மை கொண்ட ஒன்றல்ல. மாறாக, அது சுய விடுதலையாகவும், மக்கள் சமூக அளவில் உணர்வு குறித்த மாற்றத்தைக் குறிப்பதாகவும், தனிப்பட்ட வகையிலும் சமூக அளவிலும் மற்றவர்களோடு இணைந்து செயல்படும் ஒரு விஷயமாகவும் இருந்தது.

ரவீந்திரர் தனது எழுத்துகளில் உறவுகளால் ஏற்படும் உணர்வின்மூலம் தனிநபர்களுக்கு இடையிலான உறவுகளை ஆழமாக ஆய்வு செய்தார். அதன் மூலம் பிறன்மனை விழைதல், விதவைத்தன்மை, ஆணாதிக்கம், குழந்தைத் திருமணம் போன்ற

சமூகப் பிரச்சனைகளைத் தொடர்ந்து விவாதித்து வந்தார். அவரது நாயகிகள் நடப்பிலுள்ள சமூகத்தின் பாரபட்சத்தை எதிர்த்துப் போராட வேண்டியதன் அவசியத்தை முன்வைப்பதன்மூலம் வாசகர்களைப் புதியதொரு சிந்தனை மாற்றத்திற்கு ஆட்படுத்தினார்.

பெண்களின் வழக்கமான பணிகள் எவ்வாறு தலைகீழான மாற்றத்தைப் பெற்றுள்ளது என்பதை இதுவரையில் ஆண்களின் கட்டுப்பாட்டில் இருந்த பல செயல்களையும் புதிய கடமை களையும் பெண்கள் எவ்வாறு கையகப்படுத்தி வருகின்றனர் என்பதையும் 'நாரி' (பெண்) என்ற கட்டுரையில் விளக்கி, உலகத்தில் புதியதொரு யுகம் பிறந்துள்ளதை அவர் முன்னறிவித்தார்.

வீடுகளில் அடைந்து கிடக்கும் பெண்களுக்கு முறைசாரா கல்வியை (இன்றைய திறந்த நிலைக் கல்வி) வழங்க அன்றைய ஆட்சியாளர்களுடனும் கல்கத்தா பல்கலைக்கழகத்துடனும் தொடர்ந்து போராடினார்.

1910ஆம் ஆண்டு ஜனவரி 29 அன்று ரவீந்திரரின் மூத்த மகன் ரதீந்திரநாத்- பிரதிமா தேவி திருமணம் நடைபெற்றது. ஜொராசங்கோ குடும்பத்தில் நடைபெற்ற முதல் விதவைத் திருமணம் இதுவே ஆகும்.

மொழி சீர்திருத்தம்

அதைப் போன்றே வங்காள மொழியை அடுத்தக் கட்டத்திற்கு முன்நகர்த்திக் கொண்டு செல்வதில் அவர் ஆற்றிய பணி அளவிடற்கரியது. வடமொழியையே பெரிதும் நம்பியிருக்கும் ஒரு மொழியாக வங்காள மொழியை அதுவரை கருதியும் போற்றியும் வந்தவர்களுக்கு இடையே, அதன் தனித்தன்மையை அவர் முன்னிறுத்தினார். இவ்வகையில் 1892ஆம் ஆண்டிலேயே தாய்மொழி வழிக் கல்வியை அவர் வலியுறுத்தினார். இதையே, காங்கிரஸ் கட்சியின் ஒரு தீர்மானத்தின்மூலம் இந்தியைத் தேசிய மொழியாக அறிவிக்க காந்தி முயற்சித்தபோது, 'தாய்மொழி வழிக் கல்வியே அடிப்படையான ஒன்று. அருகமை மொழிகளின் நெருக்கமான உறவின் மூலம் அவை ஒன்றையொன்று வளர்ப்பதாக இருக்கவேண்டுமே தவிர, எந்தவொரு மொழியையும் மேலிருந்து திணிக்கலாகாது' என்று அழுத்தம் திருத்தமாக அவர் கூறியிருந்தார்.

'சபுஜ் பத்ரா' இதழில் நடைபெற்ற இலக்கிய விவாதங்களின்போது, சாதாரண மக்களும் புரிந்து கொள்ளும் வகையில், எளிய நடையில் எழுதுவதே இலக்கியத்தின் வெற்றியாக அமையும் என்றும் அவர்

வாதிட்டார். அவ்வகையில் வங்காளி மொழியின் நவீன தோற்றத்திற்கு அடித்தளமிட்டவராகவும் அவர் திகழ்ந்தார்.

பேரழிவிற்கு இடையிலும் துளிர்த்த நம்பிக்கை

ஸ்ரீநிகேதன் செயல்பாடுகளின்மூலம் அவருக்குக் கிடைத்த அனுபவத்தோடு கூடவே, இந்தியாவின் விடுதலைப் போராட்டம், முதல் உலகப் போரின் பேரழிவுகள், உலகமெங்கிலும் வேகமாகவும் வெறித்தனமாகவும் தலைதூக்கி வந்த தேசியவாத உணர்வு, அதற்குச் சற்று பின்னால் 1930இல் அவரது ரஷ்யப் பயணம் ஆகிய அனைத்து நிகழ்வுகளும் மக்களோடு இணைந்திருக்க வேண்டும் என்ற ஆர்வத்தை அவரிடம் ஏற்படுத்தியது. 'அவமதிக்கப்பட்ட மக்களின் வெற்றிக்காக மனிதகுல வரலாறு மிகுந்த பொறுமையோடு காத்திருக்கிறது' என்று அவர் குறிப்பிட்டிருந்தார்.

துயரமும் புறக்கணிப்பும் அவமதிப்பும் இந்த உலகத்தில் நீடித்திருக்கும் வரையில், ஒரு தனிமனிதனால் தன்னந்தனியாக சுயவிடுதலையை வென்றடைய முடியாது என்று குறிப்பிட்ட அதே நேரத்தில், மனித குலத்தின் மீதான தன் நம்பிக்கையை அவர் இறுதிவரை வெளிப்படுத்தி வந்தார்.

பாராமுகம்

கவிதைகள், பாடல்கள், நாவல்கள், சிறுகதைகள், நாடகங்கள், இதர கலைகள் போன்ற பல்வேறு வடிவங்களில் அவர் இலக்கிய ரீதியாகவும், தத்துவார்த்த ரீதியாகவும் அளித்துள்ள பங்களிப்புகள் பெருமளவிற்கு பாராட்டுகளும் அங்கீகாரமும் பெற்றுள்ள போதிலும், சமூக-பொருளாதார துறையின் பல்வேறு தளங்களிலும் மாற்றத்தினை (குறிப்பாக, பாதுகாப்பற்ற, ஏழை கிராம மக்களிடையே) உருவாக்குவதற்கான ரவீந்திரரின் கருத்துகள், சிந்தனைகள், தொலைநோக்குகள் மற்றும் நேரடிச் செயல் பாடுகளை நாம் எளிதில் மறந்துவிடலாகாது.

குறிப்பாக வங்காளத்திலும், ஒட்டுமொத்தத்தில் நமது இந்திய நாட்டிலும், சமூக-பொருளாதார மாற்றத்தை நோக்கிய ரவீந்திரரின் சிந்தனைகள், முயற்சிகள், செயல்பாடுகள் ஆகியவை இன்றளவும் பொருட்படுத்தப் படாமல், அறிவாளிகள் மத்தியிலும், அதிகார மட்டங்களிலும் விரிவான அளவிற்கு அறியப்படாத ஒன்றாக இருப்பது வருத்தத்திற்குரியது, விசித்திரமானது. உதாரணமாக, அவை வங்காளத்தின் கிராமப்புறங்களில் சிறியதொரு பகுதியில் மட்டுமே முடங்கிக் கிடக்கிறது என்பது மட்டுமல்ல; இந்தப்

பிரச்சனைகள் குறித்த அவரது உரைகள், கட்டுரைகள் ஆகியவையும் கூட வங்காள மொழியிலிருந்து ஆங்கிலம் உள்ளிட்டு இதர மொழிகளில் மொழியாக்கம் செய்யப்படவில்லை.

சமூக-பொருளாதார வளர்ச்சி, கல்வி விரிவாக்கம், சுகாதாரம், சுற்றுச்சூழல் மேம்பாடு போன்ற துறைகளில் நடைமுறைக்கு ஏற்ற, செயலூக்கமிக்க அவரது காத்திரமான முயற்சிகள், கருத்துகள் ஆகியவை குறித்து எப்போதுமே நீக்குபோக்கான அணுகுமுறையே பின்பற்றப்பட்டு வந்துள்ளது. உதாரணமாக, சாந்திநிகேதன், ஸ்ரீநிகேதன் போன்ற ரவீந்திரரின் அடித்தள அளவிலான பரிசோதனை முயற்சிகள், இது குறித்த அவரது கணிசமான அளவிலான எழுத்துகள், உரைகள், கல்வி விரிவாக்கம் மற்றும் அதன் தரம், கிராமப்புற வளர்ச்சி மற்றும் மறுகட்டமைப்பு ஆகியவை குறித்த அவரது தொலைநோக்குக் கருத்துகள் நாட்டின் விடுதலைக்குப் பின்பு நாட்டின் சமூக -பொருளாதார வளர்ச்சிக்கான முயற்சிகள், விருப்பங்கள், முன்முயற்சிகள், கொள்கை உருவாக்கம் போன்றவற்றுக்கான திட்டங்களில் எப்போதாகிலும் தீவிரமான வகையில் ஈடுபடுத்தப்பட்டதாகவோ அல்லது கருதப்பட்டதாகவோ தெரியவில்லை.

நாட்டின் விடுதலைக்குப் பின்னர் மகாத்மா காந்தியின் பல்வேறு கருத்துகளும் சிந்தனைகளும் விரிவான அளவிலும் தனிச் சிறப்புமிக்க வட்டங்களிலும் விவாதிக்கப்பட்டு, மதிப்பிடப் பட்டுள்ளன. அவற்றில் கணிசமானவை நாட்டின் நவீனப் படுத்தலுக்கும் சமூக-பொருளாதார வளர்ச்சிக்குமான செயல் திட்டங்கள், கொள்கைகளை உருவாக்கி அமல்படுத்துவதில் நடைமுறைக்கு ஏற்றவை அல்ல என்று கைவிடப்பட்டன. இதை அனைவரும் அறிவர். ஆனால் இதற்கு முற்றிலும் மாறாக, நாட்டின் முக்கியமான சமூக–பொருளாதார பிரச்சனைகளை புரிந்து கொண்டு, அதைக் கையாளுவதற்கான ரவீந்திரரின் சிந்தனைகள், அவரது முனைப்பு, முன்முயற்சிகள் ஆகியவை நாட்டின் விடுதலைக்குப் பிந்தைய காலத்தில் மேற்கொள்ளப்பட்ட சமூக அறிவியல் குறித்த விவாதங்களிலோ, மக்களுக்கான கொள்கை முன்முயற்சிகளில் அங்கீகரிக்கப்படவோ, ஆய்வு செய்யப் படவோ, ஏற்கப்படவோ அல்லது மறுதலிக்கப்படவோ இல்லை என்பது மட்டுமின்றி, மிக மிக அரிதாகவே அவை சுட்டிக் காட்டப்பட்டன என்பதே உண்மையாகும்.

இருந்தபோதிலும், இந்திய கிராமங்களில் இருந்த திக்கற்ற, கல்வியறிவற்ற, அறியாமையில் ஆழ்ந்த மக்களின்மீது தீவிர

கரிசனத்துடன் அவர்களுக்கு சேவை செய்வதில் உறுதி கொண்டவராக இருந்த ரவீந்திரர் சற்றும் தாமதியாமல் கிராமப்புற வளர்ச்சி மற்றும் கல்விரீதியான மேம்பாடு ஆகியவற்றில் பல்வேறு புதுமையான திட்டங்கள், பரிசோதனை முயற்சிகள் மூலம் கிராமப்புற மக்களைச் சென்றடைந்த ஒரு செயல்வீரராகத் திகழ்கிறார்.

கிட்டத்தட்ட கல்கத்தா நகரிலிருந்து சென்று அவர் முதன்முதலாக வங்காள கிராமப்புறத்தில் காலடி எடுத்து வைத்த தருணத்திலிருந்து, பல்வேறு சமூக, பொருளாதார, அரசியல் பிரச்சனைகள் குறித்தும் அதற்கான தீர்வுகள் குறித்தும் தொடர்ந்து எழுதி வந்தார். (இதுவரையிலும் ஆங்கிலத்திலோ அல்லது இதர மொழிகளிலோ பெரும்பாலும் மொழிபெயர்க்கப்படாத) வங்காள மொழியில் அமைந்த அவரது எழுத்துக்களிலும், உரைகளிலும், சொற்பொழிவுகளிலும், இன்று பெருமளவிற்கு விளம்பரப் படுத்தப்படும் இன்றைய முக்கிய சமூக – பொருளாதார, சுற்றுச்சூழல் பிரச்சனைகள் மற்றும் கவலைகள் குறித்து அவர் ஏற்கனவே சுட்டிக் காட்டியிருக்கிறார் என்பதும், அவற்றுக்கான பல தீர்வுகளையும் வழங்கியிருக்கிறார் என்பதும், பலரும் அறியாத ஒன்று என்பது வருந்தத்தக்கதே.

1941ஆம் ஆண்டில் அவர் மறைவதற்கு சில மாதங்களுக்கு முன்பு கூட, 'நகரங்கள் எல்லாம் ஏற்கனவே 20ஆம் நூற்றாண்டை எட்டிவிட்ட நிலையில், நமது கிராமங்கள் இன்னமும் மத்திய காலத்திலேயே இருக்கும்படி விடப்பட்டுள்ளது' என்று மிகுந்த வருத்தத்தோடு குறிப்பிட்டிருந்தார். நகரத்திற்கும் கிராமத்திற்கும் இடையிலான இந்த வேறுபாடு என்பது பொருட்களை மையமாகக் கொண்ட வாழ்க்கையை மட்டுமே குறிப்பதல்ல; கருத்தோட்டங் கள், உணர்வுகள், உலகப்பார்வை, கல்வி, அணுகுமுறை போன்ற பல்வேறு வகையிலும் இந்த வேறுபாட்டினை நாம் காண முடியும்.

நாட்டின் விடுதலைக்குப் பின் உணவு உற்பத்தியில் தேக்கம் ஏற்பட்டு, வெளிநாடுகளில் கையேந்த வேண்டிய நிலை ஏற்பட்டபோது, 1960களில் 'பசுமைப் புரட்சி' என்ற பெயரில் மேற்கொள்ளப்பட்ட நடவடிக்கைகள் அனைவரும் அறிந்த ஒன்றுதான். ஆனால் 1920களிலும் 1930களிலும் வேதியியல் உரங்களை அறிமுகம் செய்வது; நார்ச்சத்துள்ள பயிர்கள், பழங்கள் என புதியவகை பயிர்களைப் பயிரிடுவது; புதிய வகை விதைகளை முயற்சிப்பது; நிலத்தின் உற்பத்தித் திறனை மேம்படுத்த ஆராய்ச்சி, புதிய கண்டுபிடிப்புகளை நாடுவது; கால்நடை மற்றும் பால்வளம்

ஆகியவற்றின் வளர்ச்சியில் கவனம் செலுத்துவது; சுற்றியுள்ள கிராமங்களில் சமூக- பொருளாதார ஆய்வுகளை குறிப்பிட்ட கால இடைவெளியில் மேற்கொள்வது; கூட்டுறவு கடன் சங்கங்கள்; கிராம சுகாதார சிகிச்சை மையங்கள் மூலமாக மலேரியா போன்ற நீடித்த நோய்களை கட்டுப்படுத்தவும் கிராம மக்களின் சுகாதாரம், உடல்நலம் ஆகியவற்றில் மாற்றத்தை ஏற்படுத்துவது; இவை அனைத்திற்கும் மேலாக, இந்தப் பகுதிக்கு அருகில் வசிக்கும் சந்தால் பழங்குடிகளிடையே வங்காள அரசின் உதவியுடன் நிலத்தை மறுபங்கீடு செய்வதற்கான முயற்சி என இன்று நாட்டின் பல்வேறு பகுதிகளிலும் பல்வேறு பட்ட அளவுகளில் மேற்கொள்ளப்பட்டு வரும் அரசு சார்ந்த நலத்திட்டங்கள் பலவற்றை, மிகச்சிறிய பரப்பளவில், தனது சொந்த செலவில் ஸ்ரீநிகேதன் திட்டத்தின்மூலம் அருகமை கிராமங்களில் அவர் நிறைவேற்றி வந்தார்.

அதைப்போலவே, இன்று 'சுய உதவிக் குழுக்கள்' என்று குறிப்பிடுவதைப் போல, கிராமத்தில் உள்ளவர்களை ஒன்றுதிரட்டி, அந்தக் கிராமத்தின் அடிப்படைத் தேவைகளை நிறைவேற்றுவதிலும் அவர் ஈடுபட்டு வந்தார். 'வலிமையற்ற தனிநபர்களாக அவர்கள் இருந்தாலும், தங்களிடமுள்ள சிறிய வளத்தை ஒன்றுதிரட்டிச் செயல்படும்போது, அது மிக வலுவானதாகவும், உயிரோட்டமானதாகவும் மாறிவிடும்' என்பதைத் தொடர்ந்து வலியுறுத்திக் கூறிவந்துள்ளார்.

வகுப்புவாதம், ஆணவப்படுகொலைகள், சாதியக் கொடுமைகள், வரதட்சணைக் கொலைகள், பணவீக்கம், பழங்குடிகளை வனப்பகுதிகளிலிருந்து வெளியேற்றுவது போன்ற இன்றைய சமூகத் தீமைகள், அத்துமீறல்கள் பலவற்றையும் ரவீந்திரர் முன் உணர்ந்தவராக இருந்தார். எனவேதான், கல்வி மற்றும் கிராம மேம்பாடு ஆகியவற்றின்மூலம் கிராம மக்களின் மனங்களில் அறிவியல்பூர்வமான, மதசார்பற்ற கண்ணோட்டத்தையும் கருத்துகளையும் பரவச் செய்து, பொருத்தமான வகையில் அவர்களிடையே விழிப்புணர்வை ஏற்படுத்துவதே நாட்டின் விடுதலையைவிட முக்கியமானது என்று அவர் கருதினார். அன்றைய தேசிய தலைவர்களுடனான அவரது போராட்டம் இதன் அடிப்படையிலேயே அமைந்திருந்தது.

அத்தியாயம் - 13

உலக இலக்கிய அரங்கில் ரவீந்திரரின் தாக்கம்

1913ஆம் ஆண்டில் இலக்கியத்திற்கான நோபல் பரிசு ரவீந்திரநாத் தாகூருக்கு வழங்கப்படுகிறது என்ற அறிவிப்பு உலகின் பல்வேறு பகுதிகளிலும் இருந்த கவிஞர்கள் மற்றும் இலக்கிய விமர்சகர் களிடையே பெரும் வியப்பைத் தோற்றுவித்தது. பத்திரிக்கையாளர் களைப் பொறுத்தவரையில் அவரது பெயர் விசித்திரமானதாகவும் உச்சரிப்பதற்குக் கடினமானதாகவும் இருந்தது.

1913ஆம் ஆண்டுக்குப் பிறகு ரவீந்திரரின் கவிதைகள், சிறுகதைகள், நாடகங்கள், தத்துவார்த்தக் கட்டுரைகள், இவைபோக ஒரு சுயசரிதை ஆகியவற்றையும் லண்டனில் இருந்த மாக்மில்லன் கம்பெனி ஆங்கிலத்தில் வெளியிட்டது. அவசரகதியாக இந்த நூற்கள் வெளிவந்ததன் விளைவாக அவற்றின் தரம் பெருமளவிற்கு சமரசத்திற்கு உள்ளானது. நோபல் பரிசு அறிவிப்பிற்குப் பிறகு அதைத் தொடர்ந்த செயல்முறையானது அவரை மீறிய ஒன்றாக இருந்தது.

1913ஆம் ஆண்டில் இலக்கியத்திற்கான நோபல் பரிசைப் பெறுவதற்கு முன்பாகவே வங்காளி இலக்கியத்தின் பல்வேறு துறைகளிலும் தனிமுத்திரை பதித்திருந்த ரவீந்திரர், அவரது ‘கீதாஞ்சலி’ கவிதைத் தொகுப்பின் ஆங்கில மொழிபெயர்ப்பின்

மூலமே மேற்குலகில் அறிமுகமானார். மேற்குலக இலக்கியத்தில் அவரது சமகாலத்தவர்களாக இருந்த பெல்ஜியக் கவிஞரும் நாடக ஆசிரியருமான மவுரிஸ் மேயட்டர்லிங்க் (பி. 1862), ஆங்கில எழுத்தாளரான ருட்யார்ட் கிப்ளிங் (பி. 1865), அயர்லாந்து கவிஞர் டபிள்யூ. பி. ஈட்ஸ் (பி. 1865), பிரெஞ்சு நாவலாசிரியரும் கட்டுரையாளருமான ரொமெய்ன் ரோலண்ட் (பி.1866), இத்தாலிய தத்துவ அறிஞர் பெனடிட்டோ க்ரோசே (பி. 1866), ஆங்கில நாடக ஆசிரியர் ஜான் கால்ஸ்வொர்த்தி (பி. 1867), பிரெஞ்சு எழுத்தாளர் ஆந்த்ரே கிடே (பி. 1869) ஆகியோரோடு ரவீந்திரர் நட்புறவு பூண்டவராக இருந்தார். இவர்களில் இத்தாலிய;த தத்துவ அறிஞரான பெனடிட்டோ க்ரோசே தவிர, மற்றவர்கள் அனைவருமே ரவீந்திரரைப் போலவே இலக்கியத்திற்கான நோபல் பரிசை வென்றவர்கள் என்பதும் குறிப்பிடத்தக்கதாகும்.

அவர்களில் ஈட்ஸ் மற்றும் கிடே ஆகியோர் கீதாஞ்சலியை மொழிபெயர்ப்பு மூலம் மேற்குலகிற்குக் கொண்டு வருவதில் முக்கியப் பங்காற்றியவர்கள். அதைப்போன்றே அவரைவிட 20 வயது இளையவரான ஜுவான் ராமோன் ஜிமனேஸ் (1881-1958) ரவீந்திரரின் கணிசமான எழுத்துகளை ஸ்பானிஷ் மொழியில் மொழிபெயர்த்ததோடு, தன்னளவிலும் ஒரு கவிஞராக இலக்கியத்திற்கான நோபல் பரிசைப் பெற்றவராகவும் திகழ்ந்தார்.

ரவீந்திரர் நோபல் பரிசு பெற்றபிறகு, மேற்குலகில் அவரது எழுத்துகள் பல்வேறு மொழிகளில் மொழிபெயர்க்கப்பட்டு அவருக்குப் பரவலான புகழைப் பெற்றுத் தந்தன. எனினும், முதலாம் உலகப்போருக்குப் பின்பு இந்த நிலைமை மாறத் தொடங்கியது. அதற்கு முக்கியக் காரணமாக அமைந்தது, ஐரோப்பியக் காலனிய அரசுகள் ஏகாதிபத்திய உணர்வோடு உலகை தங்களின் காலனி நாடுகளாக மாற்றுவதற்கு, தேசப்பற்று என்ற முழக்கத்தோடு எடுத்த முயற்சிகளை ரவீந்திரர் கடுமையாகக் கண்டித்துப் பேசத் தொடங்கியதே ஆகும்.

இதன் விளைவாக மேற்குலகில் அவருக்கிருந்த செல்வாக்கு சரியத் தொடங்கியது. இரண்டாவதாக, முதலில் ஆங்கில மொழி பெயர்ப்பில் வெளிவந்த மூன்று நூல்களைத் தவிர, அவரது புகழைப் பயன்படுத்திக் கொள்ளும் நோக்கில் அடுத்தடுத்து மொழிபெயர்ப்பில் வெளியான நூல்கள் தரம் குறைந்தவையாக இருந்தன. மூன்றாவதாக, மேற்குலகில் அவரை அறிமுகம் செய்துவைத்த கீதாஞ்சலி முதலான நூல்கள் பெருமளவிற்கு கீழைத்தேய ஆன்மிகத் தளத்தின் பின்னணியில் அமைந்திருந்தன.

இந்நிலையில், 'கீழைத்தேய முனிபுங்கவர்' என்ற ஒரு மாயத்தோற்றம் மேற்குலகில் உருவாகியிருந்தது. இந்தப் பின்னணியில் பின்னர் வெளியான அவரது நூல்கள் இந்தத் தோற்றத்திற்குப் பொருத்தமானதாக இல்லாத நிலையில் அந்த நூல்களின் விற்பனையும் பெருமளவிற்குச் சரிந்தது. 'முனிபுங்கவர்' என்ற தோற்றத்திற்கு அப்பால் ரவீந்திரரின் பன்முகத்தன்மையை அன்றைய இலக்கிய விமர்சகர்களால் உள்வாங்கிக் கொள்ள முடியாமல் போனதே இதற்குக் காரணமாகும்.

லத்தீன் அமெரிக்க நாடுகளில் புழங்கிவந்த ஸ்பானிஷ் இலக்கிய உலகில் இந்த நிலைமை முற்றிலும் மாறுபட்டதாக அமைந்திருந்தது. லத்தீன் அமெரிக்க நாடுகள் பல நூற்றாண்டுகள் ஐரோப்பிய ஏகாதிபத்திய நாடுகளின் காலனிகளாக இருந்து, பின்னர் படிப்படியாக விடுதலைப் போராட்டங்களின் மூலம் விடுதலை பெற்றிருந்தன. இந்நிலையில் இந்த முன்னாள் காலனிப் பகுதிகளின் இலக்கியமானது ஐரோப்பிய கலாசாரத்திலிருந்து தங்களை விடுவித்துக் கொள்ள முயற்சித்து வந்த நேரமது.

இத்தகைய ஒரு தருணத்தில் ஐரோப்பிய நாடு ஒன்றின் (இங்கிலாந்தின்) காலனியாக இருக்கும் இந்திய நாட்டிலிருந்து வெளிப்பட்டு அவர்களுக்கு அறிமுகமான ரவீந்திரரின் இலக்கிய மானது அவர்களுக்குப் புதியதொரு பாதையைக் காட்டுவதாக இருந்தது. அவ்வகையில் ஸ்பானிஷ் மொழிபெயர்ப்பில் (குறிப்பாக ஜுவான் ராமோன் ஜிமனேஸின் மொழிபெயர்ப்புகள்) வெளியான ரவீந்திரரின் பன்முகத்தன்மை கொண்ட எழுத்துகள் இந்த லத்தீன் அமெரிக்கப் பகுதியின் இலக்கிய உலகிற்கு புதியதொரு உத்வேகத்தை வழங்கின.

குறிப்பாக, ரவீந்திரரின் அர்ஜெண்டினா பயணத்தின்போது அவரை உபசரித்து நட்புணர்வை ஏற்படுத்திக் கொண்டவராக விக்டோரியா ஒகாம்போ பின்னாளில் இவ்வாறு குறிப்பிட்டிருந்தார்: 'எந்தவொரு மொழியும் தனித்து இயங்கி வளர்ந்தோங்க முடியாது. எனவே மற்ற மொழிகளைப் புறமொதுக்காமல் அவற்றிலிருந்து சிறந்தவற்றைக் கற்றுக்கொண்டே வளர முடியும் என்று ரவீந்திரர் என்னிடம் கூறியிருந்தார். அவரது அறிவுரைப்படியே பின்னர் நான் 'சூர்' என்ற இலக்கிய இதழைத் தொடங்கி நடத்தினேன். ஸ்பானிஷ் மொழி தவிர இதர மொழிகளில் வெளியாகும் சிறந்த இலக்கியங்களுக்கான மேடையாக அது வளர்ந்தோங்கியது'.

ரவீந்திரர் தன் வாழ்க்கையில் சுமார் ஏழு ஆண்டுகளை மேற்குலகிற்கான இந்தியாவின் அதிகாரபூர்வமற்ற தூதுவராக

இருந்து செலவழித்திருக்கிறார். ரவீந்திரரின் 70வது பிறந்தநாளை ஒட்டி வெளியிடப்பட்ட 'தாகூரின் தங்கப்புத்தகம்' என்ற சிறப்பு மலரில் வெளியான ஒரு கட்டுரையில், அவரது மேற்கத்திய ரசிகர் ஒருவர், 'வேறெந்த நபரையும்விட ரவீந்திரநாத் தாகூர்தான் இந்திய இலக்கியம்-பாடல் ஆகியவற்றின் அற்புதமான அழகியலை உலகிற்கு எடுத்துக் காட்டினார்' என்று குறிப்பிட்டிருந்தார்.

ரவீந்திரருடன் நேரடியாகத் தொடர்பு ஏற்படும் வரையில் பெரும்பாலான மேற்குலக நாட்டு மக்களுக்கு இந்தியா என்பது மிகக் குறைந்த அளவிற்கே தெரிய வந்த, மிகக் குறைந்த அளவிற்கே நேசிக்கப்பட்டுவந்த ஒரு நாடாகத்தான் இருந்தது. மேற்குலகில் அவரைச் சந்தித்தவர்களுக்கும் அவரது உரையை கேட்டவர்களுக்கும் நவீன இந்தியாவின் உயிரோட்டமான அழகை, ஆன்மீக ரீதியான குறிக்கோள்களை அவர் அறிமுகம் செய்தார். அதன்பிறகே மேற்குலகு இந்தியாவைப் போற்றத் தொடங்கியது; நேசிக்கத் தொடங்கியது. இன்னும் கூறுவதெனில், பெரும்பாலான மேற்குலகினருக்கு இந்தியா என்பது தாகூரின் நாடாகத்தான் தெரிய வந்தது. அதன் பின்னரே காந்திஜி அவர்களுக்கு அறிமுகமானார் என்பதே உண்மை.

ரவீந்திரரின் எழுத்துகளின் மொழிபெயர்ப்பினைப் பொறுத்த வரையில், பெரும்பாலான மொழிகளில் அவை ஆங்கிலத்தி லிருந்தே மொழிபெயர்க்கப்பட்டன. முதல்முறையாக ருஷ்ய மொழியில்தான் அவரது எழுத்துக்கள் நேரடியாக வங்காள மொழியிலிருந்து மொழிபெயர்க்கப்பட்டன. ரவீந்திரரின் நூற்றாண்டு விழா (1961) கொண்டாட்டத்தின்போது இங்கு வருகை தந்த சோவியத் எழுத்தாளர் சங்கத்தினரால் தெரிவிக்கப்பட்ட தகவலின்படி சோவியத் யூனியனில் வழங்கிவந்த 18 மொழிகளில் அவரது நூல்கள் வெளியாயின. சுமார் 30 லட்சம் பிரதிகள் விற்பனையாயின.

ரவீந்திரரின் எழுத்துகள் ஆங்கிலத்தில் வெளியான உடனேயே (1912) டச்சு மொழியில் வெளிவரத் தொடங்கின. தொடக்கத்தில் அவரது எழுத்துகளை மொழிபெயர்த்த ஃபிரடெரிக் வான் ஈடன், ஹென்றி போரெல், ராடென் மாஸ் நோட்டோ சுரோட்டோ ஆகிய மூவருமே டச்சு மொழியில் புகழ்பெற்ற கவிஞர்களாகத் திகழ்ந்தவர்கள் என்பது குறிப்பிடத்தக்கது. இவர்களில் ஈடன் அவரது எழுத்துகளை மொழிபெயர்ப்பு என்பதாக இல்லாமல் புத்தாக்கம் செய்திருந்தார். அதைப் போன்றே ஈடனின் நெருங்கிய நண்பரான ஹென்றி போரெல் 'இருட்டறையில் அரசன்',

‘அஞ்சலகம்’ ஆகியவற்றை டச்சு மொழியில் மொழிபெயர்த்தார். அதில் அஞ்சலகம் நாடகம் ஹாலந்து நாட்டின் புகழ்பெற்ற நாடகக் கம்பெனிகளால் பலமுறை நிகழ்த்தப்பட்டு பெரும் வரவேற்பைப் பெற்றிருந்தது. மூன்றாவது நபரான சுரோட்டோ ஜாவா தீவின் பிரபு வம்சத்தைச் சேர்ந்தவர். டச்சு மொழியில் புகழ்பெற்ற கவிஞராகவும் திகழ்ந்தவர். சந்த நடையில் அமைந்த அவரது கவிதைகளில் ரவீந்திரரின் தாக்கம் பெருமளவில் இருந்தது. இவர் தன் மூத்த மகனுக்கு ரவீந்திரரின் பெயரைச் சூட்டியிருந்தார் என்பதும் குறிப்பிடத்தக்கது.

‘மேற்கத்திய பார்வையில் ரவீந்திரநாத்’ என்ற தனது நூலில் டாக்டர் ஏ. ஆரன்சன் (இவர் சாந்திநிகேதனில் ஆசிரியராகப் பணியாற்றியவர்) பல்வேறு மேற்கத்திய நாடுகளிலும் எவ்வாறு ரவீந்திரர் படிப்படியாக அறிமுகமானார் என்பதைக் குறிப்பிட்ட தோடு, அவர்மீது மோசமான விமர்சனங்கள் எழுந்ததன் பின்னணியையும் விவரித்திருந்தார்.

1942க்கும் 1946க்கும் இடைப்பட்ட காலத்தில் ரவீந்திரரின் நான்கு முக்கிய நூல்களை இரண்டு பிரேசில் கவிஞர்கள் போர்த்துக்கீசிய மொழியில் மொழிபெயர்த்து வெளியிட்டனர். இவை உடனடியாக விற்றுத் தீர்ந்தன. அதைப் போலவே ரவீந்திரரின் புகழ்பெற்ற நாடகமான ‘அஞ்சலகம்’ ஆங்கிலம் தவிர, அனைத்து ஐரோப்பிய மொழிகளிலும் பல்வேறு நபர்களால், பல்வேறு தருணங்களில் மொழிபெயர்க்கப்பட்டு, நாடகமாகவும் நிகழ்த்தப்பட்டது. குறிப்பாக, ஹிட்லரின் படைகள் பாரீஸ் நகரைச் சுற்றி வளைத்து, எந்தவொரு தருணத்திலும் பிரான்ஸின் தலைநகரம் வீழவிருந்த தருணத்தில், பாரீஸ் நகர வானொலியில் ‘அஞ்சலகம்’ நாடகம் ஒலிபரப்பப்பட்டது.

1920களில் ஐரோப்பா கண்டத்தில் ரவீந்திரரின் புகழ் உச்சத்தில் இருந்த நேரத்தில், ஸ்லோவேனிய கவிஞரான ஸ்ரெகோ கொசோவெல் கீழ்க்கண்ட கவிதையை எழுதியிருந்தார்:

நீல நிற நீரை நோக்கிச் சாயும் மரங்கள் அடர்ந்த
பசுமையான இந்தியாவில் தான் தாகூர் வாழ்கிறார்
அங்கே, கண்ணுக்குப் புலப்படாத நீரூற்றுகள், கோயில்கள்,
மலையென அடர்ந்த மரங்களுக்கிடையே
மாதத்தையோ, ஆண்டையோ காட்டாமல்
அசைவற்று அமைதியாக நிற்கிறது காலம்
அங்கே யாரும் இறப்பதில்லை;

யாரும் விடை கொடுப்பதில்லை;
வாழ்க்கை நிரந்தரமான ஒன்றாக
அங்கே ஓடிக் கொண்டிருக்கிறது

(பசுமையான இந்தியா என்ற கொசோவெல்லின் கவிதையிலிருந்து)

கொசோவெல் இறப்பதற்கு ஓராண்டு முன்பாக, 1925ஆம் ஆண்டில் வெளியிட்ட தனது கவிதைத் தொகுப்பிற்கு அவர் தங்கப்படகு என்ற தலைப்பினை வழங்கியிருந்தார். இது ரவீந்திரரின் மிகவும் புகழ்பெற்ற ஒரு கவிதை வரியாகும் என்பது குறிப்பிடத்தக்கது. இதன் மூலம் தனது வழிகாட்டி ரவீந்திரர் என்பதை அவர் மீண்டும் ஒருமுறை நிலைநாட்டியிருந்தார்.

கிட்டத்தட்ட உலகில் வேறெங்கும் இல்லாத வகையில் ஸ்லோவேனியாவில் பள்ளிப் பாடதிட்டத்தில் ரவீந்திரர் இடம் பெற்றிருந்தார். மேலும், இன்றளவும் படித்தவர்கள் நிரம்பிய இல்லங்களில் அனைவரும் அறிந்த ஒரு பெயராகவும் அவர் திகழ்கிறார்.

தொடக்க காலங்களில் மிரான் ஜார்க் (1900-1942) மற்றும் ப்ரான்ஸ் பெவ்க் (1890-1970) ஆகியோர் ரவீந்திரரின் எழுத்துகளை ஸ்லோவானிய மொழியில் மொழிபெயர்த்தவர்களாக இருந்த போதிலும், அலோஜ் க்ராட்னிக் (1882-1967)தான் அவரது எழுத்துக்களை மொழிபெயர்ப்பதிலேயே தன் வாழ்நாளைச் செலவிட்டவர் என்பதும் இங்கு குறிப்பிடத்தக்கது.

1920களில் ரவீந்திரர் குறித்த இரண்டு நூல்கள் பல்கேரிய மொழியில் வெளியாயின. அதேநேரத்தில், புகழ்பெற்ற பிரெஞ்சு எழுத்தாளர் ரொமெய்ன் ரோலண்ட் மகாத்மா காந்தி பற்றி எழுதிய நூலும் மொழிபெயர்க்கப்பட்டு வெளியானது. அதைத் தொடர்ந்து, ரவீந்திரரின் பல்வேறு படைப்புகளும் பல்கேரியாவின் முற்போக்கு இதழ்களில் வெளியாயின.

இந்த நாட்டைச் சேர்ந்த இலக்கிய ஆசிரியரான வாசில் ஸ்டாவ்ரோவ் சாந்திநிகேதனுடன் கடிதத் தொடர்பு கொண்டு விஸ்வபாரதி பல்கலைக்கழகத்தின் பாடத் திட்டம் பற்றிய விவரங்களைக் கேட்டறிந்தார். எனினும் அவர் விரும்பியபடி தன் மாணவரை அவரால் சாந்திநிகேதனுக்கு அனுப்ப முடியவில்லை. பின்னர் சோஃபியா நகரில் உள்ள அகாசியா பதிப்பகம் வெளியிட்டுவந்த 'மனிதகுலத்தின் மாமனிதர்கள்' என்ற வரிசையில் ஐந்தாவது நூலாக அவர் எழுதிய ரவீந்திர நாத் தாகூர் பற்றிய நூல் வெளியானது. 168 பக்கங்கள் கொண்ட இந்நூல் 1927ஆம் ஆண்டில் ரவீந்திரரின் வாழ்க்கை மற்றும் படைப்புகள்

பற்றிய ஓர் அறிமுகமாக விளங்கியது. பல்கேரிய அறிவியல் அறிஞரும் எழுத்தாளருமான பேராசிரியர் அசென் ஸ்லாடரோவ் இந்நூலுக்கு அணிந்துரை வழங்கியிருந்தார்.

அதற்கு முன்பாக 1925ஆம் ஆண்டில் ஸ்டாவ்ரோவின் மாணவரான விக்ரோ இவனோவ் 'தாகூரின் ஞானம்' என்ற நூலை எழுதியிருந்தார். ரவீந்திரரின் தத்துவார்த்த, சமூக சிந்தனைகளை எடுத்துக் கூறுவதாக இந்நூல் அமைந்திருந்தது.ரவீந்திரர் தன் ஐரோப்பியப் பயணத்தின்போது சோஃபியா நகரில் அவரைச் சந்தித்து உரையாடியதோடு, தனது 'சாதனா' மற்றும் 'வீடும் உலகமும்' ஆகிய படைப்புகளின் ஆங்கிலப் பதிப்புகளைக் கையெழுத்திட்டு அவருக்குப் பரிசாக வழங்கினார். பல்கேரிய எழுத்தாளர் சங்கம் 1956ஆம் ஆண்டில் ரவீந்திரரின் 95வது பிறந்தநாளைச் சிறப்பாகக் கொண்டாடியது.

அன்றைய ஐரோப்பாவில் இருந்த பல ஏகாதிபத்திய நாடுகளும் ஆசிய-ஆப்பிரிக்கக் கண்டங்களில் இருந்த நாடுகள் பலவற்றையும் கைப்பற்றி, தங்கள் காலனி நாடுகளாக்கி, அவற்றை இரக்கமேதுமின்றிச் சுரண்டி வந்தன. இந்த ஏகாதிபத்திய நாடுகளின் இறுதியை முன்னறிவிக்கும் வகையில் 19ஆம் நூற்றாண்டு நிறைவடைந்த நாளில், அதாவது 1899 டிசம்பர் 31 அன்று, ரவீந்திரர் எழுதிய கவிதை (மேற்கு நாடுகளில் ஏகாதிபத்திய வெறியால் அடக்கப்பட்டு கொடுமைக்கு ஆளாக்கப்பட்டவர்களின் ரத்தத்தால் சிவந்து கிடக்கும் அந்திமச் சூரியன் என்ற சித்திரத்தை முன்வைத்தும் – தேசப்பற்று, தேசியவாதம் என்ற பெயரில் மனிதர்களுக்கிடையே வேலிகளை நிலைநாட்டும் கருத்தை விமர்சித்தும் எழுதிய கவிதை அது) தனித்துவமானதாகும். ஜப்பானிலும் அமெரிக்காவிலும் அவர் நிகழ்த்திய உரைகள் 'தேசியவாதம்' என்ற தலைப்பில் தனியொரு நூலாக வெளியானபோது, இந்தக் கவிதை அதன் முகப்பில் ஒரு மணிமகுடம் போல் பதிப்பிக்கப்பட்டிருந்தது.

ஆங்கிலத்தில் வில்லியம் ராடிஸ், ஜெர்மன் மொழியில் மார்ட்டின் காம்ப்சென் ஆகியோரின் மொழிபெயர்ப்பு முயற்சிகள் தனித்துவமானவையாக இன்றுவரை நீடிக்கின்றன. 2011ஆம் ஆண்டில் ரவீந்திரரின் 150வது பிறந்ததின கொண்டாட்டத்தை ஒட்டி, வில்லியம் ராடிஸ் கீதாஞ்சலியைப் புதிய மொழி பெயர்ப்புடன் கொண்டு வந்தார். அதைப் போன்றே ரவீந்திரரின் கதைகளின் அடிப்படையில் சத்யஜித் ரே உருவாக்கிய திரைப்படங் களும் மேற்குலகில் அவரது எழுத்துகள்மீதான மறுபார்வைக்கு வழிவகுத்து, புதிய வாசகர்களைச் சென்றடையவும் உதவியது.

இலங்கையில் சிங்கள மொழியில் அவரது கீதாஞ்சலி, கிரெசெண்ட் மூன், நவ்க தூபி, கரே பாயிரே, போஸ்ட் ஆபீஸ், நாதிர் பூஜா, சண்டாளிகா, சதுரங்கா, கோரா, சோக்கேர் பாலி, சேஷேர் கவிதா, செலெ பெலா, சாருலதா ஆகிய நூல்களோடு அவரது சிறுகதைத் தொகுப்புகளும் பலமுறை வெளியாகியுள்ளன. அதைப் போன்றே அவரது வாழ்க்கை வரலாற்று நூல்களும் 1947, 1968, 2001 மற்றும் 2008ஆம் ஆண்டுகளில் சிங்கள மொழியில் வெளியாயின. அதைப் போன்றே இலங்கை தமிழ்ப் பதிப்பகங்களும் அவரது எழுத்துகளைத் தொடர்ந்து தமிழில் கொண்டு வந்தனர் என்பதும் குறிப்பிடத்தக்கது.

அத்தியாயம் - 14

இந்திய இலக்கிய அரங்கில் ரவீந்திரர்

இந்திய இலக்கிய அரங்கில் ரவீந்திரருக்குக் கிடைத்த முன்னோடியான நிலைக்கு அவருக்குக் கிடைத்த நோபல் பரிசுதான் காரணம் என்று கூறுவோரும் உண்டு. எனினும் அது முற்றிலும் உண்மையல்ல. அதற்கு வெகுமுன்பாகவே வங்காளி இலக்கியத்தின் பல்வேறு பிரிவுகளிலும் தனிச்சிறப்பான இடத்தைப் பெற்றவராக அவர் திகழ்ந்தார்.

இன்னும் கூறுவதெனில், வங்காளி மொழியில் அவர் அறிமுகம் செய்த மாற்றங்கள் 'தூய்மைவாதி'களை குலைநடுங்கச் செய்பவனவாக இருந்தன. அவர் நோபல் பரிசு பெறுவதற்கு முன்பாகவே அவரது எழுத்துகள் இந்தியாவின் மற்ற மொழிகளில் மொழிபெயர்க்கப்பட்டிருந்தன. உதாரணமாக, அவரது 'சித்ராங்கதா' நாடகம் 1890களிலேயே இந்தியில் மொழிபெயர்க்கப் பட்டது. அதைப் போன்றே ஆந்திராவைச் சேர்ந்த பத்திரிக்கையாளரும் விடுதலைப் போராட்ட வீரருமான முத்நூரி கிருஷ்ணா ராவ் 1905முதல் 1911 வரை வங்கப் பிரிவினைக்கு எதிரான இயக்கத்தின்போது காங்கிரஸின் மூத்தத் தலைவர்களில் ஒருவரான பிபின் சந்திர பாலுடன் வங்காளத்தில் விரிவாகச் சுற்றுப்பயணம் செய்தார். பின்பு ஆந்திராவிற்குத் திரும்பியதும், தான் நடத்திவந்த 'கிருஷ்ண பத்ரிகா' என்ற இதழில் ரவீந்திரரின் எழுத்துகளைத் தொடர்ந்து தெலுங்கு மொழியில் வெளியிட்டு வந்தார்.

இருந்தபோதிலும், காலனிய இந்தியாவில், குறிப்பாக மேல்தட்டு ஆங்கிலேய விசுவாசிகளால் 'அவர் மேற்குலகின் பாராட்டைப் பெற்றவர்' என்பதாலேயே போற்றப்பட்டார் என்பதும் இங்கு குறிப்பிடத்தக்கது. நோபல் பரிசு கிடைத்த செய்திக்குப் பிறகு, ரவீந்திரரைப் பாராட்ட கல்கத்தா நகரப் பிரமுகர்கள் சாந்திநிகேதனுக்குச் சென்றதும், 'அவர்களின் வாய்வழி பாராட்டுக்கள் தனக்கு உவப்பில்லாதவை' என்று ரவீந்திரர் மறுமொழி கூறி அவர்களை மறுதலித்ததும் இங்கு நினைவுகூரத்தக்கது.

மொழிபெயர்க்கப்பட்ட ரவீந்திரரின் படைப்புகளின் எண்ணிக்கை கணிசமானது. அதுபற்றிய முழு விவரங்கள் கிடைக்கப் பெறவில்லை. எனினும். டி.எஸ். சத்யநாத் தலைமையில் தில்லி பல்கலைக்கழக ஆய்வாளர்கள் குழு ஒன்று சேகரித்த தரவுகளின்படி 1900க்கும் 1950க்கும் இடைப்பட்ட காலப்பகுதியில் (ஆங்கிலம் உள்ளிட்டு) பத்து இந்திய மொழிகளில் 673 மொழிபெயர்ப்பு முயற்சிகள் மேற்கொள்ளப்பட்டிருந்தன. இந்த ஆய்வு இன்னும் தொடர்கிறது. இதன்படி ரவீந்திரரின் எழுத்துகள் திராவிட மொழிகளில் கணிசமாக வெளியாகியுள்ளது தெரியவந்துள்ளது. தெலுங்கு (161), கன்னடம் (101), தமிழ் (93), மலையாளம் (73). இதைத் தொடர்ந்து குஜராத்தி (70), ஆங்கிலம் (64), இந்தி (53), மராத்தி (27), பஞ்சாபி (20), சிந்தி (11).

இத்தருணத்தில் ஒரு விஷயத்தை நினைவுகூர வேண்டியுள்ளது. 1961ஆம் ஆண்டில் ரவீந்திரரின் நூற்றாண்டை முன்னிட்டு, சாகித்ய அகாதெமி வெளியிட்ட சிறப்பு மலரில் 'இதர நாடுகளில் தாகூர்' என்ற பிரிவில் 13 கட்டுரைகள் இடம்பெற்றிருந்தன. சோவியத் யூனியன், சியாம், ஹாலந்து, மேற்குலகு, ஜெர்மனி, பல்கேரியா, ஐஸ்லாந்து, பிரேசில், ஆசியா, போலந்து, நார்வே, வியட்நாம், செக்கோஸ்லாவாகியா ஆகியவற்றில் ரவீந்திரரின் எழுத்துகளுக்குக் கிடைத்த வரவேற்பு குறித்தும் அந்த இலக்கியங்களில் அவரது தாக்கம் குறித்தும் இக்கட்டுரைகள் விளக்கியிருந்தன. அதேநேரத்தில் இந்தியாவின் வேறு எந்தவொரு மொழியிலும் அவரது எழுத்துகளுக்கு எத்தகைய வரவேற்பு இருந்தது என்பது குறித்தோ, இதர இந்திய மொழிகளில் அவரது தாக்கம் குறித்தோ ஒரே ஒரு கட்டுரைகூட அந்தச் சிறப்புமலரில் இடம்பெறவில்லை.

ரவீந்திரரின் விஸ்வபாரதி பல்கலைக்கழகமும்கூட இதில் பின்தங்கிவிடவில்லை. அவரது நூற்றாண்டினை ஒட்டி 'விஸ்வபாரதி' காலாண்டிதழ் வெளியிட்ட சிறப்பு மலரும்கூட ரவீந்திரரின் மறைவிற்குப் பிறகு 1942-43இல் வெளியான சில கட்டுரைகளை மட்டும் வெளியிட்டு திருப்தி அடைந்திருந்தது.

அதைப் போன்றே ரவீந்திரரின் மறைவினை ஒட்டிய 50வது ஆண்டு, அவரது 150வது பிறந்ததினம் ஆகிய தருணங்களை ஒட்டி நடைபெற்ற மாநாடுகள், வெளியீடுகள் அனைத்திலுமே மேற்குலகில் அவரது இடம், உலக மனிதம் குறித்த அவரது செய்தி, நவீன காலத்தில் அவரது பொருத்தப்பாடு ஆகியவற்றை முன்னிலைப்படுத்துவதாகவே அமைந்திருந்தன.

அவரது வாழ்நாளில் இந்தியாவின் பல்வேறு மொழிகளிலும் பல ஆளுமைகள் ரவீந்திரரின் சமகாலத்து இலக்கியவாதிகளாகச் செயல்பட்டு வந்தனர். அவர்களில் குறிப்பிடத்தக்கவர்களாக இந்தி இலக்கியத்தில் முன்ஷி பிரேம்சந்த் (பி. 1880), புருஷோத்தம் தாஸ் தாண்டன் (பி. 1882), மைதிலி சரண் குப்தா (பி. 1886), மராத்தி இலக்கியத்தில் ஹரிநாராயண் ஆப்தே (பி. 1864), கிஷன்ஜி கேசவ் தாம்லே (பி. 1866), கேசவ் சுத் (பி. 1866), விஷ்ணு சாஸ்திரி சிப்லுங்கர் (பி. 1882), மலையாள இலக்கியத்தில் வள்ளத்தோள் நாராயண மேனன் (பி. 1878), சந்து மேனன் (பி. 1877), உள்ளூர் பரமேஸ்வர அய்யர் (பி. 1877), கன்னட இலக்கியத்தில் பி.எம்.ஸ்ரீகண்டையா (பி. 1884), டி.பி. கைலாசம் (பி. 1885), டி.வி. குண்டப்பா (பி. 1888), மாஸ்தி வெங்கடேச அய்யங்கார் (பி. 1891), தமிழ் இலக்கியத்தில் சுப்ரமணிய பாரதி (பி. 1882), குஜராத்தி இலக்கியத்தில் காகா சாஹேப் காலேல்கர் (பி. 1865), உருது இலக்கியத்தில் முகமது இக்பால் (பி. 1877), ஒடியா இலக்கியத்தில் கோபாபந்து தாஸ் (பி. 1877), அசாமி இலக்கியத்தில் லஷ்மிநாத் பேஸ்பரூவா (பி. 1864), நீல்மணி புக்கான் (பி. 193), பஞ்சாபி மொழியில் பாய் வீர் சிங் (பி. 1872), ஹிராசிங் தர்த் (பி.1889) ஆகியோர் இருந்தனர்.

ரவீந்திரரின் இளமைப்பருவத்திலேயே, இந்தி, உருது, வங்காள மொழிகளில் சிறந்த எழுத்தாளர்கள், குறிப்பாக மிர்சா காலிப், மைக்கேல் மதுசூதன் தத் போன்றோர் அந்தந்த மொழிகளின் இலக்கியங்களை செறிவூட்டி மறைந்திருந்தனர். அவர் எழுதத் தொடங்கியபோது முகிழ்த்த இந்திய மொழி எழுத்தாளர்கள் பலரும் 19ஆம் நூற்றாண்டின் இறுதி ஆண்டுகளிலும் 20ஆம் நூற்றாண்டின் தொடக்க ஆண்டுகளிலும் தங்கள் தாய்மொழிக்கு சிறப்பான பங்களிப்பினை வழங்கியிருந்தனர். இவ்வகையில் ஒரு சில இந்திய மொழிகள் முன்னேறிய நிலையில் (உதாரணமாக உருது, இந்தி, தமிழ் போன்றவை) இருந்தபோதிலும், இந்தியாவின் பிற மொழிகளும் ரவீந்திரரின் காலத்திலேயே அதற்கீடான வகையில் வளர்ச்சிபெறத் தொடங்கியிருந்தன.

ரவீந்திரரின் எழுத்துகள் வங்காளியிலிருந்து ஆங்கிலத்திற்கு மொழிபெயர்க்கப்பட்ட நிலையில், இந்திய மொழிகள் பலவும்

தங்கள் மொழிகளில் அவரது படைப்புகளை அறிமுகம் செய்யத் தொடங்கின. அதைப் போலவே அவரது சாந்திநிகேதனும் இந்தியாவின் பல பகுதிகளைச் சேர்ந்த இளம் எழுத்தாளர்களையும் சிந்தனையாளர்களையும் கவர்ந்திழுத்தது. இதன் விளைவாக, அங்குள்ள பண்பாட்டுப் பின்புலத்தை நேரடியாக அனுபவித்து, அதன் தாக்கத்தில் ரவீந்திரரின் எழுத்துகளைத் தங்கள் மொழிக்குக் கொண்டு சென்ற பலரும் உண்டு.

அவ்வகையில் ஹஜாரி பிரசாத் த்விவேதி (1907-1979) அவர்கள் 1930இல் சாந்திநிகேதனில் ஆசிரியராகச் சேர்ந்து, பின்னர் அங்குள்ள இந்தி பவனின் இயக்குநராக 1940முதல் 1950வரை பணியாற்றினார். அவர் ரவீந்திரரின் பெருமளவிலான எழுத்துக்களை வங்காளியிலிருந்து நேரடியாக இந்திக்கு வ்யோம்கேஷ் சாஸ்திரி என்ற புனைபெயரில் மொழிபெயர்த்திருந்தார். ரவீந்திரரின் நெருங்கிய நண்பர் ஷிடிமோகன் சென் (அமர்த்ய சென்னின் தாத்தா), கிருஷ்ணா கிருபளானி ஆகியோரும் இந்தப் பணிகளில் தீவிரமாக ஈடுபட்டு வந்தனர்.

இந்தி இலக்கியத்தில் 'சாயாவாதா' என்ற இயக்கம் வளர்வதற்கு அடிப்படையான காரணமாக ரவீந்திரரின் எழுத்துகளின் தாக்கமே அமைந்திருந்தது என்பதை இலக்கிய விமர்சகர்களும் ஒப்புக்கொள்கின்றனர். நிராலா என்ற புனைபெயரில் எழுதி வந்த சூர்யகாந்த் திரிபாதி, மகாதேவி வர்மா, சுமித்ரா நந்தன் பந்த், மைதிலி சரண் குப்தா ஆகியோரும் ரவீந்திரரின் எழுத்துகளால் உந்தப்பட்டவர்களே. பின்னாளில் டாக்டர் ராம்தாரி சிங் தின்கர் இலக்கிய விவாதங்களில் ரவீந்திரரின் தத்துவத்தை முன்னெடுத்து வைப்பவராகத் திகழ்கிறார்.

இதில் நிராலா தனித்த கவனம் பெறுபவர். கல்கத்தாவில் படித்து, அங்கேயே பணிபுரிந்து வாழ்ந்த அவர், வங்காளி மொழியை நன்கறிந்தவராக, ரவீந்திரரின் எழுத்துக்களின்மீது 'பித்துப் பிடித்தவராக' இருந்தவர். அவரது நெருங்கிய நண்பரும் கவிஞருமான சுமித்ரா நந்தன் பந்த் உடன் 'இருவரில் யார் ரவீந்திரரின் சிறந்த ரசிகர்?' என்று போட்டி போட்டவர். வாழ்நாள் இறுதிவரை ரவீந்திரரை நேரடியாகச் சந்திக்காதவர். வாழ்க்கையில் கொடிய வறுமையோடு போட்டி போட்டுக் கொண்டிருந்த அவர், ஒரு பக்கத்திற்கு நான்கணா ஊதியத்திற்கு ரவீந்திரரின் எழுத்துகளை மொழிபெயர்த்தார் என்ற செய்தி நம்மை அதிர்ச்சியடையச் செய்கிறது. மற்றொரு புறத்தில் ரவீந்திரரின் எழுத்துகள் இத்தகைய மொழிபெயர்ப்பு முயற்சிகளின் மூலம் எண்ணற்றோர் வாழ்க்கை

நடத்துவதற்கு உதவியாக இருந்துள்ளன என்ற அற்ப சந்தோஷமும் இதற்கிடையே எழுகிறது.

அத்தருணத்தில் உருது மொழி முன்னோடியானதொரு நிலையைப் பெற்றிருந்தது. கீதாஞ்சலி கவிதைத் தொகுப்பின் முதல் இந்திய மொழிபெயர்ப்பு உருது மொழியில் 1914ஆம் ஆண்டில் வெளியானது. ஃபிராக் கோரக்புரி, அசார் உல் ஹக் மஜாஸ், ஜோஷ் மலிஹாபாடி ஆகிய முக்கிய கவிஞர்களும் ரவீந்திரரின் எழுத்துகளை உருது மொழிக்கு எடுத்துச் சென்றவர்கள் ஆவர்.

சாந்திநிகேதனின் தொடக்கக் காலங்களில் காந்தியுடனான தொடர்புகளின் விளைவாக குஜராத் பகுதியில் இருந்து பலரும் மாணவர்களாக வந்து சேர்ந்தனர். பின்னர் காந்தியின் செல்வாக்கின் வழி 1915ஆம் ஆண்டில் மகாதேவ் தேசாய் ரவீந்திரரின் ‘சித்ராங்கதா’ நாடகத்தை குஜராத்தியில் மொழிபெயர்த்தார். (இவரே பின்னர் மகாத்மா காந்தியின் செயலாளராகப் பணியாற்றினார்) 1918ஆம் ஆண்டில் மணிபாய் தேசாய் ‘கீதாஞ்சலி’யை குஜராத்தி மொழிக்குக் கொண்டு சென்றார். அதன்பிறகு ரவீந்திரரின் எழுத்துகள் அம்மொழியில் பரவலாக வெளியாயின. அதிலும் குறிப்பாக, ‘கீதாஞ்சலி’ எட்டுமுறையும், ‘கோரா’ மூன்று முறையும், ‘சோக்கேர் பாலி’ மூன்று முறையும் மொழிபெயர்க்கப்பட்டன. இந்தியில் சாயாவாதா இயக்கத்தைப் போலவே குஜராத்தி மொழியும் புதிய இயக்கத்தை எதிர்கொண்டது. பிரகலாத் பாரேக், நாகின் தாஸ் பாரிக், கிருஷேன்லால் ஸ்ரீதராணி, காகா காலேல்கர், உமா சங்கர் ஜோஷி ஆகியோர் 1930களில் இருந்தே ரவீந்திரரின் செல்வாக்கின்கீழ் செயல்பட்டனர்.

மராத்தி மொழியிலும் 1924இல் ‘முக்த தாரா’, 1928இல் ‘கீதாஞ்சலி’, 1930இல் ‘அஞ்சலகம்’ ஆகியவை மொழிபெயர்க்கப்பட்டன. ரவீந்திரரின் சம காலத்தவர்களான காசிநாத் ஹரி மோதக், நாராயண் குப்தே போன்ற பலரும் ரவீந்திரரின் தாக்கம் பெற்றவர்களாக இருந்தனர்.

கன்னட மொழியைப் பொறுத்தவரையில், சாந்திநிகேதன் மாணவர்களாக இருந்து, பின்னர் எழுத்துலகில் பிரகாசித்த மாஸ்தி வெங்கடேச அய்யங்கார், ஏ.என். கிருஷ்ணா ராவ் போன்றோர் ரவீந்திரரின் எழுத்துகளைப் பரப்புவதில் முக்கியப் பங்காற்றினர். பிரகலாத நாரேகல், நாராயண சங்கமா ஆகிய இருவரும் ‘கீதாஞ்சலி’யை நேரடியாக வங்காளியிலிருந்து மொழி பெயர்த்தனர். 1920களிலும் 1930களிலும் கன்னட எழுத்தாளர்கள் பலரும் சாந்திநிகேதனுக்கு வருகை தந்ததோடு, இந்தி மொழியில் சாயாவாதா இயக்கத்தைப் போலவே கன்னட மொழியிலும்

நவோதயா இயக்கம் வேர்கொள்ளும் வகையில் ரவீந்திரரின் செல்வாக்கை வலுவாக உயர்த்திப் பிடித்தனர் என்பது குறிப்பிடத்தக்கது.

ரவீந்திரர் பிறந்து 21 ஆண்டுகளுக்குப் பிறகு பிறந்து, அவர் மறைவதற்கு 20 ஆண்டுகளுக்கு முன்பாக இயற்கை எய்திய மகாகவி சுப்ரமணிய பாரதிதான் ரவீந்திரரின் எழுத்துகளை முதன்முதலில் தமிழுக்கு அறிமுகம் செய்த முன்னோடியாக இருந்தார். அடிப்படையில் தேசியவாத அரசியலைப் பின்பற்றியவரான அவர், பங்கிம் சந்திரரின் ‘வந்தே மாதரம்’ பாடலை இருமுறை மொழிபெயர்த்தவர். அவர், ரவீந்திரரின் ‘பிறைநிலா’வின் (கிரெசெண்ட் மூன்) சில பகுதிகளை மொழிபெயர்த்தார். 1918ஆம் ஆண்டில் ரவீந்திரரின் எழுத்துகளை இரண்டு தொகுதிகளாக மொழிபெயர்த்தார். முதல் தொகுதி ரவீந்திரரின் எட்டு சிறுகதைகளைக் கொண்டது. இரண்டாவது தொகுதி விரிவான விளக்கங்களோடு கூடிய ஐந்து கட்டுரைகளைக் கொண்டதாக இருந்தது. பாரதி, அவர் மறைந்த 1921ஆம் ஆண்டில் ரவீந்திரரின் ஐரோப்பிய பயணத்தைப் பாராட்டி, ‘ரவீந்திரர் திக்விஜயம்’ என்ற கட்டுரையையும் எழுதியிருந்தார். ஒரு பத்திரிக்கையாளராக ரவீந்திரரின் வரலாற்று முக்கியத்துவத்தைத் தமிழுலகிற்கு வெளிப்படுத்தியவரும் அவரே.

பின்னர் த.நா. சகோதரர்களான தண்டலம் நா. குமாரசாமி, சேனாபதி ஆகிய இருவருமே சாந்திநிகேதன் சென்று, வங்காள மொழியைக் கற்று, நேரடியாக ரவீந்திரரின் எழுத்துகள் மட்டுமின்றி, எண்ணற்ற வங்காளி எழுத்தாளர்களின் படைப்பு களைத் தமிழிற்குக் கொண்டுவந்தனர். 1954ஆம் ஆண்டில் சாகித்ய அகாதெமி உருவான பிறகு, ரவீந்திரரின் கணிசமான எழுத்துகள் ஆங்கிலம் வழியாக அல்லது இந்தி வழியாகப் பிற இந்திய மொழிகளில் மொழிபெயர்க்கப்பட்டன. 1970களுக்குப் பிறகு (கல்கத்தா) சு. கிருஷ்ணமூர்த்தி, புவனா நடராஜன் போன்ற ஓரிருவர் மட்டுமே நேரடியாக வங்காளியிலிருந்து தமிழுக்கு மொழிபெயர்த்தனர்.

தெலுங்கு மொழியில் ரவீந்திரரின் எழுத்துகள் ஏராளமாக மொழிபெயர்க்கப்பட்டுள்ளன. ராய்ப்ரோலு சுப்பாராவ், அப்தூரி ராமகிருஷ்ணராவ், பெஜவாடா கோபால ரெட்டி ஆகியோர் சாந்திநிகேதன் மாணவர்கள் என்ற வகையில் ரவீந்திரரின் எழுத்துகளை தெலுங்கு மொழியில் மொழிபெயர்த்தனர். மேலும் அம்மொழியில் பாவ கவிதா என்ற இலக்கிய இயக்கமும் ரவீந்திரரின் தாக்கத்தினால் நிலை கொண்டது என்பதும் இங்கு குறிப்பிடத்தக்கதாகும்.

ரவீந்திரரின் காலத்திலேயே அவரைவிட வயதில் இளையவர்களான குமரன் ஆசான், வள்ளத்தோள் நாராயண மேனன், சந்து மேனன், உள்ளூர் பரமேஸ்வர அய்யர் ஆகியோர் மலையாள மொழியில் அவரை அறிமுகம் செய்வதில் முன் நின்றவர்கள் ஆவர். வள்ளத்தோள் 1939ஆம் ஆண்டில் சாந்திநிகேதனுக்குச் சென்றார். அங்கு பெற்ற உத்வேகத்தை முன்னிறுத்தியே அவர் பின்னாளில் கேரள கலா மண்டலம் என்ற அமைப்பினை உருவாக்கினார்.

வங்காளத்திலிருந்து தொலைதூரப் பகுதிகளில் ரவீந்திரரின் எழுத்துகள் இத்தகைய தாக்கத்தை ஏற்படுத்தியதைப் போலவே, அதன் அண்டைப் பகுதிகளான அசாம், ஒடிசா ஆகியவற்றிலும் அவரது தாக்கம் நிலவியது.

இந்திய கலாசார உலகில் அவரது இருப்பு, நாட்டிலிருந்த பலருக்கும் உற்சாகமூட்டும் முக்கிய ஆதர்சமாகத் திகழ்ந்தது. அவரது எழுத்துகள் பல்வேறு மொழிகளில் மொழிபெயர்க்கப் பட்டதும் அவருக்கு ஏராளமான வாசகர்களை உருவாக்கியது. அவரது தாக்கத்தின் விளைவாகவே இந்தியில் சாயாவாதா, கன்னடத்தில் நவோதயா, தெலுங்கில் பாவ கவிதா போன்ற இலக்கிய இயக்கங்கள் தோன்றுவதற்கு அடித்தளமாக அமைந்தது. அதனை ஒட்டி, கருத்துகளிலும் வடிவங்களிலும் பொதுவான அம்சங்கள் பல்வேறு இந்திய மொழிகளிலும் உருப்பெறுவதற்கும் வழிகோலியது.

இந்தச் செயல்முறையின் பாரதூரமான விளைவு என்னவெனில், ரவீந்திரரின் உற்சாகமிக்க இருப்பின்மூலம் உருவான பரஸ்பர கலந்துரையாடல்கள் ‘இந்திய இலக்கியம்’ என்ற பொதுவானதோர் அம்சம் குறித்த உரையாடலைத் தூண்டிவிட்டது. முன்னொரு காலத்தில், அதாவது பண்டைய இந்தியாவில், வடமொழியே நாட்டின் பல்வேறு பகுதிகளையும் இணைக்கும் தனிச்சிறப்பைக் கொண்டது என்ற கருத்து நிலவி வந்தது. இந்தப் பின்னணியில் பார்க்கும்போது, அந்தந்தப் பகுதிகளின் பண்பாட்டை முன்னிறுத்திய வகையில் முன்னுக்கு வரும் பல்வேறு மொழிகளின் இலக்கியங்கள், ‘இந்திய இலக்கியம்’ என்ற கருத்தாக்கத்தை ஒற்றைப் படையில் (அதாவது ஒரே ஒரு மொழியை மட்டுமே ஆதாரமாகக் கொண்டதாக) கொண்டு நிறுத்த இயலாத ஒன்றாக மாற்றியுள்ளது. அவ்வகையில், அவர் விரும்பியோ அல்லது விரும்பாமலோ, ரவீந்திரர் இந்திய மொழிகளின் தனிச்சிறப்பான பன்முகத் தன்மையின் இணைப்புச் சங்கிலியாக, பொதுச் சின்னமாகத் திகழ்கிறார்.

அத்தியாயம் - 15

இன்றும் பொருத்தமான ரவீந்திரர் சிந்தனை

'**நா**டுகள் எதையும் உருவாக்குவதில்லை; அவை வெறுமனே பொருட்களை உற்பத்தி செய்கின்றன; பொருட்களை அழிக்கின்றன. உற்பத்தி செய்வதற்கான அமைப்புகள் அவசியம் என்பதைப் போலவே, அழிப்பதற்கான அமைப்புகளும் அவசியமாகின்றன. எனினும், பேராசையினாலும் வெறுப்பினாலும் தூண்டப்பட்டு, இவை அனைத்தையும் உருவாக்குகின்ற உயிரோட்டமான ஒரு மனிதனை ஒரு மூலைக்குள் தள்ளிவிடும் போது, சமூக நல்லிணக்கமானது காணாமல் போய்விடுகிறது. அதைத் தொடர்ந்து மனித வரலாறு ஒரு பேரழிவை நோக்கி கடும் வேகத்தில் ஓடத் தொடங்கி விடுகிறது.' (ரவீந்திரநாத் தாகூர், 1922)

ரவீந்திரர் தான் வாழ்ந்த காலத்தைக் கடந்து சிந்திப்பவராக இருந்தார். அவரது சிந்தனை இந்தியா மட்டுமின்றி, உலகம் முழுவதன் எதிர்காலம் குறித்ததாகவே இருந்தது. அதுவரையில் நிலவி வந்த குறுகிய எல்லைகளைக் கடந்து, மனித குலத்தின் மீது அன்பு கொண்ட புதியதோர் உலக ஒழுங்கை முன்னெடுக்க வேண்டும் என்பதே அவரது கனவாக இருந்தது.

நாடு, மதம், இனம் என்ற பெயரில் கட்டமைக்கப்படும் சிந்தனைகள் மனிதனின் இயக்கத்தை எவ்வாறு சீர்குலைக்கின்றன

என்பதையும் அவற்றின் அபாயத்தையும் தொடர்ந்து எடுத்துக் கூறிவந்த ரவீந்திரர், அதற்காகப் பொதுச் சமூகத்தில் தனிமைப் படுத்தப்பட்டபோதிலும், சற்றும் தயக்கமின்றி இறுதிமூச்சுவரை தன் கருத்தை எடுத்துக் கூறிவந்தார். அதன் எழுத்துபூர்வமான வடிவம்தான் அவரது இறுதி உரையான 'நாகரீகத்தில் நிலவும் நெருக்கடி' ஆகும்.

அவரது தொலைநோக்குமிக்க சிந்தனைகளை அவரது காலத்திலும் சரி, அதற்குப் பின்னரும் சரி, எவ்வளவுக்கு நாம் நினைவுகூர்ந்து செயல்பட்டு வந்துள்ளோம் என்பது குறித்து யோசிக்கும்போது முதலில் நினைவிற்கு வருவது 1947ஆம் ஆண்டு ஆகஸ்ட் 14 அன்று நள்ளிரவில் நாடாளுமன்றத்தில் இந்தியா விடுதலை பெற்ற தருணத்தை ஒட்டி ஜவாகர்லால் நேரு ஆற்றிய புகழ்பெற்ற உரையே ஆகும். அந்த உரையில் நேரு இவ்வாறு கூறியிருந்தார்:

'...நம்முடைய முயற்சி என்பது என்னவாக இருக்கவேண்டும்? சாதாரண மனிதனுக்கும் இந்தியாவின் விவசாயிகளுக்கும் தொழிலாளர்களுக்கும் விடுதலையையும் வாய்ப்பையும் கொண்டுவர வேண்டும். வறுமைக்கும் அறியாமைக்கும் நோய்க்கும் எதிராகப் போராடி அவற்றுக்கு முடிவு கட்ட வேண்டும். வளமான, ஜனநாயகபூர்வமான, முற்போக்கான ஒரு நாட்டை வளர்த்தெடுக்க வேண்டும். நாட்டின் ஒவ்வொரு ஆணுக்கும் பெண்ணுக்கும் நீதியையும் முழுமையான வாழ்க்கையையும் உறுதிப்படுத்தும் வகையிலான சமூக, பொருளாதார, அரசியல் அமைப்புகளை உருவாக்க வேண்டும். நாம் அனைவரும் எந்த மதத்தைச் சேர்ந்தவர்களாக இருந்த போதிலும், நாம் அனைவருமே சமமான உரிமைகளை, வசதிகளை, கடமைகளைக் கொண்ட இந்தியாவின் குழந்தைகள். வகுப்புவாதத்தையோ அல்லது குறுகிய கண்ணோட்டத்தையோ நாம் ஊக்குவிக்க முடியாது. ஏனெனில், சிந்தனையில் அல்லது செயலில் குறுகிய எண்ணமுடைய மக்களைக் கொண்ட எந்தவொரு நாடும் சிறப்பானதாக உருவாக முடியாது.'

மேலே நேரு கூறியிருந்த அனைத்துமே ரவீந்திரர் தன் வாழ்நாள் முழுவதும் முன்வைத்துப் போராடிக் கொண்டிருந்த கருத்தாக்கங்கள்தான். எனினும் 1941இல் ரவீந்திரர் மறைவிற்குப் பிறகு கடந்த 82 ஆண்டுகளில் உலகத்தில் ஏராளமான மாற்றங்கள் நிகழ்ந்துள்ளன. ஐரோப்பிய நாடுகளின் காலனிகளாக இருந்த ஆசிய-ஆப்பிரிக்க-லத்தீன் அமெரிக்க நாடுகள் அனைத்தும் படிப்படியாக விடுதலை பெற்று, புதியதொரு வாழ்க்கையை நோக்கி நடைபோடத் தொடங்கின.

நவீன உலகின் இரண்டு உலகப் பெரும்போர்களிலும் களமாடி, ஒன்றையொன்று விழுங்கத் துடித்துக் கொண்டிருந்த ஐரோப்பிய நாடுகள், இன்று தங்கள் எல்லைகளை அகற்றிக் கொண்டு, ஐரோப்பிய ஒன்றியம் என்ற பெயரில், ஒற்றை நாணய முறையைக் கொண்ட ஓர் அமைப்பாக, தங்களை வலுவாக நிலைநிறுத்திக் கொண்டுள்ளன. அதேநேரத்தில் பொருளாதாரத் துறையில் உலக வங்கி, சர்வதேச நாணய நிதியம் (ஐ.எம்.எஃப்) போன்ற நிதியமைப்புகளின்மூலம் மூலதனம் இன்று எவ்வித எல்லைக் கட்டுப்பாடுகளும் இன்றி உலகின் எந்தவொரு நாட்டிற்குள்ளும் சென்று தன் இருப்பை மேலும் வலுப்படுத்திக் கொள்வதற்காக, தனியார்மயம், தாராளமயம், உலகமயம் என்ற முப்பெரும் கொள்கையை அமலாக்கி, உலகத்தைக் கோலோச்சிக் கொண்டிருக்கிறது.

இத்தகைய பின்னணியில் உலக மக்களின் வாழ்க்கைத்தரம், குறிப்பாக முன்னாள் காலனி நாட்டு மக்களின் வாழ்க்கைத்தரம் எப்படியிருக்கிறது என்று பார்த்தால், கணிசமான பகுதியினர் வெறும் வயிற்றோடு இரவைக் கழிக்க வேண்டிய நிலையில் உள்ளதையே நாம் காண்கிறோம். அவர்களின் கல்வியின் அளவோ மெச்சத் தகுந்ததாக இல்லை. இந்தியாவின் 75ஆண்டுக் கால விடுதலைக்குப் பிறகும் இந்த நிலை பெரிதும் மாற்றமின்றியே நீடிக்கிறது. உலகத்தில் உள்ள மக்களில் உணவுப் பாதுகாப்பு அற்றவர்களை மட்டுமே கொண்ட ஒரு நாட்டை உருவாக்கினால், அந்த நாடு உலகின் இரண்டாவது பெரிய நாடாகவும், அதன் பிறகே இந்தியா மூன்றாவது பெரிய நாடாக இருக்கும் என்று சமீபத்தில் ஒரு பொருளாதார நிபுணர் முன்வைத்த கருத்தும் இப்போது நினைவிற்கு வருகிறது.

1922ஆம் ஆண்டில் ரவீந்திரர் நிகழ்த்திய ஒரு சொற்பொழிவில் கூறினார்: ‘உலகத்தின் பல்வேறு பகுதிகளிலும் உள்ள கலைஞர்கள் அழகின் பல்வேறு வடிவங்களைப் புதிதாகப் படைக்கின்றனர்; அறிவியல் நிபுணர்களோ இந்தப் பேரண்டத்தின் ரகசியங்களை ஒன்றன்பின் ஒன்றாகக் கண்டுபிடித்துக் கொண்டே இருக்கின்றனர்; தத்துவ ஞானிகள் மனிதனின் இருப்பு குறித்த பிரச்சனைகளுக்குத் தீர்வு காண முனைகின்றனர்; புனிதர்களோ தங்கள் சொந்த வாழ்க்கையின் உள்ளீடாகப் புதைந்து கிடக்கும் இறையியல் உண்மைகளை வெளிப்படுத்துகின்றனர். ஆனால் இவர்கள் எவருமே, தான் சார்ந்த, குறிப்பிட்ட இனத்திற்காக மட்டுமே இவை அனைத்தையும் மேற்கொள்ளவில்லை. மாறாக, மனித குலம் முழுமைக்காகவுமே அவர்கள் அனைவரும் செயல்படுகின்றனர்.’

வேதியியல் துறையில் மேற்கொண்ட ஆய்விற்காக 1977ஆம் ஆண்டின் நோபல் பரிசு பெற்றவரான இல்யா பிரிகோஜைன் தனது நூலில், 'ஐன்ஸ்டைன் உடனான உரையாடலில் மனித உள்ளுணர்வு மற்றும் இயற்கைசார் உலகம் ஆகியவை குறித்து அறிவியல் பூர்வமான அறிவுத்தெளிவு இருக்க வேண்டும் என்று தாகூர் முன்வைத்த கருத்தை நோக்கி இன்றைய உலகம் நகரத் தொடங்கியுள்ளதாகவே தோன்றுகிறது' என்று குறிப்பிட்டிருந்தார்.

நோபல் பரிசு பெற்ற பொருளாதார நிபுணரும் முன்னாள் சாந்திநிகேதன் மாணவருமான அமர்த்யா சென் ரவீந்திரரின் அறிவியல்பூர்வமான கருத்து பற்றி இவ்வாறு கூறியிருந்தார்: 'ஒவ்வொரு பிரச்சனையின்மீதும் வெளிப்படையான விவாதம் நடத்தப்பட வேண்டும் என்று அவர் வற்புறுத்தினார். இயந்திரகதியான ஒரு வகைப்பாட்டின் அடிப்படையில் மேற்கொள்ளப்படும் முடிவுகளை, தனியாகப் பார்க்கையில் அந்த வகைப்பாடு எவ்வளவு கவர்ச்சிகரமானதாக இருந்தபோதிலும், அவற்றை அவர் நம்ப மறுத்தார்.'

குறிப்பாக, நோபல் பரிசைப் பெற்றபிறகு, அந்நாட்களில் இதர நாடுகளில் இருந்த மிகச் சிறந்த சிந்தனையாளர்களைச் சந்திக்கவும், அவர்களோடு விவாதிக்கவும் அவருக்கு வாய்ப்புக் கிடைத்தது. இதன் விளைவாக, தன் சொந்த நாட்டுப் பாரம்பரியத்தின் மிகச் சிறந்த அம்சங்களோடு கூடவே, இதர நாடுகளில் இருந்து தான் கற்றறிந்தவற்றையும் அதனோடு இணைத்த வகையில் ஓர் ஒத்திசைவினை உருவாக்கவும் அவர் முயன்றார். முதல் உலகப்போரில் அவர் பெற்ற அனுபவமானது, ஒன்றோடு ஒன்று போட்டியிடும், ஒன்றோடொன்று முரண்பட்டு நிற்கும், தேசப்பற்று என்ற பெயரிலான தேசியவாதம் என்ற அரசியல் வடிவத்திலிருந்து அவர் உறுதியான வகையில் தன்னை விடுவித்துக் கொண்டு உலகளாவிய மனிதத்தன்மை என்ற கருத்தை நோக்கி நகர்வதற்கு உதவி செய்தது.

இத்தகைய சிந்தனைப் போக்கால், உலகம் முழுவதிலும் அக்காலத்தில் இருந்த சிறந்த நபர்களின்மீது செல்வாக்கு செலுத்தவும், அவர்களை ஊக்குவிக்கவும் அவரால் முடிந்தது. ஸ்பெயினின் ஜுவான் ராமோன் ஜிமனேஸ், அர்ஜெண்டினாவின் விக்டோரியா ஓகாம்போ, ஜெர்மனியின் ஹெலன் மேயர் ப்ராங்க், அயர்லாந்தின் லியனார்ட் எல்மிர்ஸ்ட், ஸ்லோவேனியாவின் ஸ்ரெகோ கோசோவெல் ஆகியோர் இவ்வாறு அவரிடமிருந்து ஊக்கம் பெற்றவர்களாவர்.

அவரது காலமும் இடமும் சூழ்நிலையும் கிழக்கையும் மேற்கையும் அணுகக் கூடியவராக மாற அவருக்கு அனுமதியளித்தன. அதைப் போன்றே, அவரிடம் இயற்கையாகவே இருந்த பன்முகத்திறனுக்கு வழிவகுப்பதாகவும் அது அமைந்தது. இவ்வாறு காலம்கடந்து நிலைக்கும்படியான பல்வகைப்பட்ட, செறிவானதொரு பாரம்பரியத்தையும் அவரால் விட்டுச் செல்ல முடிந்தது. கல்வி, கிராமப்புற மறுகட்டமைப்பு, சர்வதேச அளவிலான கலாசாரம் மற்றும் அறிவுபூர்வமான கருத்துப் பரிமாற்றங்கள் ஆகியவை குறித்த ரவீந்திரரின் கருத்துகளும் பரிசோதனைகளும் அவர் உருவாக்கிச் செயல்படுத்திய நிறுவனங்களின் உயிரோட்டமாகத் திகழ்கின்றன. எவ்வகையிலும் இந்தப் பாரம்பரியம் நமது மதிப்பிற்கும் போற்றுதலுக்கும் உரியவை என்பது மட்டுமின்றி, உலகத்தில் உள்ள அனைவரோடும் அதைப் பகிர்ந்து கொள்ள வேண்டிய கடமையும் நமக்குண்டு.

ரவீந்திரர் முன்வைத்துப் பேசிய, எழுதிய பிரச்சனைகள் பலவும் இன்றும் பொருந்துபவை. உலகம் முழுவதுமுள்ள சமூகங்கள் அவற்றை எதிர்கொண்டு வருகின்றன. வரவிருக்கும் காலத்தில் அவை மேலும் முக்கியமானதாகத் தொடர்ந்து நீடிக்கவும் வாய்ப்புண்டு. கிழக்கு மற்றும் மேற்கு நாடுகளின் கலாச்சாரங்களின் ஒன்றிணைப்பில் அவர் ஆழ்ந்த நம்பிக்கை கொண்டவராக இருந்தார். கிழக்கின் இறையியல் உணர்வு, மேற்கு நாடுகளின் பகுத்தறியும் தன்மை மற்றும் அறிவியல் ரீதியான மனப்போக்கு ஆகியவற்றைக் கொண்டு உலகம் தன்னை மேலும் செழுமைப்படுத்திக் கொள்ள முடியும் என்றும் அவர் நம்பினார்.

மற்ற ஆதார வளங்கள் அனைத்தும் செயலற்றுப் போகும் நிலையில், அனைத்திற்கும் மேலாக மனித உணர்வு, மனித இனத்தை நிலைத்திருக்கச் செய்து முன்னுக்குக் கொண்டு செல்லும் என்று அவர் நம்பிக்கை தெரிவித்தார். தொழில்மயமாக்கலும் தொழில்நுட்பமும் அறிமுகப்படுத்திய மனிதத்தன்மையற்ற நிலையை அவர் எப்போதும் எதிர்த்து வந்தார். ஒழுங்கமைந்த, நீடித்து நிற்கும் விதிகளின் அடிப்படையிலான சுதந்திரத்தைக் கொண்டு நிர்வகிப்பதன்மூலம், ஒவ்வொரு தனிநபரும் தன் வாழ்க்கையை நடத்திச் செல்ல முடியும் என்றும் அவர் நம்பினார். அவரது தனிநபர் என்பவர் யதார்த்தமான நடைமுறை உல்கத்திற்கு ஏற்ற வகையில், பல்வேறு தளங்களிலும், உத்வேகம் பெற்ற, சிக்கலான வலைப்பின்னலில் ஆழமாகச் சிக்கிக் கொண்டவராகவும் இருந்தார்.

அறிவு வளர்ச்சிக்கு, முழுமைத் தன்மையுடைய, மேம்பட்ட அழகியல் உணர்வு கொண்ட, கற்றலுக்கான ஒரு கல்வி அமைப்பினை அவர் வலியுறுத்தினார். ஐன்ஸ்டைன் உடன் நிகழ்த்திய கலந்துரையாடல்களில் அறிவியல் விதிகளும், அறிவியல் சார்ந்த நோக்கங்களும் ஏதோவொரு வகையில் மனிதனின் உள்ளுணர்வோடு தொடர்புடையதாக உள்ளது என்றும், அறிவியல் ரீதியான ஆய்வு என்பது அறிவியலுக்கான ஒன்றாக மட்டுமல்லாமல், மனித குலத்தின் மேன்மைக்கானதாக இருக்க வேண்டும் என்றும் அவர் எடுத்துரைத்தார்.

தொலைநோக்குமிக்க சமூக, அரசியல் சிந்தனையாளராக ரவீந்திரர் திகழ்ந்தார். இந்திய சமூகத்தில் நிலவிவரும் சாதியப் படிநிலை முறை, குறிப்பிட்ட கட்டமைப்பிற்குள் மனிதர்களை அடைத்து வைக்கும் நிலை ஆகியவையே அதன் மிகப் பலவீனமான பகுதியாக விளங்குகிறது என்று அவர் கருதினார். நூறாண்டுகளுக்கு முன்னால் அவர் எழுதிய கீதாஞ்சலியிலேயே 'நாம் புறக்கடையில் அடைத்து வைத்திருப்போர்தான் நம்மைப் பின்னுக்கு இழுத்துக் கொண்டிருப்பார்கள்' என்று அவர் உறுதிபடக் கூறினார். நவீன உலகில், இந்தியா முன்னேற வேண்டுமெனில், நிராதரவற்ற மக்களை அவமானப்படுத்துவதும், ஒதுக்கிவைப்பதும் ஆன செயல்கள் முடிவுக்குக் கொண்டுவரப்பட வேண்டும் என்றும் அவர் கூறினார். மேலும் சமூகத்தின் வளர்ச்சி என்பது கீழிருந்து தொடங்கப்பட வேண்டும் என்பதையும் அவர் வலியுறுத்தினார். வன்முறை நிரம்பிய மோதல்களுக்குப் பதிலாக, கருத்தொற்றுமை, ஒத்துழைப்பு, சமரசம் ஆகியவற்றையே அவர் முன்வைத்தார்.

கண்ணில் தென்படும் பொருட்களின் மீதெல்லாம் அதீத ஈர்ப்பும் ஈடுபாடும் கொண்டதோர் உலகத்திற்கு வழங்குவதற்கென அவரிடம் நிறையவே இருந்தன. வாழ்க்கையின் ஆணிவேரான அம்சங்களை நோக்கித் திரும்பிச் செல்லவும், இயற்கையுடனான உறவை வலுப்படுத்தவும், சுயகட்டுப்பாடு மற்றும் நல்லிணக்கத்தின் மொழியைக் கற்றுக் கொள்ளவும், நமது மையமான குணத்தைச் சரிசெய்யவும், வளர்த்தெடுக்கவுமான அவசியத்தை அவர் நமக்கு எடுத்துக் காட்டினார். சுருங்கச் சொல்வதெனில் முதலில் வலுவானதோர் அடித்தளத்தை அமைப்பதை உறுதிப்படுத்துமாறு அவர் வலியுறுத்தினார். அது நிறைவேறியவுடன், அனைத்துத் திசைகளிலிருந்தும் வீசும் காற்றுடன் உரையாட வெளியே வந்து தன்னை தயாராக்கிக் கொள்ளலாம். அப்போது அந்த உரையாடல் சமமானதாகவும், ஆரோக்கியமானதாகவும் நட்புணர்வு கொண்டதாகவும் இருக்கும்.

ஏனெனில், நாம் வழங்கவும், பெறவும் என நம்மிடம் ஏதாவது இருந்தே தீரும்.

இதற்கு முந்தைய இயல்கள் பலவற்றிலும் பல்வேறு தருணங்களில் கிராமப்புறங்களின் மறுமலர்ச்சியும் கிராமப்புற மக்களின் மகிழ்ச்சியுமே ரவீந்திரரின் சிந்தனையின் அடிநாதமாக விளங்கியது என்பதைச் சுட்டிக் காட்டியிருந்தேன். இந்த நோக்கத்திற்காக, அதன் அடித்தளமாக விளங்கிய கல்விக்காக, அவர் தன் எழுத்துகளின், சொற்பொழிவுகளின், உடையாடல்களின்மூலம் தொடர்ந்து குரல் கொடுத்துக் கொண்டேயிருந்தார்.

இந்த நவீன உலகத்தில் ரவீந்திரர் நமக்கு விட்டுச் சென்ற பாரம்பரியம் என்பது காலப்போக்கில் அறியாமை, அலட்சியம் என்ற மேகங்களால் மறைக்கப்பட்டபோதிலும், வானத்தை உற்றுப் பார்ப்பவர்களின் கண்களுக்கு மட்டுமே தென்படும் பெருங்கரடி (எழுமீன்) என்று அழைக்கப்படும் ஒரு விண்மீன் கூட்டத்திற்கு ஒப்பானது என்றே கூறலாம்.

நாட்டில் அரசியல் ரீதியான விழிப்புணர்வு உருபெறத் தொடங்கிய அதேநேரத்தில்தான் இந்துக்கள், முஸ்லீம்கள் ஆகிய இருபிரிவினருமே தங்கள் இனத்தின் நலன்களைப் பற்றியும் சிந்திக்கத் தொடங்கினர் என்பதுதான் வரலாற்றுரீதியான உண்மையாகும். இந்த இருபிரிவுகளையும் சேர்ந்த ஒரு சில தலைவர்கள் இருநாடுகள் என்ற கொள்கையை முன்வைத்தபோது நிலைமை மேலும் மோசமானது.

ரவீந்திரர் தனது கட்டுரைகளிலும் சொற்பொழிவுகளிலும் இந்த இருபிரிவினருக்கு இடையேயான பிளவு என்பது நீண்ட காலமாகவே நீடித்து வருகிறது என்றும், அந்நிய ஆட்சியாளர்கள் அதைப் பயன்படுத்திக் கொண்டு, நாட்டைத் தொடர்ந்து ஆள வேண்டும் என்ற தங்கள் நலனுக்காக, இந்த உணர்வை மேலும் ஒன்றிணைத்தனர் என்றும் தொடர்ந்து குறிப்பிட்டு வந்தார்.

இதற்கான தீர்வு எங்கேயிருக்கிறது என்பதையும் அவர் சுட்டிக் காட்டினார். நலமிக்க சமூக, கலாசாரப் பரிமாற்றத்தை அறிமுகப்படுத்துவதன் மூலம் இத்தகைய மனப்பாங்கு முழுவதையும் மாற்றுவதில்தான் அது அடங்கியுள்ளது. அன்பு மற்றும் பாரபட்சம் அற்ற போக்கு ஆகியவற்றின்மூலம் நாட்டினை ஒன்றிணைக்க முகலாயப் பேரரசர் அக்பர் முயற்சித்தார் எனில், இந்த இரு இனத்தவரிடையே நிலவும் மோதலை மேலும் தூண்டிவிடவும், அதிகரிக்கவும் செய்யும் வகையில்தான்

பிரிட்டிஷாரின் கொள்கை வடிவமைக்கப்பட்டிருந்தது என்றும் அவர் குறிப்பிட்டார்.

பிரிட்டிஷ் ஆட்சியாளர்களின் நேரடியான தூண்டுதலின் விளைவாக இந்த இரு இனத்தவரிடையே மனக்கசப்பு உருவானது என்றும் அவர் குறிப்பிட்டார். அவரின் இந்த உணர்வு 'நாகரீகத்தில் நிலவும் நெருக்கடி' என்ற அவரது இறுதிச் சொற்பொழிவிலும் பிரதிபலித்தது. நாடு விடுதலை பெறுவதற்கான முழுமையான தீர்வுக்கு இந்த இரு இனத்தவரிடையே நிலவும் ஒற்றுமை யின்மையே மிகப்பெரும் தடையாக நீடிக்கிறது என்பதையும் அவர் நன்கு உணர்ந்திருந்தார்.

'இந்திய சமூகமானது மொழி, மதம், சாதியம் போன்றவற்றால் பல கூறுகளாகப் பிளவுபட்டுள்ள நிலையில், இந்தியாவிற்கு மிகவும் பொருத்தமான செய்தி என்பது ஒற்றுமை என்ற செய்தியே ஆகும். எனவேதான் இந்தியாவின் மாமனிதர்கள் அனைவருமே மக்களின் ஆன்மாக்களுக்கு இடையே உறவுப் பாலத்தை உருவாக்கத் தொடர்ந்து முயற்சி செய்து வந்துள்ளனர்' என்றும் அவர் தொடக்க நாட்களிலேயே கூறியிருந்தார்.

1930ஆம் ஆண்டில் அவர் மேற்கொண்ட ரஷ்யப் பயணத்திற்குப் பிறகு, நாடுமுழுவதிலும் கல்வியைப் பரப்புவதன் மூலமே மதரீதியான மாச்சரியங்கள் அனைத்தையும் முற்றாகத் துடைத்தெறிந்துவிட முடியும் என்பதில் அவர் ஆழ்ந்த நம்பிக்கை கொண்டார். இந்தப் பிரச்சனைக்குத் தீர்வு காண்பதில் ருஷ்ய அரசாங்கம் பெற்றிருந்த வெற்றி அவரைத் திகைப்பில் ஆழ்த்தியது. அதன் விளைவாகவே, நாடு முழுவதிலும் அனைவருக்குமான கல்வியை அறிமுகப்படுத்த பிரிட்டிஷ் அரசு முயற்சித்திருக்கு மானால், இந்த மதரீதியான அடிப்படைவாதம் என்ற நோயிலிருந்து நாம் விடுபட்டிருப்போம் என்றும் அவர் உறுதியாக நம்பினார்.

மதத்தைப் பற்றிய ரவீந்திரரின் விளக்கமும்கூட மிகவும் புரட்சிகரமான ஒன்றாகும். மதத்தின் மூடநம்பிக்கையைவிட, சடங்குகளால் பூட்டப்பட்ட விலங்குகளைவிட, நாத்திகம் மேலானது என்றும் அவர் நம்பினார். பன்முகக் கலாசாரம், பன்முகத்தன்மை ஆகியவற்றை அவர் அங்கீகரித்ததோடு, புராதன மக்கள், சிறுபான்மை குழுக்கள், அவர்களது நம்பிக்கைகள் ஆகியவற்றைச் சிக்கலான சமூக வலைப்பின்னலின் ஒருபகுதி என்றே ஏற்றுக் கொள்ள வேண்டும் என்பதையும் அவர் உணர்ந்திருந்தார்.

மேற்கூறியவற்றிலிருந்து இரண்டு வேறுபட்ட இனத்தவருக்கு இடையிலான மோதல் போக்கு குறித்து ரவீந்திரர் ஆழமாகச் சிந்தித்து வந்தார் என்பதை நம்மால் உணர முடியும். இத்தகைய மோதல் போக்கிலிருந்து விடுபடுவதற்கான தீர்வு என்பது மூன்று வழிகளில் அடங்கியுள்ளது: 1. இந்த இரு இனத்தவரிடையே முழுமனதுடன் கூடிய பரஸ்பர மரியாதை மற்றும் நம்பிக்கை ஆகியவற்றின் அடிப்படையில் கலாசார பரிமாற்றம். 2. வறுமையை முற்றிலுமாக ஒழிப்பது. 3. இறுதியாக அனைத்துப் பிரிவினருக்கும் கல்வியை வழங்குவது.

ரவீந்திரர் தனது படைப்புகள் பலவற்றிலும் குழந்தைத் திருமணம், குழந்தை உழைப்பு, வரதட்சிணை ஏற்பாடு, குடும்ப வன்முறை, சதி எனும் உடன்கட்டை முறை, கல்வி வசதி, வேலைவாய்ப்பு வசதி ஆகியவற்றைப் பெற இயலாத நிலை, விதவைகள் எதிர்கொள்ளும் படுமோசமான நிலைமைகள் ஆகிய பெண்களின் பிரச்சனைகளைத் தொடர்ந்து வெளிப்படுத்தி வந்தார். அதைத் தொடர்ந்து அவரது பின்னாளைய படைப்புகள் பலவற்றிலும் உறுதியான, சுயேச்சையான, அறிவுக்கூர்மை மிக்க பெண் பாத்திரங்களை அவர் அறிமுகம் செய்தார்.

நம் நாட்டு விவசாயிகள், ஏழைகள், நிராதரவான மக்கள் எதிர்கொள்ளும் மிக மோசமான நிலைமைகளை நேரடியாகக் கண்ட ரவீந்திரர் இதுவரை யார் காதிலும் விழாதிருந்த அவர்களது கோரிக்கைகளை முன்வைக்கும் படைப்புகளை உருவாக்கினார். அவரது 'மனைவியின் கடிதம்' என்ற சிறுகதை பாலியல்ரீதியான பாரபட்சத்திற்கு ஆளாகும் பெண்களின் அவல நிலையை, அவர்களின் உணர்வுகளை, அவர்களுக்கு இடையிலேயே இத்தகைய சுரண்டலுக்கு எதிராகக் குரலெழுப்பி முன்னே செல்லத் தயாராக உள்ள பெண்களை அடையாளப்படுத்தியது.

சமூகத்தில் பெண்கள் உரிய அதிகாரம் பெறுவதற்கான ஒரே வழி கல்விதான். இதன்மூலம் சமூகத்தின் தோற்றத்தையே மாற்றிவிட முடியும் என்பதையும் அவர் நன்கு உணர்ந்திருந்தார். அவ்வகையில் கல்வி என்பது ஒருவரை பொருளாதார ரீதியாகவும், சமூக ரீதியாகவும் வலுப்பெறச் செய்வதோடு, அவர்களை உணர்வு பூர்வமாகவும் மேம்படுத்த வல்லது என்பதையும் அவர் எடுத்துக் கூறினார். இதன் வழியே சாந்திநிகேதனில் பெண்களை அனுமதித்த தோடு, அவர்களுக்கு கலை, அறிவியல், இசை, நடனம் மட்டுமின்றி, தற்காப்புக் கலைகளிலும் பயிற்சியளித்தார்.

ரவீந்திரர் தன் வாழ்நாள் முழுவதும் முன்னெடுத்து வந்த மூன்று அடிப்படைக் குறிக்கோள்கள் கிராமங்களின் சுயாட்சி, அனைவருக்கும் கல்வி, பெண்களின் அதிகாரம் ஆகியவையே ஆகும். இந்த மூன்று குறிக்கோள்களையும் வென்றடைவதன்மூலம் வளமிக்க, நல்லிணக்கம் மிக்க, மேலாதிக்க உணர்வற்ற ஒரு சமூகத்தை முழுமையான வகையில் உருவாக்க முடியும் என்பதே அவரது கருத்து. அவர் மறைந்து 82ஆண்டுகளுக்குப் பிறகும் கூட அவை இன்னும் பொருத்தமானதாகவே நீடிக்கின்றன. அவற்றில் முதன்மையானது கிராமங்களின் சுயாட்சி ஆகும். வளர்ச்சியடைந்த மேற்குலகுடன் சரிசமமாக நாம் உறவாடுவதற்கு அடிப்படை நமது நாட்டின் வளர்ச்சிதான் என்ற வகையில் பெரும்பான்மையாக உள்ள கிராமங்களின் முழுமையான வளர்ச்சியும் அதனோடு கூடிய மனித வளமுமே இந்தச் சமநிலைக்கு அடித்தளமாக அமையும் என்று அவர் நம்பினார்.

அந்த வகையில் அரசின் தயவை நம்பாமல், தங்கள் அடிப்படைத் தேவைகள் அனைத்தையும் தாங்களே நிறைவேற்றிக் கொள்கின்ற ஓர் அமைப்பினை அவர் கனவு கண்டது மட்டுமல்ல; அதைச் சிறிய அளவில் செயல்படுத்தியும் காட்டினார். 1908ஆம் ஆண்டிலேயே காளிகிராம் என்ற தனது அதிகாரத்திற்கு உட்பட்ட பர்காணாவில் அவரது ஆலோசனையின் பேரில் மக்கள் நலக்குழு உருவானது. இந்த அமைப்பின் தலைமையில் சாலைகளை உருவாக்குவது; சீர்திருத்துவது; குடிநீர்-பாசன வசதியை உறுதி செய்வது; மக்களிடையே எழும் சச்சரவுகளை தீர்த்து வைப்பது; பள்ளிகளை நடத்துவது; வறட்சிக் காலங்களில் பொது உணவு மையங்களை நடத்துவது ஆகிய நடவடிக்கைகள் மேற்கொள்ளப்பட்டன. ஒரு சில ஆண்டுகளிலேயே அந்தப் பகுதி பல பள்ளிகளைக் கொண்டதாக, மருத்துவமனைகளைக் கொண்டதாக, கிணறுகள், குளங்கள் நிரம்பியதாக, மக்களிடையேயான சச்சரவுகளை சிறப்பான வகையில் தீர்ப்பதாக மாறியது.

இவ்வாறு ஒருங்கிணைந்த ஒரு கிராம சமூகத்தை உள்ளிருந்தே கட்டமைக்க முடியும் என்பதை அவர் நிரூபித்துக் காட்டினார். இந்த முன்முயற்சிதான் பின்னாளில் ஸ்ரீநிகேதனில் அறிமுகம் ஆனது. காளிகிராம் பகுதியைப் போலவே ஸ்ரீநிகேதன் செயல்பட்ட கிராமங்கள் பெரும்பாலானவற்றில் தலைகீழ் மாற்றங்களை அது கொண்டு வந்தது. எனினும் நாட்டின் விடுதலைக்குப் பின்பு இந்த வெற்றிகரமான சோதனையை நாடு தழுவிய அளவில் செயல் படுத்துவதற்கான உத்வேகமோ, முன்முயற்சியோ எவருக்கும் இல்லாமல் போனது.

இந்தியாவின் விடுதலைக்குப் பிறகு, அதை நவீனப்படுத்தும் முயற்சியில் இறங்கிய ஆட்சியாளர்கள் உண்மையான வளர்ச்சியும் விடுதலையும் கிராமப்புறங்களில் இருந்துதான் தொடங்குகிறது என்ற ரவீந்திரரின் வாக்கை உணரத் தவறவிட்டனர். இந்தவகையில் ஒரே ஒரு விதிவிலக்காக இருந்தது கேரள மாநிலம் மட்டுமே. அங்கு உள்ளாட்சிகளுக்கு அதிக அதிகாரங்களையும் நிதியையும் வழங்கி, கிராமப்புற அளவில் மக்களிடையே விழிப்புணர்வை ஏற்படுத்தியதன் விளைவாக, இன்று அனைத்து வகையான தரவுகளிலும், அதிலும் குறிப்பாக மனித வளர்ச்சிக் குறியீட்டெண்ணில் அந்த மாநிலம் தொடர்ந்து முன்னிலை வகிப்பதைக் காண்கிறோம். கேரளாவில் இதற்கு வித்திட்டவர் இ.எம்.எஸ். நம்பூதிரிபாட் என்றபோதிலும், அவரையடுத்து வந்த அனைத்து ஆட்சியாளர்களும் இன்றுவரையிலும் உள்ளாட்சி அமைப்பின், கூட்டுறவு அமைப்புகளின் உயிரோட்டமான செயல்பாட்டை நீடித்து வந்துள்ளனர் என்பதும் குறிப்பிடத்தக்கதாகும். ரவீந்திரர் கனவு கண்ட கிராமப்புற மக்களின் வளர்ச்சியும் மகிழ்ச்சியும் எத்தகைய மாற்றத்தைக் கொண்டு வரும் என்பதற்குச் சிறந்ததோர் உதாரணமாக இன்று கேரள மாநிலம் திகழ்கிறது.

பிரதமர் கிராமப்புறச் சாலைகள் திட்டம், மகாத்மா காந்தி ஊரக வேலை வாய்ப்புறுதித் திட்டம், அரசியல் அமைப்புச் சட்டத்தின் 74 மற்றும் 75வது திருத்தங்களின் மூலம் உள்ளாட்சி அமைப்புகளுக்கான ஏற்பாடு, கிராமப்புற சுகாதார திட்டம் என கடந்த 75 ஆண்டுகளில் பல்வேறு பெயர்களில் மத்திய அரசும் மாநில அரசுகளும் பல்வேறு முயற்சிகளை மேற்கொண்டு வந்த போதிலும், ரவீந்திரர் கனவு கண்ட தன்னிறைவில் முழுமைபெற்ற ஒரு கிராம சுயாட்சியை நிறுவ இன்றுவரை இயலவில்லை. மக்களால் தேர்ந்தெடுக்கப்பட்ட பிரதிநிதிகளுக்கு உரிய அதிகாரங்கள் மறுக்கப்படுகின்றன. சாதி அடிப்படையிலான புறக்கணிப்புகளையும் அவர்கள் எதிர்கொள்ள நேர்கிறது.

மறுபுறத்தில் கல்வி இன்று வணிக ரீதியான ஓர் அம்சமாக அனைத்து வகையிலும், அனைத்து மட்டங்களிலும் கையாளப்படுகிறது. பெண்களின் நிலையைப் பற்றிச் சொல்லவே வேண்டாம். இன்றைய நவீன யுகம் பெண்களை, அவர்களது கண்ணோட்டத்தை மாற்றியுள்ளது என்பதும், சமூகத்தில் அவர்களின் நிலையில் எவ்வித மாற்றமும் உருவாகிவிடவில்லை என்பதும், பாதுகாப்பற்ற ஒரு நிலையில்தான் இச்சமூகம் அவர்களை வைத்திருக்கிறது என்பதை காஷ்மீரின் காத்துவா, உத்திரப்

பிரதேசத்தின் ஹத்ராஸ், மணிப்பூரின் பாய்னோம் ஆகிய இடங்களில் நடைபெற்ற சம்பவங்கள் நிரூபிக்கின்றன. இவ்வாறு தன் வாழ்நாள் முழுதும் ரவீந்திரர் முன்வைத்துச் செயல்பட்ட குறிக்கோள்கள், கேட்பாரற்று, கோரிக்கையற்றுக் கிடக்கின்றன என்பதையும் உணர முடிகிறது. இந்நிலையில், அவரது இந்தக் கருத்துகளை மீண்டும் மக்கள் மத்தியில் எடுத்துச் செல்லவேண்டிய அவசியம் நிலவுகிறது என்றே கருதுகிறேன்.

அவரது இந்தக் கருத்துகளைப் பரவலாக மக்களிடையே கொண்டுசெல்ல வேண்டுமெனில் அவரது ஆங்கில எழுத்துகள் மட்டுமின்றி, பெருமளவில் உள்ள வங்காள மொழியில் மட்டுமே உள்ள எழுத்துகளும் இந்தியாவின் அனைத்து மொழிகளிலும் மொழிபெயர்க்கப்பட வேண்டிய தேவை உள்ளது. நேரடியாக வங்காள மொழியில் இருந்து அவற்றை மொழிபெயர்ப்பதே மிகச் சிறப்பானதாக இருக்கும். இதன்மூலம் பெருவாரியான வாசகர்களிடையே அவரது சிந்தனைகளைக் கொண்டு செல்ல முடியும். இதை நிறைவேற்றும் வகையில், விஸ்வபாரதி பல்கலைக்கழகத்துடன் இணைந்து, சாகித்ய அகாதெமி அனைத்து அதிகாரபூர்வ மொழிகளைச் சேர்ந்த, ஒவ்வொரு மொழியிலிருந்தும் 4-5 மொழிபெயர்ப்பாளர்களை, தேர்வு செய்து, அவர்களுக்கு வங்காளி மொழியில் இரண்டாண்டு பட்டய வகுப்புகளை உரிய நிதியுதவியுடன் நடத்தலாம். நாளடைவில் இவர்கள் ரவீந்திரரின் எழுத்துகள் மட்டுமின்றி, வங்காள இலக்கியத்தின் இதர விற்பன்னர்களின் எழுத்துகளையும் இந்தியா முழுவதிலும் கொண்டுசெல்லும் கருவியாகத் திகழ்வார்கள். மேலும் பதிலுக்கு அவர்கள் தங்கள் தாய்மொழியில் உள்ள இலக்கியங்களை வங்காள மொழியில் மொழிபெயர்ப்பதன் மூலம் இந்தியாவின் பன்முகக் கலாசாரம், பல்வேறு மொழிகளிலும் பொதிந்துள்ள இலக்கியப் புதையல்களும் இதன் வழியாக வங்காளிகளுக்குச் சென்று சேரவும் வாய்ப்பு உருவாகும்.

இந்தப் பகுதியை எழுதி முடித்த ஒரு வார காலத்திற்குப் பிறகு, சென்னை டி.ஜி. வைஷ்ணவ் கல்லூரியில் தமிழ்ப் பேராசிரியராகப் பணியாற்றி ஓய்வு பெற்ற திரு. நடராஜன் அவர்களைச் சந்திக்கும் வாய்ப்பு கிடைத்தபோது இதுபற்றிப் பேசினேன். அவர் புதியதொரு தகவலை வழங்கி என்னை வியப்பிலும் வருத்தத்திலும் ஆழ்த்தினார். தஞ்சை மாநகரில் தமிழ்ப்பல்கலைக்கழகம் உருவாக்கப்பட்டு, அதன் முதல் துணைவேந்தராக நியமிக்கப்பட்ட பேராசிரியர் முனைவர் வ.அய். சுப்ரமணியம் அவர்கள் (மொழியியல் அறிஞர் மற்றும் திராவிட மொழிகள் மீதான

ஆய்வுகளின் முன்னோடி) முன்முயற்சி எடுத்து, தமிழில் பட்டமேற்படிப்பு படித்தவர்களைத் தேர்வு செய்து, இந்தியாவின் பல்வேறு மாநிலங்களில் உள்ள பல்கலைக்கழகங்களுக்கு மாணவர் பரிமாற்ற முறையில் அனுப்பி வைத்தார். அவர்கள் அந்தந்த மாநில மொழிகளைக் கற்று வந்த பிறகு, தஞ்சைத் தமிழ்ப்பல் கலைக்கழகத்தில் ஆசிரியர்களாகப் பணியாற்றியபடியே தாங்கள் கற்றுக் கொண்டுவந்த மொழிகளில் உள்ள இலக்கியங்களைத் தமிழுக்கும், தமிழில் இருந்து இலக்கியங்களை அந்தந்த மொழிகளுக்கும் மொழிபெயர்க்கும் பணியில் ஈடுபட வேண்டும் என்ற நிபந்தனையுடன் இத்திட்டம் அமலாக்கப்பட்டது.

அதே போன்று, இந்தியாவின் பல்வேறு மாநிலங்களைச் சேர்ந்த மாணவர்கள், தமிழ்ப் பல்கலைக்கழகத்திற்கு வந்து தமிழை முறைப்படிப் படித்துவிட்டு, அதைத் தங்கள் தாய்மொழிக்காகப் பயன்படுத்திக் கொள்ளவும் வழி செய்யப்பட்டது. அதன்படி, சாந்திநிகேதனில் இரண்டு ஆண்டுகள் தங்கி வங்காள மொழியைத்தான் கற்று வந்ததாகவும், திரும்பி வந்த பிறகு, இத்திட்டத்தை அறிமுகம் செய்த பேரா. வ.அய். சுப்ரமணியம் அவர்களுக்குப் பிறகு வந்தவர்கள் அதில் போதிய ஆர்வம் காட்டாத நிலையில், இந்தியாவின் பல்வேறு மாநிலங்களில் இருந்து வங்காளி, இந்தி, மராத்தி, குஜராத்தி, தெலுங்கு, கன்னடம், பஞ்சாபி, பாலி, பிராகிருதம் போன்ற பல மொழிகளைக் கற்றுக் கொண்டு வந்த தன்னைப் போன்ற பலரும் வேறு இடங்களில் வேலைக்குச் சேர்ந்துவிட்டனர்; தமிழ்ப் பல்கலைக்கழகம் மிகச்சிறப்பான, தன்னிகரில்லாத ஒரு வாய்ப்பை இழந்துவிட்டது என்று குறிப்பிட்டார்.

இதைக் கேட்டபோது, நல்ல நோக்கத்துடன் உருவாக்கப்படும் பல திட்டங்களும் அதன் ஆழ்ந்த பொருளை உணராதவர்களின் கையில் சிக்கிச் சீரழிந்து போவதைக் கண்டு உண்மையிலேயே மிகவும் வருத்தமாக இருந்தது). இத்தகைய செயல்முறை இந்திய மொழிகள் மட்டுமின்றி, ஆங்கிலம் உள்ளிட்ட இதர உலக மொழிகளிலும் ரவீந்திரரின் எழுத்துகளை, சிந்தனைகளை நேரடியாகவும் முழுமையாகவும் கொண்டு செல்ல உதவும். இதன் மூலம் அவர் கனவு கண்ட கிழக்கு-மேற்குலக உறவு மேம்படுவதற்கான வாய்ப்பும் உள்ளது.

உசாத்துணை நூல்கள்

- கிருஷ்ணமூர்த்தி, சு., (வங்காளியிலிருந்து) ரவீந்திரரின் ரஷியக் கடிதங்கள், பாரதி புத்தகாலயம்
- கிருஷ்ணமூர்த்தி, சு., நஜ்ருல் என்றொரு மானுடன், பாரதி புத்தகாலயம்
- குமாரசாமி, த.நா., தாகூர் சிறுகதைகள், (வங்காளியிலிருந்து) தொகுப்பு: சா. கந்தசாமி, பாரதி புத்தகாலயம்
- கைலாசபதி, க., இரு மகாகவிகள், குமரன் பப்ளிஷர்ஸ்
- சனாதனன், தா., தாகூரின் யாழ்ப்பாண வருகை – கலை, அடையாளம், கருத்தாடல், குமரன் புத்தக இல்லம்
- ஞாலன் சுப்பிரமணியன், (தொகுப்பாசிரியர்) தாகூர் கல்விச் சிந்தனைகள், பாரதி புத்தகாலயம்
- மாஸ்தி வெங்கடேச அய்யங்கார், மகாகவி தாகூர் வாழ்வும் கலையும், வ.உ.சி. நூலகம்
- ரகுநாதன், தொ.மு.சி., கங்கையும் காவிரியும், மீனாட்சி புத்தக நிலையம், மதுரை
- Aruna Chakravarti, Jorasanko, Harper Collins
- Aruna Chakravarti, The Daughters of Jorasanko, Harper Collins
- Fakrul Alam and Radha Chakravarty, The Essential Tagore, The Belknap Press of Harvard University Press
- Gangeya Mukherjee, Gandhi and Tagore – Politics, Truth and Conscience, Routledge
- Ghulam Murshid, Bengali Culture Over A Thousand Years, Niyogi Books
- Krishna Kripalani, Rabindranath Tagore – A Biography, Visva-Bharati, Kolkata

- Krishna Dutta and Andrew Robinson, Rabindranath Tagore – The Myriad-Minded Man, St. Martin's Press, New York
- Mary Lago and Ronald Warwick, Rabindranath Tagore – Perspectives in Time, Macmillan
- Prasanta Kumar Pal, Ravi Jivani, Visva-Bharati, Kolkata
- Rabindra Bharati University – Rabindranath For All
- Rabindranath Tagore and America – Overtures and Responses, Jadavpur University Society for American Studies and Birujatio Sahitya Sammiloni
- Remembering Rabindranath Tagore – 150th Birth Anniversary Commemorative Volume, University of Colombo
- Rudrangshu Mukherjee, Tagore - Gandhi – Walking Alone, Walking Together, Aleph
- Sukanta Chaudhuri, Editor, Bichitra: The Making of an Online Tagore Variorum, Springer
- Sukanta Chaudhuri, Editor, The Cambridge Companion to Rabindranath Tagore, Cambridge University Press
- Sabyasachi Bhattacharya, Rabindranath Tagore – An Interpretation, Penguin
- Sabyasachi Bhattacharya, The Mahatma and The Poet, Letters and Debates between Gandhi and Tagore 1915-1941, National Book Trust
- Sahitya Akademi, Rabindranath Tagore, A Centenary Volume (1961)
- Somdatta Mandal, The Last Days of Rabindranath Tagore in Memoirs – Translated and Edited – Birujatio Sahitya Sammiloni
- Uma Das Gupta, A History of Sriniketan, Niyogi Books
- Uma Das Gupta, Rabindranath Tagore – A Biography, Oxford University Press
- Uma Das Gupta, Rabindranath Tagore – My Life in My Words, Selected and Edited with an Introduction, Penguin

வீ. பா. கணேசன்

45 ஆண்டுகளுக்கும் மேலாக மொழிபெயர்ப்புப் பணிகளில் ஈடுபட்டு வருபவர். சென்னை அகில இந்திய வானொலி செய்திப் பிரிவில் மூன்று ஆண்டுகளும், மேற்கு வங்க அரசின் தகவல்-பண்பாட்டு விவகாரங்கள் துறையில் 25 ஆண்டுகளும், 'தி இந்து' (ஆங்கிலம்) இணையதளப் பிரிவில் 6 ஆண்டுகளும் பணியாற்றியிருக்கிறார்.

'வரலாறு என்னை விடுதலை செய்யும்', 'சீன வானில் சிவப்பு நட்சத்திரம்', 'இந்திய தொழிலாளிவர்க்க வரலாறு', 'நினைவிற்கு எட்டியவரை' (ஜோதிபாசுவின் சுயசரிதை), சத்யஜித் ரேயின் ஃபெலுடா கதைவரிசையில் 20 கதைகள், பெருமாள் முருகனின் மாதொருபாகன் வழக்குத் தீர்ப்புரை உள்ளிட்ட 70க்கும் மேற்பட்ட மொழிபெயர்ப்புகள் வெளிவந்துள்ளன. வங்க அறிஞர் அப்துல் கரீம் சாகித்ய விஷாரத்-தமிழ்த்தாத்தா உ.வே. சா. ஆகியோரின் ஒப்பீட்டு ஆய்வுரையையும், 'ஆதிவாசிகளின் ஆதர்ச நாயகன் தசரத் தேவ்', 'சத்யஜித் ரேயின் வாழ்வும் வழியும்' ஆகிய நூல்களையும் எழுதியுள்ளார்.

தற்போது தாகூர் வாழ்க்கை மற்றும் பங்களிப்புகள் பற்றிய நூல்களோடு, வங்காள மொழியின் முன்னோடிக் கவிஞரான மைக்கேல் மதுசூதன் தத்தின் வாழ்க்கை வரலாற்றையும் எழுதியுள்ளார். வங்காள மொழி அறிந்தவர்.

தாகூர்
வங்கத்து மீகாமனின்
வாழ்க்கைச் சித்திரம்
வீ.பா. கணேசன்

தாகூர்

வங்கத்து மீகாமனின் வாழ்க்கைச் சித்திரம்

ரவீந்திரநாத் தாகூரை இந்தியாவின் மனசாட்சி என்று காந்தியும் நேருவும் கருதினர். தாகூரின் வரலாறு என்பது நவீன இந்திய உருவாக்கத்தின் வரலாறும் தான். விரிவான தரவுகளோடும் மேற்கோள்களோடும் தாகூர் குறித்து இவ்வளவு செறிவாக ஒரு நூல் தமிழில் இதற்குமுன்பு வந்ததில்லை. வாழ்வோடு சேர்த்து தாகூரின் சிந்தனைகள் வளர்ந்த வரலாற்றையும் இணைத்து விவரித்திருக்கும் வகையில் இந்நூல் மேலதிக முக்கியத்துவம் பெறுகிறது. உலக வரலாற்றில் தாகூரின் இடம் என்ன என்பதையும் திட்டவட்டமாகச் சுட்டிக்காட்டுகிறது. மொழி பெயர்ப்பாளரும் எழுத்தாளருமான வீ.பா. கணேசன் தாகூரையும் அவர் வாழ்ந்த காலத்தையும் துல்லியமாகக் கண்முன் கொண்டுவந்து நிறுத்துவதில் பெரும் வெற்றி பெற்றிருக்கிறார்.

www.ingramcontent.com/pod-product-compliance
Lightning Source LLC
LaVergne TN
LVHW060455051026
849518LV00002B/773
* 9 7 8 8 1 9 6 8 6 1 6 0 5 *